நான் ஏன் இந்துப் பெண் அல்ல

நான் ஏன் இந்துப் பெண் அல்ல
வந்தனா சொனால்கர்

டாக்டர் பாபாசாகேப் அம்பேத்கர் மராட்வாடா பல்கலைக் கழகத்தில் பொருளியல் துறையில் முனைவர் பட்டம் பெற்று அங்கு பேராசிரியராகப் பணியாற்றியவர். டாடா இன்ஸ்டிடியூட் ஆஃப் சோஷியல் சயின்சஸ் கல்வி நிறுவனத்தின் மகளிர் ஆய்வு மையத்தில் பேராசிரிய ராகப் பணியாற்றி ஓய்வுபெற்றவர். கேம்பிரிட்ஜ் பல்கலைக்கழகத்தில் கணிதம், பொருளியல் பாடப் பிரிவுகளில் பட்டம் பெற்றவர். டாக்டர் அம்பேத்கர் தலைமையில் முன்னெடுக்கப்பட்ட பட்டியலின மக்கள் இயக்கத்தில் பெண்களின் பங்கேற்பு குறித்து 1989இல் மராத்தியில் வெளிவந்த 'We Also Made History: Women in the Ambedkarite Movement' புத்தகத்தை 2008இல் ஆங்கிலத்தில் மொழிபெயர்த்தவர்.

ம. சுசித்ரா (பி. 1982)
மொழிபெயர்ப்பாளர்

கல்வி, சமூக-பண்பாட்டு அரசியல், இசை, சினிமா, மனித உரிமைகள் உள்ளிட்ட புலங்களில் ஈடுபாட்டுடன் எழுதிவரும் பத்திரிகையாளர். கல்வி உளவியல் குறித்த 'பன்முக அறிவுத் திறன்கள்' நூலாசிரியர். தத்துவத்தில் முனைவர் பட்டம் பெற்றவர். பெண் பார்வையிலும் பெண்ணியக் கோணத்திலும் சாதிய, மதவாத அரசியலைச் சீரிய முறையில் பகுப்பாய்வு செய்திருக்கும் இப்புத்தகத்தை இன்றைய அரசியல் சூழலில் தமிழ் வாசகர்களுக்குக் கடத்தும் வாய்ப்புப் பெற்றதை மொழிபெயர்ப்பாளர் மிக முக்கியமான செயல்பாடாகக் கருதுகிறார்.

வந்தனா சொனால்கர்

நான் ஏன்
இந்துப் பெண் அல்ல

தமிழில்
ம. சுசித்ரா

காலச்சுவடு பதிப்பகம்

அன்பார்ந்த வாசகருக்கு,

வணக்கம்.

காலச்சுவடு நூலை வாங்கியமைக்கு நன்றி.

நூலின் உள்ளடக்கம், உருவாக்கம், அட்டைப்படம் இன்ன பிற அம்சங்கள் பற்றிய உங்கள் கருத்துகளையும் ஆலோசனைகளையும் காலச்சுவடு வரவேற்கிறது. தகவல், எழுத்து, வாக்கியப் பிழைகள் தென்பட்டால் கட்டாயம் தெரிவித்து உதவுங்கள். நூல் தயாரிப்பில் கடும் குறைபாடு இருப்பின் மாற்றுப் பிரதி உங்களுக்குக் கிடைக்கக் காலச்சுவடு ஏற்பாடு செய்யும்.

மின்னஞ்சல்: publisher@kalachuvadu.com

காலச்சுவடு நாகர்கோவில் தலைமையகத்துக்கும் கடிதம் அனுப்பலாம்.

தங்கள்
எஸ்.ஆர். சுந்தரம் (கண்ணன்)
பதிப்பாளர் – நிர்வாக இயக்குநர்

First published in English as 'Why I am not a Hindu Woman: a personal story' by Women Unlimited (an associate of Kali for Women) (2021)
© Wandana Sonalkar

நான் ஏன் இந்துப் பெண் அல்ல ♦ கட்டுரைகள் ♦ ஆசிரியர்: வந்தனா சொனால்கர் ♦ தமிழில்: ம. சுசித்ரா ♦ முதல் பதிப்பு: ஜூலை 2022 ♦ வெளியீடு: காலச்சுவடு, 669, கே.பி. சாலை, நாகர்கோவில் 629001

காலச்சுவடு பதிப்பக வெளியீடு: 1095

naan een intup peN alla ♦ Essays ♦ Author: Wandana Sonalkar ♦ Translator: M. Susithra ♦ Language: Tamil ♦ First Edition: July 2022 ♦ Size: Demy 1 x 8 ♦ Paper: 18.6 kg maplitho ♦ Pages: 168

Published by Kalachuvadu, 669, K.P. Road, Nagercoil 629001, India ♦ Phone: 91-4652-278525 ♦ e-mail: publications@kalachuvadu.com ♦ Printed at Mani Offset, Chennai 600077

ISBN : 978-93-5523-122-2

என் பெற்றோர்
சுமதி சொனால்கர்
சிந்தாமணி சொனால்கர்

பொருளடக்கம்

	என்னுரை	11
	அறிமுகம்	13
1.	இந்துக் குடும்பம்	39
2.	இந்துத்துவம், இந்து ராஷ்டிரம் மற்றும் யுத்த வெறி	62
3.	இந்து மதமும் பிற மதங்களும்	86
4.	சாதியும் சாதி மறுப்பும்	117
5.	இந்து மதம் மற்றும் இந்துத்துவத்தின் வன்முறை	147

என்னுரை

'நான் ஏன் இந்துப் பெண் அல்ல' என்னும் தலைப்பில் 'வுமன் அன்லிமிடெட்' பதிப்பகத்துக்கு ஒரு புத்தகம் எழுத விருப்பமா என்று என்னுடைய தோழி அனுபமா ராவ் கேட்டார். எனக்கும் பதிப்பாளருக்கும் இடையில் உடன்பாடு ஏற்பட்ட பிறகே இந்த நீண்ட பயணம் தொடங்கியது. இந்தச் சந்தர்ப்பத்தில் என்னுடைய குடும்பத்துக்கு நன்றி சொல்லிக்கொள்கிறேன்: ஒஜாஸ், தரயன், மதுரா ஆகியோர் நல்கிய ஒத்துழைப்புக்கும் அவர்கள் எனக்களித்த சுதந்திர வெளிக்கும் நன்றிகள். என்னுடைய பேரன் ரியான் சமநிலையில் இருக்க உதவினார். மேதா கட்வால் லீலா, ஸ்மிருதா கோபால் சிங், வசந்தி ராமன், அசோக் உபாத்யாய ஆகியோருடன் நிகழ்த்திய உரையாடல்கள் இன்றி இந்தப் புத்தகத்தை எழுதியிருக்க முடியாது. மும்பையில் வசித்துவரும் இளம் நண்பர்களான சங்கீதா டோசர், நிரஞ்சனி ஷெட்டி, சந்தியா நரே பவார், சோம்நாத் வாக்மரே ஆகியோர் என்னுடைய எழுத்தின் சில பகுதிகளை வாசித்துவிட்டு மிகவும் ஊக்கப்படுத்தினார்கள். இவர்களைப் போன்றோருடன் நடத்திய தொலைபேசி உரையாடல்களும் டிஜிட்டல் வழி சம்பாஷணைகளும்தான் கொரோனா ஊரடங்கு நாட்களிலும் என்னை உயிர்ப்புடன் வைத்திருந்தன. அந்தக் காலகட்டத்தில்தான் இந்தப் புத்தகத்தை எழுதி முடித்தேன்.

எல்லாவற்றுக்கும் மேலாக இந்தப் புத்தகத்தின் உள்ளடக்கத்துக்கு முழுவதுமாக நான் பொறுப்பேற்கிறேன்.

அறிமுகம்

இந்த நூலின் தலைப்போடு தொடர்புகொண்ட அமளிதுமளியான நிகழ்வுகள் வரிசைகட்டியதால் இந்தச் சிறிய புத்தகத்தை எழுத எனக்கு ஓராண்டுக்கு மேலாகிவிட்டது. நான் எழுதத் தொடங்கியபோது மோடி தனது நான்காண்டு ஆட்சியை நிறைவு செய்திருந்தார். அதனால் அரசியல் சூழலிலும் குறிப்பிடத்தகுந்த மாற்றங்கள் நிகழ்ந்திருந்தன. அதேநேரம் சிறியதும் பெரியதுமாக அதிகாரத்தை எதிர்க்கும் குரல்களும் ஆங்காங்கே ஒலித்துக் கொண்டிருந்தன. கருவுறக்கூடிய வயது வரம்பைச் சேர்ந்த பெண்கள் சபரிமலை கோயில் நுழைவு உரிமை கோரிப் போராடினர். தலித் மாணவர்கள், முஸ்லிம் பெண்கள் கிளர்ந்தெழுந்தனர். கருத்துச் சுதந்திரத்தை முன்வைத்து எழுத்தாளர்களும் பல்வேறு விதங்களில் குரலெழுப்பினர். தாங்கள் என்ன உடை அணிய வேண்டும், யாரை இணைய ராகக் கொள்ள வேண்டும் என்பதைத் தேர்வு செய்வதற்கான உரிமைக்காக மட்டுமல்ல, திருமணம் செய்துகொள்ளாமல் சுயசார்புடன் வாழும் உரிமைக்காகவும் பெண்கள் குரல் எழுப்பினர். இந்து அரசியல் அதிகாரத்தில் அதிகரித்துவரும் அடக்குமுறைகளையும் கொடுமை யாகப் பிளவுபட்டுள்ள சமூகச் சூழலையும் எதிர்த்து நாடு நெடுகிலும் உரிமைக் குரல்கள் ஒலிப்பது வாடிக்கையானது.

அதன் பிறகு மக்களவைக்கான பொதுத் தேர்தல் நடந்தது. அதில் பாரதிய ஜனதா கட்சி தெளிவான வெற்றியைப் பெற்றது. வாக்காளர்களிடையே போலிச்

செய்திகளையும் உண்மைக்குப் புறம்பான தகவல்களையும் பரப்பி இந்த வெற்றி அடையப்பட்டது. மின்னணு வாக்கு இயந்திரத்தில் கூடத் தகிடுதத்தமெல்லாம் செய்திருக்க வாய்ப்பு உண்டு. பிறகு சட்டமன்றத் தேர்தல்களையும் கண்டோம். அவற்றிலும் மத்திய அரசு அதிகாரத்தை எப்படியேனும் கைப்பற்றப் பார்த்தது. இருந்தபோதும் எல்லா மாநிலச் சட்டமன்றங்களிலும் அவர்களது பாச்சா பலிக்கவில்லை.

எவ்வளவோ குறைகளிருந்தும், மதச்சார்பற்றதாக நாம் உணர்ந்து நேசித்த இந்தியாவை இந்து தேசமாக நிறுவும் முயற்சிகள் 2019இல் முடுக்கிவிடப்பட்டன. இதை எழுதிய ஓராண்டில் என்னுடைய கடந்த காலத்துக்குள் பயணித்தேன். என்னுடைய நம்பிக்கைகளை, உணர்வுகளை, உறுதிப்பாடுகளைக் குறுக்கு விசாரணை செய்ய வேண்டிய அவசியம் ஏற்பட்டது. அதிலும் இந்தப் புத்தகத்துக்குத் தலைப்பாக அமைந்திருக்கும் எதிர்மறையான நிலைப்பாட்டின் மூலமாக நான் இனிவரும் காலங்களை எதிர்கொள்வதற்கான நேர்மறையான ஆற்றலைப் பெற்றேன்.

அதேநேரம் தங்களது இந்துத்துவக் கொள்கையை நடைமுறைப்படுத்த ஆட்சியாளர்கள் அதிவேகமாகக் கட்டவிழ்த்துவிடும் சம்பவங்கள் இப்புத்தகத்தை எழுதுவதைக் கடினமாக்கின. ஏனென்றால் புதிது புதிதாக நிகழ்பவற்றுக்கு எதிர்வினையாற்றியாக வேண்டும் என்று தோன்றிக்கொண்டே இருந்தது. சொல்லப்போனால், 'நான் ஏன் இந்துப் பெண் அல்ல' என்பது தொடர்பாக இரண்டு அளவுகோல்களைத் தூக்கிப் பிடிக்கிறேன்.

முதலாவதாக, நான் முன்னதாகக் குறிப்பிட்ட மாற்றம்; சமயச்சார்பற்றதாக விளங்கிய இந்தியச் சமூகத்தில் இந்து மதம் மூர்க்கத்தனமாக அவதாரம் எடுக்கும் போக்கு. இந்து மதத்தின் இந்தப் புதிய முகத்தைத் தூக்கிப் பிடிப்பவர்கள் தேர்தல் மூலமாக வாக்களிக்கப்பட்டு ஆட்சியைப் பிடித்தவர்களே. அவர்கள் ஆட்சி அமைக்க உதவிய தேர்தல் முறையானது ஒரு காலத்தில் ஜனநாயக ரீதியாக நடைபெற்றது. காலப்போக்கில் அதில் ஊழல் மலிந்துபோனது. போலிச் செய்திகளையும் பொய் வாக்குறுதிகளையும் அள்ளி வீசி வாக்காளர்களை மழுங்கடித்து, மின்வாக்கு இயந்திரத்தில் முறைகேடுகள் செய்து, அரசாங்கத்திற்கு எதிராகச் சங்கடமான கேள்வி எழுப்ப வேண்டிய ஊடகங்கள் அரசாங்கத்துக்கு ஆதரவு தெரிவிப்பதே தங்களது கடமை என்று நினைக்கும் நிலைக்குத்

தள்ளப்பட்டன; தேர்தலில் எப்போதுமே நிலவிவரும் பணத்தின் ஆதிக்கம் மேலும் வலிமை பெற்று வளர்ந்தது. இத்தனையும் கைகோக்க இந்த ஆட்சி நிறுவப்பட்டது. இந்து மதத்தின் இந்தப் புதிய முகத்தை 'அரசியல்மயமான இந்து மதம்' என்று குறிப்பிடலாம். (இஸ்லாம் மதம் குறித்துப் பேசுகையில் மார்ட்டின் கிராமர் உருவாக்கிய சொல்லாடல் இது.) தற்போது வெளிப்படும் பெரும்பான்மை இந்து மேலாதிக்கம் என்பது விநாயக் தாமோதர் சாவர்கர் முன்மொழிந்த இந்துத்துவக் கோட்பாட்டின் மூலம் உருப்பெற்றது. கடந்த நூற்றாண்டின் பாசிச சர்வாதிகாரத்தைப் போலவே தற்போதைய அரசும் பன்னாட்டு கார்ப்பொரேட் முதலாளித்துவத்தின் ஆதரவு பெற்றது. பன்னாட்டு கார்ப்பொரேட் முதலாளித்துவத்துக்குச் சேவகம் செய்வதை முதன்மைக் கடமையாக ஏற்றுக்கொண்ட ஆட்சி முறை. இத்தகைய இந்துத்துவக் கொள்கையை நான் முற்றிலுமாக எதிர்க்கிறேன்.

நான் பிறந்தது இந்துக் குடும்பத்தில். ஆனாலும், நான் கடவுள் நம்பிக்கை அற்றவள்; பெண்ணியவாதி; ஓய்வுபெற்ற ஆசிரியை; மார்க்சிய ஒளியில் உலகைப் புரிந்துகொண்டவள்; நமது சமூகத்தில் புரையோடிப்போன சாதிய அமைப்பைப் புரிந்துகொண்டு அதை எதிர்க்கப் பல தசாப்தங்களாக முயன்று கொண்டிருப்பவள். இந்நிலையில், இந்நாட்டின் முஸ்லிம் குடிமக்களை அவமதித்து, இழிவுபடுத்தி அவர்கள்மீது போர் தொடுக்கும் இந்துத்துவம் அல்லது அரசியல்மயமான இந்து மதத்தின் ஆவேசம் அதிகரித்துவருவது கண்டு நான் அதிர்ந்து போயிருக்கிறேன். இப்படிச் சக குடிமக்களான முஸ்லிம்களை எதிரிகளாகப் பாவிக்கச் செய்வதைப் பிராமணிய இந்து மதம் என்பேன். முஸ்லிம்களுக்கு எதிரான போரில் இடைநிலைச் சாதியினரான சூத்திரர்களையும் கூட்டுச் சேர்க்கிறது இந்த 'அரசியல்மயமான இந்து மதம்'. மறுமுனையில் பிராமணிய ஆணாதிக்கத்தையும் சாதியப் படிநிலைகளையும் கட்டுக்குலையாமல் தக்கவைத்துக்கொள்ள எத்தனிக்கிறது. விடுதலையும் சமத்துவமும் கோரும் பெண்கள் மீது குரூரத்தையும் வெறுப்பையும் உமிழ்கிறது. அதிலும் தலித்துகள், பழங்குடியினரின் துயரங்கள் மட்டுமல்லாது அவர்களது இருப்பையும் இருட்டடிப்புச் செய்கிறது. தங்களுடைய உரிமைகளை அவர்கள் கோரும்போதெல்லாம் அவர்களுக்கு எதிராகக் கட்டவிழ்க்கப்படும் வன்முறைக்குப் பச்சைக்கொடி காட்டுகிறது. நாடு விடுதலை அடைந்த பிறகு மிகுந்த சிரத்தையுடன் சில சமய மதச்சார்பற்ற நிறுவனங்கள்

உருவாக்கப்பட்டன. அந்த நிறுவனங்கள் குறைபாடுகளுடன் இருந்தபோதும் காலங்காலமாக நீடித்துவந்த ஏற்றத்தாழ்வான சமூக அமைப்பை மாற்றுவதற்கான வாய்ப்பை அவை வழங்கின. அத்தகைய சமய மதச்சார்பற்ற நிறுவனங்களை நாசம் செய்யும் வேலையில் அரசியல்மயமான இந்துமதம் தற்போது முழு வீச்சில் இறங்கியுள்ளது. தற்கால உலகில் கடைப்பிடிக்கப்படும் வலதுசாரிச் சிந்தனைகளில் ஒன்றான அரசியல்மயமாக்கப்பட்ட இந்த இந்து மதத்தை நான் எதிர்க்கிறேன்; கண்டிக்கிறேன். இதன் முகங்களில் ஒன்றான பன்னாட்டு முதலாளித்துவம் மனிதத்துக்கும் பூமியின் சூழலியலுக்கும் எதிரானது.

இது தவிர, ‘நான் இந்துப் பெண் அல்ல’ என்று சொல்ல எனக்கு இரண்டாவதாக வேறொரு காரணமும் உள்ளது. அது எனக்கு நினைவு தெரிந்த நாளிலிருந்து இந்து மதம் இந்தியச் சமூகத்தில் எவ்வாறு பின்பற்றப்படுகிறது என்பது தொடர்பானது. பழங்காலத்தில் இந்து மதம் என்னவாக இருந்தது என்பது குறித்த கவலை எனக்குப் பெரிதாக இல்லை. ஆனால், பழங்கால இந்து மதத்தின் புனித நூல்களும் அதன் வரலாறும் இலக்கியமும் தற்காலத்தின்மீது செலுத்தும் தாக்கம் என்னைக் கவலை கொள்ளச் செய்கின்றது. பெரும்பாலான மதங்கள் ஆண் சார்புடையவை என்றாலும் இந்து மதம் தன் இயல்பிலேயே பெண் வெறுப்புக் கொண்டது. அதிலும் இந்து மதம் சாதியத்தை அடிப்படையாகக் கொண்டது. ஒருவரின் இந்துமத அடையாளம் என்பதே அவரது சாதியைப் பொறுத்துத்தான். சாதியமும் ஆணாதிக்கமும் பின்னிப்பிணைந்திருப்பதால் இந்து மதமானது நம்பமுடியாத அளவுக்குக் கொடூரமாக மாறக்கூடியது. மதமாக அது பொதுமறைகளையோ நீதிநெறிகளையோ நம்புவதில்லை. கடைசியாக இந்து மதத்தில் சமத்துவத்துக்கும் இடமில்லை.

நான் ஒரு நாத்திகர். ஆனாலும் இந்து மதத்துக்கு எதிராகக் கிளர்ந்தெழுந்து நான் நாத்திகராக மாறவில்லை. என்னுடைய அப்பா நாத்திகர் என்பதால் அவருடைய தாக்கத்தால் நானும் நாத்திகரானேன். அப்பாவின் மதம் சாராத, பகுத்தறிவுவாதம் என்பது 19ஆம் நூற்றாண்டின் இறுதியிலும் 20ஆம் நூற்றாண்டின் தொடக்கத்திலும் தழைத்தோங்கிய மகாராஷ்டிர பிரபோதன் அல்லது மறுமலர்ச்சிக் காலத்தின் உணர்வைக் கொண்டது என்பது எனக்கு இப்போது புரிகிறது. பிரிட்டன் நாட்டு ஃபேபியன் சோசியலிஸ்ட் சிந்தனாவாதிகளின் போக்குடன் அவர் ஒத்திருந்தார் என்று சொல்லலாம். என்னுடைய அம்மா மிதமான, மென்மையான மத நம்பிக்கை கொண்டவர். தனது நம்பிக்கையில் பிடிப்புடன் இருந்தபோதும்

அப்பாவின் நம்பிக்கையின்மையை அம்மா ஒருபோதும் கேள்வி கேட்டதில்லை. அந்த வகையில் தன்னுடைய நம்பிக்கையுடன் ஒத்துப்போகாதவற்றையும் ஏற்றுக்கொள்ளும் அளவுக்கு அம்மா பரந்த மனப்பான்மையுடனும் சுதந்திர உணர்வுடனும் விளங்கினார். எங்களது குலம் சந்திரசேனிய காயஸ்தா பிரபு என்ற மகாராஷ்டிராவைச் சேர்ந்த சிறிய சாதிப் பிரிவைச் சேர்ந்ததாகும். உயர் சாதியினராக இவர்கள் கருதப்பட்டாலும் பிராமணர்கள் அல்லர் என்பதால் இந்து மத அதிகாரத்துக்கு உரிமை கொண்டாட மாட்டார்கள். அன்றாட இந்து மதத்துக்குள் சாதியம் ஊடுருவிக்கொண்டே இருப்பதினால்தான் நான் இதெல்லாம் சொல்கிறேன். சாதியின் இந்தத் தன்மையைப் புரிந்துகொள்ளவே எனக்கு நெடுங்காலம் தேவைப்பட்டது என்பது வேறு விஷயம்.

சந்திரசேனிய காயஸ்தா பிரபு குடும்பத்திலிருந்து வெளியேறி பிரிட்டனில் 1960களிலிருந்து 70கள்வரை கல்வி பெற்று பிறகு மகாராஷ்டிராவில் உள்ள பிற்படுத்தப்பட்ட பகுதியில் ஆசிரியராகப் பணிபுரிந்தபோது சாதியத்தின் நிதர்சனக் கோர முகத்தைக் கண்டு அதிர்ந்துபோனேன். அன்றாட இந்து மதத்தின் பெண் வெறுப்புடன் சாதியத்தின் குரூரம் எவ்வளவு நுட்பமான தொடர்புகொண்டிருக்கிறது என்பதை உணரத் தொடங்கியபோது அதுவரை சமூகம் குறித்து நான் கொண்டிருந்த புரிதல் ஆட்டம் காண ஆரம்பித்தது. இதுதவிர என்னுடைய பாலினம் காரணமாகக் கட்டுப்பாடுகள் விதிக்கப்படுவதற்கு எதிராகக் கிளர்ந்தெழும் போக்கும் என்னிடம் இருந்தது. ஆனால், குடும்பத்தில் சுதந்திரமான சூழல் நிலவியதால் அது பெரிய சிக்கலாக இல்லை. இந்துப் பெண் என ஒருபோதும் என்னை அழைத்துக்கொள்ள மாட்டேன். ஏனெனில் சாதியப் படிநிலை அல்லது பிராமண அதிகாரமும் ஆணாதிக்கமும் பொதிந்ததுதான் இந்து மதம். அப்படித்தான் இந்து மதம் நமது சமூகத்தில் கடைப்பிடிக்கப்பட்டும் வருகிறது. என்னுடைய கூற்றின் பொருள் என்ன என்பதைப் போகப்போக விரிவாக எடுத்துரைக்கிறேன்.

உலகை மாற்றும் முயற்சியில்தான் உலகத்தை ஒருவரால் புரிந்துகொள்ள முடியும் என்று எனது மார்க்சியம் எனக்குக் கற்பித்துள்ளது. அதை நான் ஆழமாகவும் நம்புகிறேன். என்னுடைய சாதியையும் வர்க்கத்தையும் தாண்டி வெளியே மணம் முடித்தேன். திருமணத்துக்குள் நிகழும் தவிர்க்க முடியாத மோதல்களுக்கு அப்பால் தங்களது சாதியினால் என்னுடைய மகன்களுக்கும் என் கணவருக்கும் என்ன நேர்ந்தது என்பதற்கு நேரடி சாட்சியாகவும் இருந்திருக்கிறேன்.

அதிலும் 2018இன் பிற்பாதியில் வரலாற்றில் நிகழ்ந்த அதிமுக்கியத்துவம் வாய்ந்த நிகழ்வுகள் இந்தப் புத்தகத்தை எழுத வேண்டிய அவசியத்தை எனக்குள் உருவாக்கின. இதை எழுதத் தொடங்கியபோது மோடி ஆட்சி அதிகாரத்தின் நான்காவது ஆண்டில் நாம் இருந்தோம். பாபர் மசூதி தகர்க்கப்பட்டுக் கால் நூற்றாண்டு கடந்திருந்தது. 'இந்துத்துவத் திட்டம்' தலையெடுத்தது மட்டுமின்றிச் சமூகத்தில் வேரூன்றவும் தொடங்கியிருந்தது. எதற்கெடுத்தாலும் 'இந்துக்களின் மனம் புண்படுகிறது' என்ற பூச்சாண்டி காட்டியே கலாச்சாரக் காவலர்கள் வன்முறை வெறியாட்டத்தில் இறங்கிக் கூட்டுப் படுகொலைகள் பலவற்றை நிகழ்த்தினார்கள். இதனால் முஸ்லிம்கள் அன்றாடம் துன்புறுத்தப்படும் போக்கும் அதிகரித்திருந்தது. இத்தகைய அட்டூழியங்களைப் போலீஸார் கண்டும் காணாததுபோல இருந்தனர். சிலநேரம் அவர்களுமே முஸ்லிம்களுக்கு எதிரான வன்முறையில் பங்கேற்றனர். தலித்துகளின் மீதான வன்முறையும் அதிகரித்தபடி இருந்தது. அதிலும் பெண்கள் மீது கொடூரமான தாக்குதல் தொடுக்கப்பட்டது. கல்வி நிறுவனங்களில் தலித்து களுக்கு எதிரான பாகுபாடும் இட ஒதுக்கீட்டை நடைமுறைப் படுத்துவதில் விதிமீறலும் சகஜமாகிப்போயின. தண்டனையின்றி அரங்கேற்றப்பட்டுக்கொண்டிருந்தன.

அதிலும் கிராமப்புறங்களில் தலித்துகளுக்கும் பழங்குடிப் பெண்களுக்கும் எதிரான வன்முறைகள் காலங்காலமாகச் சகித்துக்கொள்ளப்பட்டிருக்கின்றன. கயர்லாஞ்சி (2006) போன்றதொரு வன்கொடுமைச் சம்பவத்தில் போட்மாங்கே குடும்பத்தைச் சேர்ந்த சுரேகாவும் பிரியங்காவும் படுகொலை செய்யப்பட்டனர். அப்போதும் சாதி வெறிகொண்டு கிராமத்தினர் நிகழ்த்திய தாக்குதலாக அதை அடையாளம் காண நீதிமன்றங் களும் நீதித்துறையும் மறுத்துவிட்டன[1]. பெண்களுக்கு எதிரான சாதிய வன்முறையைக் கட்டவிழ்ப்பவர்கள் பாதுகாக்கப்படு வதற்குச் சமூகமும் அரசும் நெடுங்காலமாக உடந்தையாக இருந்துவருகின்றன. அதிலும் சமீபகாலமாகத் தண்டனை யிலிருந்து பாதுகாப்பு என்பது பரவலானதால் மாற்றுக் கருத்தை முன்வைக்கும் பெண்கள் சமூக ஊடகங்களில் குரூரமாகத் துன்புறுத்தப்படுகிறார்கள். அத்தகைய பெண்கள்மீது வசைச் சொற்களை வாரியிறைக்கிறார்கள். கூட்டு வன்புணர்வு செய்வோம் என்று அச்சுறுத்துகிறார்கள். நிஜமாகவே கொல்லப் பட்டவர்களும் உண்டு[2]. இந்தியா–பாகிஸ்தானுக்கு இடையிலான போரில் தனது தந்தையைப் பறிகொடுத்த 21 வயது இளம் பெண் ஒருவர், தனது தந்தையைக் கொன்றது பாகிஸ்தான் அல்ல, போர் என்றார். சொன்னதற்கு அவரை வன்மத்துடன்

வசைபாடி தேசத் துரோகியென[3] முத்திரை குத்திய சம்பவத்தைக் கண்டபோது எனக்குக் கதிகலங்கியது. யாரும் யோசிக்க முடியாததைச் சொல்லத் துணிந்தவருக்கு இந்த நிலை என்பதால் கூடுதலாகவே மனம் புண்பட்டது.

கடந்த இரண்டாண்டுகளில் நான் எழுத உட்கார்ந்த போதெல்லாம் இரண்டு விதமான செய்திகள் ஒலித்தபடியே இருந்தன. தங்களுடைய உரிமைகளை நிலைநாட்டப் பெண்கள் போராடுவது ஒருபுறம் நிகழ்ந்துகொண்டிருந்தது. அதையொட்டி இந்துப் பெரும்பான்மைச் சர்வாதிகாரத்தின் அடிவருடிகள் அப்பெண்களை வசைபாடுவதும் டிரோலிங் செய்வதும் மறுபுறம் நடந்தபடியே இருந்தது. சபரிமலை கோயில் நுழைவுப் போராட்டம் 2018இல் தலைப்புச் செய்தியாக இருந்தது. இனப்பெருக்கம் செய்யக்கூடிய வயது வரம்பைச் சேர்ந்த 10லிருந்து 50 வயது வரையிலான பெண்கள் ஐயப்பன் கோயிலுக்குள் நுழையக் கூடாது என்று கேரள உயர் நீதிமன்றம் 1991இல் தீர்ப்பளித்திருந்தது. இந்தத் தீர்ப்பை மாற்றி எழுதி சபரிமலை ஐயப்பன் கோயிலில் அனைத்து வயதுப் பெண்களும் தரிசனம் செய்ய அனுமதிக்க வேண்டும் என்று 2018இல் தீர்ப்பெழுதியது உச்ச நீதிமன்றம். மாதவிடாய் ஏற்படக்கூடிய வயதுக்கு உட்பட்ட பெண்களை ஒதுக்குவதென்பது தீண்டாமைக் கொடுமைக்கு நிகரானது, அரசமைப்புக்கு எதிரானது என்றும் சுட்டிக்காட்டியது. உச்ச நீதிமன்றத்தின் தீர்ப்புக்கு எதிராகக் கிளம்பியவர்கள் ஐயப்பன் கோயிலுக்குள் நுழைய முற்பட்ட பெண்களை முரட்டுத்தனமாகத் தடுத்து நிறுத்தினார்கள்[4].

இத்தகைய தடைவிதிப்புக்கும், அந்தத் தடை நீக்கப்பட்டதும் அதை எதிர்ப்பதற்கும் பின்னால் இரண்டு விதமான பெண் வெறுப்புக் கோட்பாடுகள் குடிகொண்டிருக்கின்றன. முதலாவதாக, மாதவிடாய் காலத்தில் பெண்கள் தூய்மையற்றவர்களாகவும் 'மாசுபடுத்துபவர்'களாகவும் முத்திரை குத்தப்படுகின்றனர். அதைக் காரணம் காட்டிக் கோயிலுக்குள் நுழையவிடாமல் தடுக்கப்படுகிறார்கள். இரண்டாவதாக, சபரிமலை ஐயப்பன் பிரம்மச்சாரி என்பதால் பாலியல் ரீதியாகத் துடிப்புடன் இயங்கும் வயது வரம்பைச் சேர்ந்த பெண்கள் அவருக்கு முன்பாகத் தோன்றுவதே அவரது பிரம்மச்சரியத்தை அவமதிப்பதாகக் கருதப்படுகிறது. ஆனால், நான் கேட்கிறேன், உடல்ரீதியில் இயற்கையான சுழற்சியை எதிர்கொள்ளும் பக்தர்களின் வருகையால் ஒரு வழிபாட்டுத் தலமானது எப்படிக் கெட்டுப்போகும்? இதுதவிர குறிப்பிட்ட சாதியினர் இறைவனைத் தரிசிக்க உள்ளே நுழைந்தால் கோயிலின் புனிதம் கெட்டுவிடும் என்று இந்துக்

கோயில்களில் விதிக்கப்பட்டிருந்த தடையில் என்ன நியாயம் இருந்தது?

இந்நிலையில் இந்து மதத்துக்கும் இந்துத்துவச் சிந்தனைக்கும் இடையிலான வித்தியாசம் இதுதான். சாதியப் பாகுபாடுகளை யும் ஆணாதிக்கத்தையும் உள்ளடக்கிய நம்பிக்கையையும் நடைமுறைகளையும்கொண்ட வாழ்க்கைமுறைதான் இந்து மதம். அதேநேரம் பிற நம்பிக்கைகளையும் அனுசரித்து இந்நாட்டில் இந்து மதம் நிலைபெற்றுள்ளது. இந்துத்துவம் என்பதோ இந்துக்கள்மீது சாதியப் படிநிலையை வலுக்கட்டாய மாகத் திணிப்பதையும் மற்ற மதங்கள்மீது வெறுப்பை ஏற்படுத்துவதையும் அடித்தளமாகக் கொண்ட அரசியல் சித்தாந்தம். நான் இந்துப் பெண்ணல்ல என்று பிரகடனம் செய்வதற்கான முதன்மையான காரணம் இந்து மதத்துக்குள் பொதிந்திருக்கும் சாதிய ஆணாதிக்கம்தான். சபரிமலைக் கோயிலுக்குள் பெண்கள் நுழையலாம் என 2018இல் உச்ச நீதிமன்றம் வழங்கிய தீர்ப்பை எதிர்த்துப் போடப்பட்ட மனுவை என்னுடைய நிலைப்பாட்டுக்கான அண்மைக்கால எடுத்துக் காட்டாகக் கருதலாம். இந்துக் குடும்பத்தில் பிறந்த பெண்ணாக எதை எதிர்க்கிறேன் என்பதைச் சரியாகப் புரிந்துகொள்ளாமலேயே என்னுடைய வாழ்நாள் முழுவதும் பலவிதமாக இந்து மதத்தின் அடிப்படைக் கோட்பாடுகளைக் கேள்வி கேட்டிருக்கிறேன் அல்லது எதிர்த்து நின்றிருக்கிறேன்.

இந்துப் பெண்ணாக இருப்பது அல்லது இந்துப் பெண்ணாக இல்லாமல் இருப்பது என்றால் என்ன?

அண்மைக் காலமாக இந்தக் கேள்வியை எனக்குள்ளேயே முணுமுணுத்துக்கொண்டிருக்கிறேன். ஏனென்றால் இந்துப் பெண்ணாக இருப்பதும் அல்லது அப்படி இல்லாமல் இருப்பதும் பல அம்சங்களை ஒருவரது வாழ்க்கைக்குள் ஊடாடச் செய்கிறது. என்னுடைய உடலிலிருந்து தொடங்குகிறேன். கடந்த 2018 ஜூலை மாதத்தில் வானம் கொட்டித் தீர்க்கும் மழைக் காலத்தில் ஆயுர்வேத சொகுசு விடுதி ஒன்றுக்குச் சென்றிருந்தேன். ஓடு வேயப்பட்ட கூரை கொண்ட அறையின் மேல் சாரல் தூவ, இரு இளம் பெண்கள் கணவனை இழந்த பெண்ணான எனக்கு ஆயுர்வேத மசாஜ் செய்தனர். என்னுடைய மூட்டுகள் உட்பட உடல் முழுவதும் தைலம் பூசி, நீராவிக் குளியல் கொடுத்து ஆயுர்வேத மசாஜில் கைதேர்ந்த அவர்களது விரல்களைக் கொண்டு வலுவாக உருவிவிட்டனர். அவர்களின் இந்தத் தொடுகையை அத்துமீறலாக நான் உணரவில்லை. புலன்களுக்கு

இதமான உணர்வையே அது தந்தது. இப்படியான சிகிச்சையின் நான்காவது நாளன்று ஒரு டிரான்சிஸ்டர் வானொலிப் பெட்டியை அந்தப் பெண்கள் கொண்டுவந்திருந்தார்கள். இசை கேட்டபடி சிகிச்சை தருவதைத் தொந்தரவாக நினைக்கிறேனா என்று தயக்கத்துடன் கேட்டனர். புதிய மலையாளப் பாடல்களையும் இந்திப் பாடல்களையும் காரில் பயணம் செய்யும்போது கேட்கிற வழக்கம் எனக்கிருப்பதால் அந்தப் பாடல்களை இரசிக்கவே செய்தேன். இந்த நான்கு நாட்களில் அந்தப் பெண்களின் வாழ்க்கை பற்றியும் ஓரளவு தெரிந்துகொண்டிருந்தேன். குறைந்த பட்சம் அவர்களது வேலை நேரம் குறித்துத் தெரிந்துகொண்டேன். இந்தியா முழுவதும் ஒரே மாதிரியாகப் பின்பற்றப்படும் அறிவியல் அல்ல ஆயுர்வேதம். கேரளாவுக்கே உரித்தான நுட்பங்கள், மருத்துவமுறை, உணவுமுறை ஆகியவை இங்கு கடைப்பிடிக்கப்படுகின்றன.

ஒரு இந்துப் பெண்ணின் உடல் மாசுபடுத்தக் கூடியதாக மாறலாம். அத்தகைய தேகம் சமயச்சடங்குகளில் கிடைக்கக்கூடிய பெரும்பாலும் பொருள்சார்ந்த பலாபலன்களுக்குக் கேடு விளைவிக்கக்கூடும். புனிதமான தலத்தை அந்த உடல் மாசுபடுத்திவிடக்கூடும். ஊறுகாய்கூடப் பெண்ணின் உடலால் கெட்டுப் போய்விடும். பெண்ணின் மாதவிடாய் நாட்களிலும் பேறுகாலத்திலும் இப்படியெல்லாம் நடந்துவிடக்கூடும். பெண்ணின் உடல் ஆபத்தானதாகவும் மாறக்கூடும். ஒரு ஆணின் கடும் துறவறத்தைக்கூட நாசம் செய்யக்கூடிய மயக்கும் சக்தி பெண் உடலுக்கு உண்டு. பிராமணிய இந்து மதம் சுயக்கட்டுப்பாட்டுக்குப் பெரும் மதிப்பளிக்கிறது. குறிப்பாகச் சுயமாகப் பிரம்மச்சரியத்தைக் கடைப்பிடித்து, உடல் ஒழுக்கத்தைப் பின்பற்றிச் சுயத்தைத் தியாகம் செய்யும் உயர்சாதி ஆண் அடையக்கூடிய பண்பாகச் சுயக்கட்டுப்பாடு கருதப்படுகிறது. ஒரு பெண் தன் உடலோடு தன்னைத் தொடர்புபடுத்திக்கொள்வது அழிவுக்கு வழிவகுக்கக்கூடியது. இத்தகைய கருத்தோட்டங்களும் நடைமுறைகளும் கொண்ட இந்தச் சூழலில் விடலைப் பெண் ஒருத்தி பருவமடைவதென்பது அவளது சுயத்துக்கும் பாலியல் தன்மைக்கும் நிச்சயமாகக் கேடு விளைவிக்கும்.

நாத்திகராக ஒருவர் வாழ இந்து மதம் அனுமதிக்கிறது. ஆனால், எப்போதும் ஆணாகவே இருப்பார். என்னுடைய தந்தை தானொரு நாத்திகர் என வெளிப்படையாக அறிவித்துக் கொண்டார். ஆனால், அவர் ஒருநாளும் தன்னுடைய 'இந்து' மதத்துக்கு ஆட்சேபனை தெரிவித்ததில்லை. இதில் எந்த முரணையும் அவர் காணவில்லை. இந்த நிலையை அவர்

ரசித்து அனுபவிக்கவும் செய்தார். அதுவே ஒரு பெண் நாத்திகரானால் அவருக்கான இடம் என்ன? மேற்கத்திய மேட்டுக்குடிச் சொகுசு வாழ்க்கை வாய்க்கப்பெற்றால் நாத்திக இந்துப் பெண்ணாக இருப்பதென்பதில் சிக்கல் ஏதுமில்லை. நானோ நடுத்தர வர்க்கத்தைச் சேர்ந்த பெண். மேல் சாதிதான் ஆனாலும் மத்திய நடுத்தர வர்க்கம். கூடுமானவரை என் விருப்பப்படிதான் வாழ்ந்திருக்கிறேன் என்றாலும் நான் பிறந்த மதமானது விதிக்கும் கட்டுப்பாடுகளும் கொண்டிருக்கும் எதிர்பார்ப்புகளும் அதன் இருப்பை எனக்குப் பல சமயங்களில் உணர்த்திக்கொண்டே இருக்கிறது. நான் போக நினைத்த இடங்களுக்குள் நுழைய முடியாமல் போனபோது இதை நான் உணர்ந்தேன். அதேபோல என்னைச் சுற்றியுள்ள நான் தவிர்க்க முடியாத, நிராகரிக்க முடியாத நபர்களின் கருத்துகள் வழியாக உணர்ந்தேன். மதம் என்பது பெரும்பாலான சமயங்களில் கட்டுப்பாடாக அல்லாமல் பெண் வெறுப்பின் நிழல் பரப்பி எல்லா இடத்திலும் வியாபித்திருக்கும் ஒன்றாகத் தன்னை நிறுவிக்கொள்கிறது. நாம் கொள்ளும் அத்தனை உறவுகள் மீதும் இந்த நிழல் படிகிறது.

இன்று நான் சமூக அந்தஸ்து அடைந்த, பொருளாதார ரீதியாகத் தன்னிறைவு பெற்றிருக்கிறேன். என்னை அழுத்தும் கடமைகள் என்றெதுவும் இல்லை. ஆனால், இந்து மதத்தவரின் பார்வையில் நான் ஒரு கைம்பெண், பிறவிப்பயனை அடைந்து விட்டவள், இனியும் நான் வாழ்வதற்கு எந்த நியாயமும் இல்லை. அதேநேரத்தில் நவீன இந்துக்கள் என்னிடம் கனிவாக நடந்துகொள்வதையும் நான் சொல்லியாக வேண்டும். காலம் கடந்து நான் வாழ்ந்துகொண்டிருக்கிறேன் என்று அவர்கள் சுட்டுவதில்லை. அதற்குப் பதில், “உங்களைப் பரபரப்பாக வைத்துக்கொள்கிறீர்கள் என்பது நல்ல விஷயம்” என்கிறார்கள். நாம் ஒருவரை ஒருவர் எப்படி அணுக வேண்டும், ஒருவருடன் ஒருவர் எப்படித் தொடர்புபடுத்திக்கொள்ள வேண்டும் என்பதையெல்லாம் இந்து மதம் எப்படி அன்றாடம் தீர்மானிக்கிறது என்பதற்கு இது ஓர் உதாரணம். என்னுடைய இடத்திலிருக்கும் ஒரு பெண் பிறரால் ஏற்றுக்கொள்ளப்பட வேண்டுமானால் அவர் ஆணாதிக்கக் குடும்ப அமைப்புக்குள் தன்னைப் பொருத்திக்கொள்ள வேண்டும். அதன் விழுமியங் களை ஏற்று அடுத்த தலைமுறைக்குக் கடத்த வேண்டும்.

மனிதர்களுக்கு இடையிலான உறவுகளில் கடைப்பிடிக்க வேண்டிய நியமங்களை விதித்து, அவற்றைப் பின்பற்றத் தவறுபவர்களைப் பரஸ்பரம் கண்டிக்க வைப்பதே இந்து

மதம். இதை வெகு காலம் முன்பே நான் புரிந்துகொண்டேன். இங்கு விதிமீறல் நேரும்போது முகம் சுளிப்பதற்கு அதிகார மையம் கிடையாது; பின்பற்றியாக வேண்டும் என்று திணிக்கப்படும் ஒற்றைப் புனித நூல் கிடையாது. இவை செய்யக்கூடியவற்றைச் சமூகக் கட்டமைப்பின் வழியாக இந்து மதம் நடைமுறைப்படுத்துகிறது. இதனால்தான் மாட்டிறைச்சி உண்பதாகட்டும், ஆண்-பெண் நட்புறவுகள் விவகாரமாகட்டும், கேளிக்கை விடுதிகளில் பெண்கள் மது குடிப்பதாகட்டும்... இத்தகைய சம்பவங்களை எதிர்க்கக் கலாச்சார காவலர்கள் துணிவதை இந்து சமூகத்தில் நாம் பார்க்கிறோம். சாதிய அமைப்பு நிலைத்திருப்பதும், நீக்கமற நிறைந்திருப்பதும் காலத்துக்கு ஏற்பத் தன்னைத் தகவமைத்துக் கொள்வதும் இப்படித்தான் என்றே நினைக்கிறேன். அதிலும் கிராமப்புறங்களில் இத்தகைய சமூக நெறிமுறைகள் கூடுதல் கெடுபிடியுடன் கடைப்பிடிக்கப்பட்டு வருகின்றன.

நான் பிறந்த சாதிக்குக் கிராமப்புற வேர்கள் எதுவும் கிடையாது. சாதியின் கலாச்சாரம் இடத்துக்கு ஏற்ப வெகுவாக மாற்றம் கண்டுள்ளது. இந்தியக் கிராமங்களைப் பொருத்த மட்டில் சாதிய ஆணாதிக்கம்தான் சமூக நெறிமுறைகளைப் பொதுவாகக் கட்டமைக்கிறது. கிராமத்தின் வரைபடத்தைச் சாதியம்தான் வடிவமைக்கிறது. தனித்தனிச் சாதியக் குழுக்களைச் சாதியம் உருவாக்குகிறது. அவற்றுக்கான எல்லை நிலப்பரப்பைத் தீர்மானிக்கிறது. மேல்சாதி, கீழ்ச்சாதி என்று பிரித்துக் காலனிகளை உருவாக்கிச் சாதியப் படிநிலைகளை உற்பத்தி செய்கிறது. உட்சாதிக்குள் வேரூன்றியிருக்கும் ஆணாதிக்கமும் சாதிகளுக்கு இடையிலான படிநிலையும் கூட்டுச் சேர்ந்து பெண்களைக் குறிவைக்கின்றன. இதன் விளைவாக, அகமணமுறை மீறப்படும்போதும், சாதிக்கலவரம் மூளும்போதும் அன்றாடத்திலும் பெண்களுக்கு எதிரான வன்முறை சமூகரீதியாகச் சகித்துக்கொள்ளப்படுகிறது.

இந்தப் போக்கு கிராமங்களில் வாழும் முஸ்லிம்கள், சீக்கியர்கள், கிறிஸ்தவர்கள் உள்ளிட்ட சிறுபான்மையினர்மீது சுலபமாகத் திணிக்கப்படுகிறது. கிராமத்தை விட்டு நகர்ப்புறத்துக்கு இடம்பெயர்ந்தாலும் அடித்தட்டு மக்களின் வசிப்பிடத்தில் சாதியால் பாதிக்கப்பட்ட மக்கள் தஞ்சமடையும் சூழல் உள்ளது. நகரத்தில் அக்கம்பக்கத்தினர் வெவ்வேறு சாதியினராக இருந்தாலும் முன்னதாகக் கிராமத்திலிருந்து நகரத்துக்குப் புலம்பெயர்ந்த உற்றார், உறவினர்கள் மூலமாகத்தான் அடுத்து வருபவர்களுக்கும் உதவி கிடைக்கிறது. இதனால் மீண்டும்

சாதிய வலைப்பின்னலுக்குள் உழலும் சூழல் நிலவுகிறது. நவீன மும்பையில் உள்ள பல உழைக்கும் வர்க்கத்தினரின் அடுக்குமாடிக் குடியிருப்புகளில் வெவ்வேறு சாதியினரும் பல்வேறு பிராந்தியங்களிலிருந்து புலம்பெயர்ந்தவர்களும் அண்டை வீட்டாராக வசிப்பதை இன்றும் காணலாம். மறைந்த என் கணவர் தன்னுடைய குழந்தைப் பிராயத்தையும் இளமைக் காலங்களையும் இதுபோன்ற ஈரானிய உழைக்கும் வர்க்கத்தினரின் அடுக்குமாடிக் குடியிருப்பில்தான் கழித்தார். இத்தகைய வசிப்பிடங்களும் ஆலைகள் இயங்கிய நிலங்களும் ‘மறுவளர்ச்சி’ என்ற பெயரில் சொகுசுக் கோபுரங்களாகவும் மால்களாகவும் அதிவிரைவாக மாற்றப்பட்டுவருகின்றன. அங்கு வாழ்ந்துவந்த பூர்வக்குடிகள் புறநகர்ப் பகுதிகளுக்கு வெளியேற்றப்படுகின்றனர். சாதியும் வர்க்கமும் எப்படி இடம்பெயர்கின்றன, அதேநேரம் நகர்ப்புறங்களிலும்[5] தங்களை மறு உற்பத்தி செய்துகொள்கின்றன என்பது குறித்து ஏற்கெனவே நிறைய எழுதப்பட்டுவிட்டது. அதிலும் அண்டை வீட்டாருடன் உறவைப் பேணுவதில் பெண்களுக்கே பெரும்பங்கிருப்பதால் நகர்ப்புறத்திலும் மீண்டும் சமூக நெறிமுறைகளைக் கடைப் பிடிக்கப் பெண்கள்தாம் நிர்ப்பந்திக்கப்படுகிறார்கள்.

மகாராஷ்டிரத்தின் லாதூர் மாவட்டத்தில் 1993இல் ஏற்பட்ட அதிபயங்கர நிலநடுக்கத்தில் 20 ஆயிரம் பேர் பலியாகினர், 73 கிராமங்கள் நாசமாகின, 700 கிராமங்கள் பாதிக்கப்பட்டன. அந்தக் குடியிருப்புப் பகுதிகளில் நிலவிய சாதிய வழமைகளை மாற்றும் விதமாகப் புனரமைப்புப் பணிகள் முன்னெடுக்கப்பட்டபோது அது படுதோல்வி அடைந்தது[6]. தங்களது காலனி அல்லாதோருடன் குடியமர மக்கள் விரும்பவில்லை. இந்தியாவில் சாதிய அமைப்பின் முக்கியக் குணாம்சமாக வசிப்பிடத்தைப் பிரித்துக் கொள்ளுதல் விளங்குகிறது. எத்தகைய ‘வளர்ச்சி’ ஏற்பட்டாலும் அதற்கேற்றாற்போல் சாதியம் தன்னைத் தகவமைத்துக்கொண்டே வருகிறது. அனைவரையும் பாதிக்கும் இயற்கைப் பேரிடர்கூட எல்லோரையும் ஒரே மாதிரி பாதிப்பதில்லை. பிளவுகளுக்கு இடையில் பாலமாவதில்லை. எல்லா இடங்களிலும் வியாபித் திருக்கும் சாதியக் கட்டமைப்புக் கட்டுக்குலையாமல் சாதியத்தின் பிடிவாதம் பார்த்துக்கொள்கிறது.

இந்து–முஸ்லிம் பிரச்சினை என்றெடுத்துக்கொண்டால் மதக் கலவரம் மூளும்போதெல்லாம் அதுவரை இல்லாத குடியிருப்புப் பிரிவினை உண்டாகும். இத்தகைய சிக்கலை நாங்கள் அவுரங்காபாத்தில் வசித்தபோது கண்கூடாகக் கண்டோம். 1988க்கு முன்புவரை அவுரங்காபாத்தில் 30 சதவீதம்

வரை முஸ்லிம் சிறுபான்மையினர் வசித்து வந்தனர். ஆனால், 1988 மதக் கலவரத்துக்குப் பிறகு எல்லோரும் கலந்து ஒரே காலனியில் குடியிருப்பது என்பது சாத்தியமில்லாமல் போனது. எங்கள் கண்முன்னே இஸ்லாமிய நண்பர்கள் குடிபெயர்வதைப் பார்க்க நேர்ந்தது.[7] முப்பதாண்டுகள் கடந்தும் அங்குள்ள முஸ்லிம் பகுதிகள் புறக்கணிக்கப்படுகின்றன. இப்படி வெவ்வேறு இடங்களில் பிரிந்து குடியேறுவதால் வகுப்புப் பதற்றம் அதிகரிக்கும். குடிமக்கள் ஒன்று கூடினால்தான் இதைத் தடுக்க முடியும். கலவரங்கள் தவிர்க்கப்பட்டாலும் குடியிருப்புகளின் பிரிவினைகள் நீடித்து நின்றுவிடுகின்றன.

சாதிய–வர்க்கப் படிநிலைகளும் மதப் பிளவுகளும் வசிப்பிடத்தை எவ்வாறு வடிவமைக்கின்றன என்பதை ஓர் 'இந்து'க் குடிமகளாக வலியுடன் புரிந்துவைத்திருக்கிறேன். அவுரங்காபாத்திலும் மும்பையிலும் உள்ள நவீன அடுக்குமாடிக் குடியிருப்புக்குக் குடிபெயர்ந்தபோது நான் கேட்காமலேயே, எனது அண்டை வீட்டாராக முஸ்லிம்கள் இருக்க மாட்டார்கள் என்று அந்த இடத்தின் உரிமையாளர்கள் என்னிடம் சொன்னார்கள். சாதி இந்த அளவுக்கு வெளிப்படையாகப் பேசப்படுவதில்லை. ஆனாலும் பெரும்பாலான நடுத்தர வர்க்கத் தலித்துகள் தங்கள் சாதியினர் வசிக்கும் பகுதியில்தான் வசித்துவருகிறார்கள். 'உயர்'சாதி இந்துப் பெண் என்பதற்காக அக்கம்பக்கத்தார் வீட்டில் நடைபெறும் சுமங்கலி பூஜைக்கு அழைக்கப்பட்டிருக்கிறேன். மகர சங்கராந்தி (தமிழகத்தில் பொங்கல்) பண்டிகை முடிந்து சில வாரங்களுக்குப் பிறகு இந்த விசேஷ நாள் வரும். இதில் தங்களுடைய 'சொத்தான' கணவர் தீர்க்காயுளுடன் வாழச் சுமங்கலிப் பெண்கள் ஒருவர் மாற்றி இன்னொருவர் நெற்றியில் மஞ்சளும் குங்குமமும் சூட்டுவார்கள். இதில் கலந்துகொள்வதைக் காலப்போக்கில் தவிர்க்க ஆரம்பித்தேன். இப்போது கணவனை இழந்த பிறகு என்னுடைய புதிய இல்லத்தில் இத்தகைய சமய விழாக்களுக்கு என்னை யாரும் அழைப்பதில்லை. இந்து மதத்தின் பெருமிதமாகப் பறைசாற்றப்படும் 'சகிப்புத்தன்மை'யும், 'பன்மைத்துவ'மும் ஆண்களுக்கு மட்டுமே உரித்தானது. ஆண்களின் விசித்திரங்களும் துரோகங்களும் நாத்திகமும் ஆணவமும் வாக்குவாதமும் இந்து ஆணாதிக்கப் பாதுகாவலர்களால் கண்டுகொள்ளப்படுவதில்லை. ஒரே நிபந்தனை அவர் சாதியக் கட்டுப்பாட்டை மீறக் கூடாது. கடைசியில் சின்னஞ்சிறு சிறுமிதான் தனது பிஞ்சு தோள்களில் தன்னுடைய குடும்பத்தின், பாலினத்தின், சாதியின், இனக்குழுவின் மாண்பைத் தூக்கிச் சுமக்க நிர்ப்பந்திக்கப்படுகிறாள்.

ஆகையால், இந்து மதம் குறித்த தங்களது நிலைப்பாட்டை ஆண்கள் எளிதாக வெளிப்படுத்த முடிந்ததில் எந்த வியப்பும் இல்லை. காஞ்சா அய்லைய்யா தனது சிறிய, அதிரடியான, 'நான் ஏன் இந்துவல்ல' புத்தகத்தை 1995இல் வெளியிட்டார்.[8] பிராமணர் அல்லாத பகுஜன் குரலாக, ஆந்திரப் பிரதேசத்தில் ஆநிரை மேய்க்கும் குருமா சமூகப் பிரிவைச் சேர்ந்தவராக அவர் ஒலித்தார். சிறு பிராயத்திலிருந்து தான் ஒரு இனக்குழுவைச் சேர்ந்தவராக மட்டுமே உணர்ந்ததாகவும் தேசிய மதத்தைச் சேர்ந்தவராக ஒருபோதும் உணர்ந்ததில்லை எனவும் இப்புத்தகத்தில் காஞ்சா அய்லைய்யா விவாதித்தார். அவரது இனக்குழுவினர் பின்பற்றும் சடங்குகள், வழிபடும் கடவுளர்கள், அவர்களுக்குக் கற்பிக்கப்படும் நீதிநெறிகள், தொழில்முறையில் கடைப்பிடிக்கப்படும் அறம் ஆகியவற்றை விவரித்தார். கைவினைஞர்கள் சமூகத்தினரின் பக்தியையும் அறத்தையும் விளக்கினார். ஆணும் பெண்ணும் இணைந்து உழைக்கும் சமூகத்தில் ஆணாதிக்கத்தின் கொடுக்குகளுக்கு விஷம் குறைவு என்கிறார் காஞ்சா அய்லைய்யா.

இன்று நம்மைச் சூழ்ந்திருக்கும் அதிரடி இந்துத்துவத்தின் முதல் அலை சுழன்றடிக்கத் தொடங்கிய காலகட்டத்தில் காஞ்சா அய்லைய்யா 'நான் ஏன் இந்துவல்ல?' புத்தகத்தை எழுதினார். அது பரவலாக வாசிக்கப்பட்டது. இதில் சுவாரசியம் என்னவென்றால் அந்தப் புத்தகம் வெளிவந்து கிட்டத்தட்ட 20 ஆண்டுகள் கழித்தும் தாங்கள் இந்து என்றும், தங்களது இந்து மதம் வன்மம் மிகுந்த வெறுப்பரசியல் செய்யும் இந்துத்துவத்திலிருந்து வித்தியாசமானதென்றும் எழுத்தாளர்கள் எழுதிக் கொண்டிருக்கிறார்கள். சசி தாரூர் எழுதிய, 'நான் ஏன் இந்து'[9] புத்தகம் 2018இல் வெளிவந்தது. அவர் உள்நோக்கத்துடன் எழுதினாரோ இல்லையோ தெரியாது. ஆனாலும் சகிப்புத்தன்மை, பல்சமயங்களின் சங்கமம், பன்மைத்துவம் உள்ளிட்ட இந்து மதத்தின் அம்சங்களைத் தூக்கிப்பிடித்து வாதாடினார். அவரது எழுத்துக்களும் பரவலாக வாசிக்கப்படுகின்றன. அவர் பல இந்து தத்துவ அறிஞர்களையும் புனித நூல்களையும் தன்னுடைய நோக்கத்திற்கேற்பத் தேர்வு செய்து மேற்கோள் காட்டினார். உதாரணத்துக்கு, வேதாந்தத்தின் தத்துவப் பாரம்பரியத்துக்குப் பௌத்தம் முழு வடிவம் கொடுத்தது என்று விவேகானந்தர் சொன்னதாக மேற்கோள் காட்டினார். இந்தியாவிலிருந்து பௌத்தம் நாடுகடத்தப்பட்டது என்ற வரலாற்று உண்மையை இந்த மேற்கோளின் வழியாகச் சசி தாரூர் பூசிமெழுகிவிட்டார். சாதியத்தைப் புனித நூல்களின் பரிந்துரையாக அவர் முன்வைக்கவில்லை. படிப்பறிவற்றவர்களால் நன்கு படித்த,

நவீன கலாச்சாரத்துடன் தங்களை அடையாளப்படுத்திக் கொள்பவர்களைக் காட்டியும் படிப்பறிவற்றவர்களாலேயே சாதியம் பின்பற்றப்படுகிறது என்கிறார் சசி தாரூர். தன் புத்தகத்தில் தன்னுடைய நாயர் சமூகம் சூத்திர வர்ணத்தைச் சேர்ந்தது என்பதைச் சசி தாரூர் மறைத்தார் என்று காஞ்சா அய்லைய்யா கடுமையாக விமர்சித்தார்.[10] தாய்வழிச்சமூகமான நாயர் சாதியினர் தங்களது சாதிப் பெண்களை நம்பூதிரி பிராமணர்கள் பாலியல் ரீதியாக சுரண்ட அனுமதித்தனர். ஆனால், இந்த வரலாற்று உண்மையைச் சசி தாரூர் குறிப்பிடாமல் தவிர்த்துவிட்டார். அந்த வகையில், மென் இந்துத்துவப் போக்கை முன்வைப்பதற்காகத் தானொரு பூணூல் அணிந்த பிராமணர் என்று ராகுல் காந்தி வெளிப்படையாக ஒப்புக்கொண்டது நேர்மை என்பேன். அதேநேரம், காங்கிரஸின் தலைமைப் பீடத்தில் பிராமணியம் இருப்பதை நிறுவவே தனது பிராமண அடையாளத்தை வெளிப்படுத்தினாரா என்பது விவாதத்துக்குரியது. அரசியல்வாதிகள் முன்னிறுத்தும் பிம்பத்தைப் பெரிதும் பொருட்படுத்த வேண்டியதில்லை. அத்தகைய பிம்பத்தின் மூலம் அவர்கள் நினைத்த இலக்கை அடைய முடியுமா என்பதும் சந்தேகம்தான். ஆனாலும் இன்றைய சூழலில் தங்களது நிலைப்பாட்டைப் பொதுவில் அறிவிக்க வேண்டிய அவசியம் இருப்பதாக அவர்கள் நினைப்பது சுவாரசியமானதுதான்.

இந்நாட்களில் தங்களது இந்துமத நிலைப்பாட்டை அரசியல்வாதிகள் மட்டும் பிரகடனம் செய்வதில்லை. பிரபல நாடக, திரைப்பட இயக்குநரான அதுல் பேட்டே மராத்தியில், ‘மைன் இந்து ஹே’ (நான் ஒரு இந்து) என்ற தலைப்பில் கட்டுரை சமீபத்தில் எழுதினார்.[11] அவர் பிராமணர் என்பதைத் தாண்டி, சித்பவன் பிராமணர் என்ற சாதிய அடுக்கில் உச்சாணிக் கொம்பில் உட்கார்ந்திருக்கும் உட்பிரிவைச் சேர்ந்தவர் என்று அவரது கட்டுரையின் வாசகர்களுக்கு நன்றாகவே தெரியும். தனது கட்டுரையில் சாதியை அவர் குறிப்பிடவில்லை. இருந்தாலும் தான் எப்படிக் கட்டுக்கோப்பாக வளர்க்கப்பட்டேன் என்பதை விளம்பியிருக்கிறார். நன்னடத்தையைத் தனது பெற்றோர், பாட்டன், பாட்டி மூலமாக மட்டுமல்லாது அக்கம்பக்கத்தில் இருந்த குடும்பங்களின் வழியாகவும் கற்றறிந்ததாக எழுதியிருந்தார். “அந்தி நேரத்தில் தெய்வத்துக்கு முன்பாக ஏற்றப்படும் விளக்கு வீடு முழுவதும் புனிதமான அமைதியைப் பரப்பும். அதேநேரம் மற்றவர்களின் கண்களை உறுத்தாத வண்ணம் தீபத்தின் ஒளி வீசும்படியாகப் பார்த்துக்கொள்ள வேண்டுமென என்னைச் சுற்றியிருந்தவர்கள் வழிநடத்தினார்கள்” என்று தன் கட்டுரையில்

அதுல் பேட்டே எழுதியிருந்தார். இதைத்தான் நம் சமூகத்தில் வாழும் உயர்த்தப்பட்ட சாதியினருக்கேயான நேர்மையின்மை என்பேன். தனது சாதிக்கு உயரிய அந்தஸ்து இருப்பது நன்றாகவே தெரிந்தும் தெரியாததுபோலவே அவர் பாசாங்கு செய்கிறார். அன்றாட பூஜை புனஸ்காரங்கள் வழியாகத் தனது வீடு (அக்கம்பக்கத்தார் வீடுகளும்) புனிதமடைந்திருப்பதாகச் சொல்லிவிட்டு அடுத்த வரியிலேயே அத்தகைய அதிர்ஷ்டம் இல்லாதவர்களுக்கு உறுத்தாதபடி தீபத்தின் ஒளியைக் குறைவாக வைத்துக்கொண்டது குறித்து எழுதியிருக்கிறார்; தனது இந்து மதம் வன்முறை அற்றது என்றும் பேட்டே எழுதியுள்ளார். இந்து மதத்தின் வன்முறை முகத்தைப் பரப்புபவர்கள் தனது உண்மையான நம்பிக்கைக்கு ஊறுவிளைவிப்பதாகவும் கவலை கொள்கிறார். மொத்தத்தில் இந்து மதத்தைக் காப்பாற்ற மெனக்கெடுக்கிறார்.

இது மராத்தி மொழியில் எழுதப்பட்ட பிரதி. பிராந்திய மொழிகளில் எழுதப்படும் மதக் கருத்தாக்கங்கள் ஆங்கிலத்தில் எழுதப்படும் பதிவுகளிலிருந்து வெகுவாக வித்தியாசப்படுகின்றன. அதிலும் சாதியடுக்கில் உயர்நிலையில் உள்ளோர் எழுதும் பதிவில் அந்த வேறுபாடு பட்டவர்த்தனமாகத் தெரியும். காஞ்சா அய்லைய்யாவின் புத்தகம் தெலுங்கு, ஆங்கிலம் இரு மொழிகளிலுமே பரவலாக வாசிக்கப்பட்டது. ஆனால், எந்தவொரு ஆங்கிலப் பத்திரிகையும் அந்தப் புத்தகம் குறித்த சீரிய விமர்சனத்தை வெளியிடவில்லை. அந்தப் புத்தகத்தை ஏற்றோ அல்லது மறுத்தோ விமர்சனங்கள் ஆங்கிலத்தில் வந்ததில்லை. (இந்துத்துவப் பத்திரிகையான *தி ஆர்கனைசர் (The Organiser)* இதழும் சில வலைப்பூ பதிவுகளும் விதிவிலக்கு எனலாம்). பிறகு *தி எக்னாமிக் அண்டு பொலிடிகல் வீக்லி* இதழில் *(Economic & Political Weekly)* சூசி தாரு இப்புத்தகம் குறித்து நேர்மறையாக எழுதிய கட்டுரை 1996இல் வெளிவந்தது.[12] அய்லய்யா புத்தகத்தின் பொருத்தப்பாடு சூசி தாருவைப் போன்ற பெண்ணியவாதிக்குப் புரிந்திருந்தது சுவாரசியமான விஷயம். இந்தியாவில் பெண்ணியத்துக்குச் சாதியம் குறித்த புரிதல் அவசியம் என்பதைக் காலப்போக்கில் தான் உணர்ந்ததாகவும் சூசி தாரு குறிப்பிட்டிருந்தார். இதற்கு நேரெதிராகச் சசி தாரூர் காஞ்சா அய்லைய்யா புத்தகம் பற்றிக் குறிப்பிடவே இல்லை. இதேபோலப் பெரும்பாலான உயர்த்தப்பட்ட சாதி ஆங்கிலம் பேசும் தாராளவாத இடதுசாரிகள் இந்து மதம் குறித்து மவுனம் சாதித்துள்ளனர். இந்துத்துவக் கோட்பாட்டின் அடிப்படை வாதத்தை அவர்கள் விமர்சித்தபோதும் அன்றாடத்தில் இந்து

மதம் பின்பற்றப்படும் விதம் குறித்து அவர்கள் மூச்சுக்காட்டிய தில்லை.

இந்தப் போக்கைப் புரிந்துகொள்ள ரூத் வனிதா 2002இல் எழுதிய, 'வாட்டெவர் ஹேப்பண்ட் டு தி இந்து லெஃப்ட்' (Whatever Happened to the Hindu Left?)[13] புத்தகத்தில் அவர் முன்வைத்த வாதத்தைப் பார்வையிடுவது உதவும். இரண்டு பின்புலங்களில் இந்தக் கேள்வியை அவர் முன்வைக்கிறார். முதலாவதாக, கிறிஸ்தவப் பெரும்பான்மையினர் அல்லது முஸ்லிம் பெரும் பான்மையினர் கொண்ட நாடுகளில் கடவுள் நம்பிக்கை உள்ளவர்கள் மத்தியில் வலதுசாரிகளும் இடதுசாரிகளும் இருக்கிறார்கள் என்கிறார் வனிதா. இந்தியாவிலும் கிறிஸ்தவர்கள், முஸ்லிம்களிடையே இடதுசாரிகள் இருக்கிறார்கள். இவர்கள் சமத்துவமின்மையைக் குறைக்க அரசின் தலையீடு அவசியம் என்று பரிந்துரைக்கிறார்கள். முதலாளித்துவத்தை விமர்சிக் கிறார்கள். ஏழைகளின், விளிம்பு நிலையினரின், உழைக்கும் வர்க்கத்தினரின் நலன் குறித்து அக்கறை கொள்கிறார்கள். இவற்றுக்கு அப்பால் இன்றைய சூழலில் இந்து மதத்தையும் நிராகரிப்பவர்களாக இந்திய இடதுசாரிகள் இருக்க வேண்டியது அவசியமாகிறது. இதுபோன்ற சூழல் முற்கால இந்தியாவில் இல்லை என்றும் வனிதா சுட்டிக்காட்டுகிறார். ராமகிருஷ்ண இயக்கமும் ஆரிய சமாஜமும் இந்துமதச் சீர்திருத்த அமைப்பு களாக விளங்கின. அந்த இயக்கங்களின் சமூகப் பிரச்சினை சார்ந்த பல நிலைப்பாடுகளுடன் அன்றைய கம்யூனிஸ்டுகளும் மதச்சார்பற்ற இடதுசாரிகளும் ஒத்துப்போனார்கள். ஆனால், இன்றைய ஆங்கிலம் பேசும் தாராளவாத இடதுசாரிகள் இந்து மதத்திலிருந்து தங்களைத் துண்டித்துக்கொள்கிறார்கள். இதன் விளைவாக (இந்தக் கருத்தை வனிதா முன்மொழியவில்லை) இடதுசாரிகள் இந்து மதத்துக்குள் இழையோடும் சாதியத்தைக் கறாராக விமர்சிக்கத் தவறிவிடுகிறார்கள். அறிவார்ந்த தளத்தில் இந்து மதத்திலிருந்து தங்களை விலக்கிக்கொண்டு அதன் சாதிய நடைமுறைகளைத் தனிப்பட்ட முறையில் கடைப்பிடித்து வருகிறார்கள்.

நவீனத்துவர்களாகவும் அறிவார்ந்த விழிப்புணர்வு பெற்றவர்களாகவும் தங்களை முன்னிறுத்திக்கொண்டு ஆட்சியாளர்களால் பிற்போக்குத்தனமானது, காட்டுமிராண்டித் தனமானது, நாகரிகமற்றது என முத்திரை குத்தப்பட்ட உருவ வழிபாடு போன்ற பழக்கவழக்கங்கள் குறித்து ஆங்கிலக் கல்வி பெற்ற இந்தியர்கள் சங்கடமும் வெட்கமும் அடைந்தது பற்றி ஆஷிஷ் நந்தி உள்ளிட்ட சிலர் சரியாகவே சுட்டிக்

காட்டியிருக்கிறார்கள். நாடு விடுதலை அடைந்த பிறகும் இந்தப் பார்வை தொடர்கிறது. ‘வட்டார மொழி’ப் பத்திரிகைகளுடன் ஆங்கிலப் பத்திரிகைகளும் நடத்தப்பட்டுவந்தாலும், நான் ஏற்கெனவே சொன்னதுபோல இரண்டும் வெவ்வேறு விதமான கருத்தாக்கங்களைக் கொண்டிருந்தன. பிராமணிய மேலாதிக்கம் வட்டார மொழிப் பத்திரிகைகளில் பரவலாகக் காணப்பட்டது. அவற்றில் சாதியம் குறித்த உரையாடல்கள் நடக்கவில்லை. மறுபுறம், ஆங்கிலம் பேசும் தாராள இடதுசாரிகளே பிராமணர்களாகத்தான் இருந்தார்கள். இவர்கள் போகப் பிற மேல்சாதியினரும் முஸ்லிம்களும் கிறிஸ்தவர்களும் அங்குமிங்குமாகக் காணப்பட்டார்கள். இவர்களும் தங்களது மதத்தை வீட்டில் பின்பற்றி வந்தார்கள். அதிலும் இந்துமதச் சடங்குகளுடன் கூடிய அகமண முறையைப் பெரும்பாலோர் பின்பற்றினார்கள். இந்துமதச் சடங்கு சம்பிரதாயங்களையும் பண்டிகைகளையும் கொண்டாடினார்கள். மறுபுறம் கோட்பாட்டளவில் இந்து மதத்தின் பல தெய்வ நம்பிக்கையை அவர்கள் புறக்கணித்தார்கள். நடைமுறையில் இந்து மதத்தைப் பின்பற்றிவிட்டுக் கோட்பாட்டளவில் இறை மறுப்பாளராகவோ ஓரிறைக் கொள்கையாளராகவோ இரட்டை நிலைப்பாட்டுடன் இத்தகைய சமயச்சார்பற்ற இடதுசாரிகள் வாழ்ந்து வந்தனர். இதனால் 1980களில் இந்துத்துவச் சக்திகள் தலைதூக்குவதைச் சுதாரிக்க அவர்கள் தவறினார்கள். அதன் விளைவுதான் 1992 டிசம்பர் 6 அன்று பாபர் மசூதி தகர்ப்பில் போய் முடிந்தது.

ராம ஜென்ம பூமியாகச் சொல்லப்படும் அயோத்தியில் ராமர் கோயிலிருந்த இடத்தில்தான் மத்திய காலத்தில் பாபர் மசூதி கட்டப்பட்டதாகப் பிரச்சினையைக் கிளப்பி இந்துத்துவம் தன்னை நிறுவிக்கொள்ளத் தொடங்கியது. 1980களில் ஒளிபரப்பப் பட்ட இராமாயணம் தொலைக்காட்சித் தொடர் மூலமாக இந்த நம்பிக்கை இலட்சக்கணக்கான இந்துக்களின் மனத்தில் விதைக்கப்பட்டது. இந்தத் தொலைக்காட்சித் தொடர் ஒளிபரப்பான காலகட்டத்தில்தான் நாடு முழுவதும் உள்ள மத்தியதர வர்க்கத்தினரின் வீடுகளுக்குள் தொலைக்காட்சிப் பெட்டி நுழைந்தது. இதைத் தனது ‘பாலிட்டிக்ஸ் ஆஃப்டர் டெலிவிஷன்’[14] *(Politics After Television)* புத்தகத்தில் அரவிந்த் ராஜகோபால் பிரமாதமாக அலசியுள்ளார். நீடித்த நுகர்வுப் பொருட்கள் எனப் பொருளியல் அறிஞர்கள் வரையறுத்த வற்றுக்கான சந்தையை அரசு திறந்துவிட, நடுத்தர வர்க்கத்தினரின் வீட்டுக்குள்ளும் தொலைக்காட்சிப் பெட்டி வந்து புகுந்துகொண்டது. இதே காலகட்டத்தில் இந்துத்துவம் அல்லது அதிரடி இந்து மதத்தின் புதிய கருத்தாக்கம் பரவியது

என்பதையும் ராஜகோபால் பதிவு செய்கிறார். வட்டார மொழி நாளிதழ்கள் இந்திமொழி பேசும் வட இந்திய மாநிலங்களில் உள்ள முஸ்லிம்களைக் குறிவைத்து வெறுப்பரசியல் செய்ய ஆரம்பித்தன.

இதன் நீட்சியாகத்தான் இந்துத்துவக் கொள்கையைப் பறைசாற்றும் வலதுசாரிக் கட்சியான பாஜக தேர்தலில் வென்றது. 1977இல் ஜனதா கட்சி ஆட்சியில் வெளியுறவுத் துறை அமைச்சராகப் பதவி வகித்த அடல் பிஹாரி வாஜ்பேயி மும்முறை நாட்டின் பிரதமர் ஆனார். 1996இல் 13 நாட்கள், பிறகு 1998இலிருந்து 1999வரை 13 மாதங்கள், பிறகு 1999இலிருந்து 2004வரை முழுவதுமாக ஒரு ஆட்சிக் காலத்தையும் நிறைவு செய்தார். வாஜ்பேயின் கடைசி ஆட்சிக் காலத்தில் 2002 பிப்ரவரியில் குஜராத்தில் முஸ்லிம் மக்கள் கொன்று குவிக்கப் பட்டனர். அன்று குஜராத்தின் முதல்வராக இருந்த நரேந்திர மோடிதான் 2014இல் நாட்டின் பிரதமராகத் தேர்ந்தெடுக்கப்பட்டார். அந்த நாடாளுமன்றத் தேர்தலில் பாஜக அபார வெற்றி கண்டது.

அதன்பிறகு, இந்துத்துவக் கோட்பாடு கட்டமைக்கும் வாதங்கள் தரும் பாதுகாப்பின் புதிய வெளிப்பாடுகளாக முஸ்லிம்கள், தலித்துகள் மீதான தாக்குதல்கள் அதிகரித்து வருவதைப் பார்க்கிறோம். பசுவதைத் தடைச் சட்டம் அமல்படுத்தப்படும் என்ற பேச்சு எழுந்தவுடன் மாட்டுக்கறிக்குத் தடைவிதிக்கும் போக்கு தலைதூக்கியது. இதைச் சாக்காக வைத்துப் 'பசுப் பாதுகாவலர்கள்' முஸ்லிம்களுக்கு எதிரான வன்முறை வெறியாட்டத்தில் இறங்கினர். சிலநேரம் கலப்புத் திருமணம் செய்துகொள்ள முயன்ற ஜோடிகள் தாக்கப் பட்டனர். ஜோடிகளாக இருக்கக்கூடும் என்ற சந்தேகம் எழுந்தால்கூடத் தாக்குதல் தொடுக்கப்பட்டது. இதுபோக முஸ்லிம் என்ற ஒரு காரணம் மட்டுமே சில படுகொலைகளை நிகழ்த்தப் போதுமானதாக இருந்தது. மறுபுறம், தங்களது அடிப்படை உரிமைகளைக் கோரும்போதெல்லாம் தலித்துகள் தாக்கப்பட்டனர்.

விளிம்பு நிலையினர் மீதான வெறுப்பென்பது பல சமயம் அவர்களது பெண்களையும் சிறுமிகளையும் குறிவைப்பதாக இருந்துவருகிறது. வெறுப்பரசியல் பேச்சுகள் பெரும்பாலும் ஆணாதிக்கத்தை நிறுவுவதாகவும் பெண் வெறுப்பை உமிழ்வதாகவும் அமைந்துள்ளன. கூட்டுப் பாலியல் வன்புணர்வு செய்தவர்களையும் படுகொலைகள் நிகழ்த்தியவர்களையும் ஆளும்கட்சித் தலைவர்கள் பொது மேடைகளிலேயே கைதட்டிப் பாராட்டியிருக்கிறார்கள். இப்படிப்பட்ட ஆபத்தான

பாரபட்சமான சூழ்நிலையில்தான் அதிக எண்ணிக்கையிலான இளம் பெண்கள் படிக்க உயர்கல்வி நிறுவனங்களுக்குள்ளும் பல்வேறு தொழில் துறைகளுக்குள்ளும் அடியெடுத்து வைத்துக் கொண்டிருக்கிறார்கள். அவர்களில் அநேகர் தலித், பழங்குடிப் பெண்களாக இருக்கிறார்கள். அவர்கள் தங்களது அங்கீகாரத்துக்காகக் கூடுதலாகப் போராட வேண்டியுள்ளது. தாங்கள் தேர்ந்தெடுத்துள்ள துறைகளுக்கு ஏற்பப் புதிய போராட்ட வடிவங்களை அவர்களும் கண்டுபிடித்தபடியே இருக்கிறார்கள்.

O

ஆண்கள் எழுதிய வேறு இரண்டு புத்தகங்களையும் இங்கு நான் குறிப்பிட்டாக வேண்டும். ஒன்று, பெர்ட்ரண்டு ரசல்[15] 1927இல் எழுதிய 'ஒய் ஐ ஏம் நாட் ஏ கிறிஸ்டியன்' ('Why I am not a Christian'). இன்னொன்று, இபின் ஃபராக்[16] என்ற புனைபெயரில் எழுதப்பட்ட அவ்வளவாக அறியப்படாத 'ஒய் ஐ எம் நாட் ஏ முஸ்லிம்' ('Why I am not a Muslim') புத்தகம். இதில் சுவாரசியம் என்னவென்றால் காஞ்சா அய்லைய்யா புத்தகம் வெளிவந்த அதே 1995 ஆண்டில்தான் அமெரிக்காவில் இந்தப் புத்தகம் வெளிவந்தது. 'கிறிஸ்தவராக இருத்தலை' இரண்டு விஷயங் களுடன் ரசல் பொருத்திக் காட்டினார்.

> "நான் ஏன் கிறிஸ்தவர் அல்ல என்பதைச் சொல்ல வேண்டுமானால் இரண்டு மாறுபட்ட விஷயங்களை நான் சொல்லியாக வேண்டும். முதலாவதாக எனக்கு ஏன் கடவுள் மீதும் அமரத்துவத்தின் மீதும் நம்பிக்கை இல்லை என்பதை விளக்க வேண்டும். இரண்டாவதாக, ஏசு கிறிஸ்து அற்புதமான நீதிமானாகத் திகழ்ந்தபோதும் ஆகச் சிறந்த புத்திமானாக ஏன் இல்லை என்பதை விளக்க வேண்டும்"

பகுத்தறிவாளராகவும் தர்க்கவாதியாகவும் கடவுள் இருப்புக்கும் அமரத்துவத்துக்கும் எதிரான வாதங்களை ரசல் முன்வைத்தார். ஆனால், ஏசு கிறிஸ்துவை ஆகச்சிறந்த புத்திமானாக ரசல் ஏன் ஏற்கவில்லை என்பதில்தான் சுவாரசியம் உள்ளது (ஏசு கிறிஸ்து உண்மையிலேயே வாழ்ந்தாரா என்ற கேள்விக்குள் ரசல் அதிகம் பயணிக்கவில்லை). ஏழைகளுக்குப் பொருளுதவி செய்தல்; 'பிறரை முன்தீர்மானத்துடன் அணுகி னால் நீங்களும் முன்தீர்மானத்துடன் அணுகப்படுவீர்' போன்ற அற்புதமாக நற்பண்புகளை ஏசு முன்மொழிந்தாலும் அவற்றைச் சொற்ப கிறிஸ்தவர்களும் ஒரு சில கிறிஸ்தவ நிறுவனங்களும் மட்டுமே கடைப்பிடிக்கின்றன என்றார் ரசல்.

இவற்றுக்கு அப்பால், மக்களை அச்சுறுத்தி நல்வழிப்படுத்த நரகத்தையும் நரக நெருப்பையும் அடிக்கடி சுட்டிக்காட்டுவதை ரசல் வன்மையாகக் கண்டிக்கிறார். அச்சத்தின் மேல் கட்டியெழுப்பப்பட்ட அறக்கோட்பாடு உவப்பாக இல்லை என்கிறார். அவரது கூற்றை முழுமனதாக ஆமோதிக்கிறேன்.

நல்லது கெட்டதைத் தீர்மானிக்கும் திறனற்றவர்களாகத்தான் அநேக மதங்கள் பெண்களைக் கருதியுள்ளன. இதனால்தான் பெண்களை அலட்சியமாக நடத்துவதும் அவர்கள்மீது வன்முறை ஏவுவதும் நடந்துவருகின்றன. ரசல் எழுதியதில் ஒன்று இங்கு பொருத்தமாக இருக்கும். கிறிஸ்தவர் என்பவர் யார் என்பதை விளக்கும் முயற்சியில் இறை மறுப்பாளர்களும் இறையின் இருப்பு குறித்துச் சந்தேகம் கொண்டவர்களும் மதத்தைச் சீரமைக்க உதவியதாக ரசல் குறிப்பிடுகிறார். நேரடியாகப் பாலினச் சிக்கல்கள் குறித்து ரசல் பேசவில்லை என்றாலும் அவரது அறக் கோட்பாடுகள் பெண்ணியத்துக்கு ஆதரவாகவே உள்ளன. என்றாலும், பாலினம் குறித்து வெளிப்படையாக விவாதிக்க வேண்டிய இடத்துக்கு நாம் வந்திருக்கிறோம்.

இபின் ஃபராக்கின் பிரதியை எழுதியது யாரென்று தெரியாது (இபின் ஃபராக் என்பது புனைபெயர்) இஸ்லாத்தின் தொடக்கக் காலத்தில் பெண்களுக்குச் சம உரிமையும் மரியாதையும் அளிக்கப்பட்டதாகச் சில கிறிஸ்தவர்கள் முன்வைக்கும் வாதத்தை இபின் ஃபராக் மறுத்தார். திருமண ஒப்பந்தத்தின் மூலம் இஸ்லாத்தில் ஆணும் பெண்ணும் சமமாகக் கருதப்பட்டார்கள் என்று கூறப்படுவதையும் ஏற்க மறுத்தார். இஸ்லாமியப் பெண்ணியவாதிகளை விடவும் தீவிரத்தன்மையுடன் மறுப்பை இவர் முன்வைத்தார். குர் ஆனின் சில வசனங்கள் முற்போக்காக இருப்பதாக முற்போக்கு முஸ்லிம்கள் சொல்வதையும் ஏற்க மறுத்தார். இருந்தாலும் அவரது இந்தக் கடைசி வாதத்தை நான் சந்தேகக் கண்ணோட்டத்துடன்தான் பார்க்கிறேன். ஏனெனில் இஸ்லாத்தை அதிகாரப்பூர்வ மதமாக ஏற்றுக்கொண்ட பல இஸ்லாமிய நாடுகளில் மதச் சட்டங்களும் அரசமைப்பும் ஓரளவேனும் நெகிழ்வுத் தன்மையுடனும் தாராளப் போக்குடனும் விளங்குவதைப் பார்க்கிறோம்.

பெட்ரண்டு ரசல் குறித்துத் தத்துவப் பேராசிரியர் முனைவர் ரமேந்திரா[17] எழுதியுள்ளார். ரசலைப் போலவே அவரது வாதத்துக்கும் இரண்டு இழைகள் உள்ளன. முதல் வாதத்தில் வேதங்களின் உண்மைத்தன்மையைப் பகுத்தறிவு அடிப்படையில் ஏற்க மறுக்கிறார். இந்து மதத்தை ஏற்கும் தத்துவப் பள்ளிகள் யாவும் வேதங்களை நம்பி ஏற்றுக்கொண்டன என்கிறார்.

இந்து மதத்தின் அடிநாதமாக வேத நம்பிக்கை இருப்பதையும் சுட்டுகிறார். இரண்டாவதாக, மனுதர்ம சாஸ்திரத்தை மூலாதாரமாகக் கொண்ட வர்ணாசிரம தர்ம சாதிய முறையைத் தான் எதிர்ப்பதாகக் கூறுகிறார்.

ரசல் இவ்வாறு கூறுகிறார்: கிறிஸ்தவ மதம் பூரணத்துவம் வாய்ந்ததாக மனிதர்கள் நம்பிய காலகட்டத்தில்கூடச் சூனியக்காரி என்று முத்திரைகுத்தி உயிருடன் எரிக்கப்பட்ட இலட்சக்கணக்கான துர்பாக்கியவதிகள் இருந்தனர். மதத்தின் பெயரால் எல்லாவிதமான மக்களும் கொடூரமாக நடத்தப்பட்டார்கள்.

கிட்டத்தட்ட அத்தகைய சூழலில்தான் இன்று நாம் வாழ்ந்து கொண்டிருக்கிறோம். உலகம் முழுக்க இஸ்லாமியப் பயங்கரவாதிகள் வன்முறை தாக்குதலில் ஈடுபடுகிறார்கள் என்பதைச் சாக்காகச் சொல்லிக்கொண்டு இந்துத்துவச் சக்திகள் கட்டவிழ்க்கும் வன்முறையை நியாயப்படுத்த முடியாது. டொனால்டு ட்ரம்ப் ஆட்சியில் கிறிஸ்தவ அடிப்படைவாதம் தலையெடுத்ததைக் கண்டோம். பாலஸ்தீனிய ஆண்கள், பெண்கள், பச்சிளங்குழந்தைகளைச் சூறையாடும் கொடுஞ்செயலில் ஈடுபட ஜியோனிசம் அல்லது தீவிரவாத அரசியலை முன்னெடுக்கும் ஜூடாயிசத்தைப் பின்பற்றும் யூதர்களுக்கு அமெரிக்க டாலர்கள் வாரி இறைக்கப்படுவது குறித்து அன்றாடம் செய்தித்தாள்களில் வாசிக்கிறோம். அரசு – மதமாக உருப்பெறும்போது பௌத்தம்கூட மதச் சிறுபான்மையினரைச் சித்திரவதை செய்து கொன்று குவிப்பதை இலங்கையிலும் மியான்மரிலும் பார்த்திருக்கிறோம். மதத்தின் பெயரால் சாதாரணர்களைக்கூடக் கொடூரச் செயல்களில் ஈடுபடத் தூண்டிவிட முடியும் என்பதை அண்மைக் காலங்களில் அதிகமாகவே பார்த்துவிட்டோம்.

இந்துத்துவத்தின் அதீதமான வன்முறைப் போக்கையும் பெண் வெறுப்பையும் நிராகரிப்பதாக எழுதும் ஆண்கள் அனைவரும் பெண்ணியத்துடன் ஒத்துப்போகிறவர்கள்தாம். ஆனால் அதையும் தாண்டித் தனிப்பட்ட அளவிலும் அரசியல் அனுபவத்திலும் ஒரு இந்துக் குடும்பத்தில் பெண்ணாக இருத்தல் குறித்த ஆழமான புரிதல் இங்கு அவசியப்படுகிறது. அதற்கு இந்து என்று குறிப்பிடப்படும் பெண்ணாக இந்தியச் சமூக உலகத்துக்குள் பிரவேசிக்க வேண்டும். அதில் அவர்கள் தனியாகவும் கூட்டாகவும் படும் பாட்டிலிருந்து கிடைக்கப்பெற்ற படிப்பினையைப் பற்றிப் பேச வேண்டும். அனுதினம் நம்

வாழ்க்கையின் அங்கமாக மாறிப்போயிருக்கும் இந்து மதத்தில் சமத்துவமின்மை வேரூன்றிப் போகவேதான் இந்துத்துவம் முளைத்தது.

இந்நிலையில், ஒரு பெண்ணாக நான் இதை ஏன் எழுதிக்கொண்டிருக்கிறேன் என்பதைக் கூற வேண்டுமென நினைக்கிறேன். காஞ்சா அய்லைய்யா போன்ற ஒருவரின் நிலைப்பாட்டிலிருந்து நான் வெகுவாக வேறுபடுகிறேன் என்பதையும் இங்குச் சொல்லிக்கொள்ள விரும்புகிறேன். 'இந்து'க் குடும்பம் என்ற வரையறைக்கு உட்பட்ட நகர்ப்புறத்தில் வாழும் பிராமணர் அல்லாத உயர் சாதியின் உட்சாதிப் பிரிவிலிருந்து நான் வருவதால் இப்படிச் சொல்கிறேன். அவரது சமூகத்தினரைப் போன்ற பூர்வக்குடி கைவினைஞர் சமூகம் எனதில்லை. பெண்ணியவாதியாகவோ அறிஞராகவோ பேசாமல் பெண்ணின் நிலைப்பாட்டிலிருந்து எனது கருத்தை முன்வைக்க எத்தனிக்கிறேன். இந்து ஆணாதிக்க அமைப்பில் ஆழமாக வேரோடியுள்ள பெண் வெறுப்பு என்பது எல்லாச் சாதிகளுக்கும் உரியது; சாதியாலேயே காப்பாற்றப்படுவது.[18]

இந்து மதத்துக்கென ஒற்றைச் சமய நூல் கிடையாது. அதில் பலவிதமான சடங்கு சம்பிரதாயங்களும் அநேகக் கடவுளர்களும் பாரம்பரிய நம்பிக்கைகளும் உள்ளன. இருப்பினும் சாதி, பாலினம் என வந்துவிட்டால் இந்து மதம் மனிதர்களுக்கிடையில் ஏற்றத்தாழ்வைப் புனிதப்படுத்துகிறது. நான் ஏன் இந்துப் பெண்ணல்ல என்று எழுதுகையில் சாதி, பாலின ரீதியான சமத்துவமின்மை தொடர்பான எனது தனிப்பட்ட அனுபவங்களை ஆய்வுக்குட்படுத்த நினைக்கிறேன். 60 வயதைக் கடந்த பெண்ணாகிய நான் இந்தப் பின்னணியில்தான் நான் ஏன் இந்துப் பெண்ணல்ல என்பதை எழுத விழைகிறேன். ஆங்கில மொழிக் கல்வி கற்றவள். பெருநகர வாழ்க்கையையும் அனுபவித்திருக்கிறேன். சிறிய ஊரிலும் வசித்திருக்கிறேன். என்னுடைய சாதி எனக்களிக்கும் அனுகூலங்களை நன்கறிந்த பெண்ணியவாதி நான். பலவிதமான வாழ்க்கைப் பின்புலங்களிலிருந்து வரும் பெண்ணியவாதிகள் முன்வைக்கக்கூடிய சவால்களை எதிர்கொள்ளத் தயாராகவே இருக்கிறேன். என்னை உருவாக்கியவை சிறுபிராயத்திலும் திருமணப் பந்தத்திலும் தற்போது மாமியார் ஸ்தானத்திலும் எனக்குக் கிடைக்கப்பெற்ற உறவுமுறைகள்தாம். வாழ்நாள் முழுவதும் எல்லாவற்றையும் சந்தேகத்துக்கு உட்படுத்துவதும் கிளர்ந்தெழுவதும் என்னுடைய பழக்கமாக இருந்து வருகிறது.

பின்குறிப்புகள்

1. See Anand Teltumbde, *Khairlanji: A Strange and Bitter Crop* (New Delhi: Navayana), 2008.

2. For example, the abduction, rape, and murder of an 8-year#old girl, Asifa Bano, in Rasana village near Kathua in Jammu & Kashmir, in January 2018. The victim belonged to the nomad Bakarwal community. She disappeared for a week before her body was discovered by the villagers a kilometer away from the village.

3. Gurmehar Kaur is currently a student at Oxford University. In 2017, she was violently trolled after she held up a placard saying, 'Pakistan didn't kill my father. War did.' She has since then authored a memoir, *Small Acts of Freedom* which was published in January 2018 by Penguin Random House.

4. See, for example, report in theWire.in, October 16, 2018.

5. See Neera Adarkar and Meena Menon, *One Hundred Years One Hundred Voices: the Millworkers of Girangaon: an Oral History* (Calcutta: Seagull Books), 2004. See also 'Caste and Gender in a why i am not a hindu woman 26 Mumbai Resettlement Site,' by Varsha Ayyar, *Economic & Political Weekly*, May 4, 2013.

6. S. Parasuraman, et al, *Organisation and Administration of Relief and Rehabilitation Following Marathwada Earthquake*, 1993 (Mumbai: Centre for Research on the Epidemiology of Disasters, Tata Institute of Social Sciences, Bombay), 1995, p. 322.

7. See Asghar Ali Engineer, 'Aurangabad Riots: Part of Shiv Sena's Political Strategy', *Economic & Political Weekly*, June 11, 1988.

8. Kancha Ilaiah (Shepherd), *Why I am not a Hindu: A Sudra Critique of Hindutva* (Kolkata & Delhi: Sage Samya), 2018.

9. Shashi Tharoor, *Why I am a Hindu* (New Delhi: Aleph), 2018.

10. See Kancha Ilaiah's review of Tharoor's book: 'Swami Shashi: The Political Hinduism of Shashi Tharoor', *The Caravan*, May 1, 2018.

11. Atul Pethe, *'Mi Hindu Ahe', Loksatta Sunday Edition*, September 9, 2018.

12. Susie Tharu, 'A Critique of Hindutva-Brahminism', *Economic & Political Weekly*, Vol. 31, No. 30, 1996.

13. Ruth Vanita, *Whatever Happened to the Hindu Left?* New Delhi: *Seminar*, 2002.

14. Arvind Rajagopal, Politics *After Television* (Cambridge: Cambridge University Press), 2001.

15. Bertrand Russell, *Why I am not a Christian and other Essays on Religion and Related Subjects* (UK: Touchstone), 1927.

16. Ibn Farraq, *Why I am not a Muslim* (New York: Prometheus Books), 1995.

17. Ramendra Nath, *Why I am not a Hindu*, Bihar Rationalist Society (Bihar Buddhiwadi Samaj), 1993

18. The resistance to caste patriarchy within Hinduism has been asserted by women of all castes and by shudra–atishudras (to use the terminology of Jotirao Phule) of all genders across centuries. See Jotirao Phule, *Selected Writings of Jotirao Phule* (trans. G.P. Deshpande, New Delhi: Leftword Books), 2002

1

இந்துக் குடும்பம்

தங்களது மதத்தை எதிர்க்கும் ஆண்கள் வழக்கமாகப் பகுத்தறிவின் மீது நம்பிக்கை வைப்பார்கள். அதுபோகச் சமூக விழுமியங்களைத் துணைக்கு அழைத்து வந்து தங்களுடைய வாதங்களை முன்னிறுத்துவார்கள். அத்தகைய ஆண்களிடமும் பொதுவாகப் பாலினம் குறித்த பிரக்ஞை இருப்பதில்லை. ஆனால், 'நான் ஏன் இந்துப் பெண்ணல்ல' என்பதை எழுதும்போது எனக்கு இவை மட்டும் போதுமெனத் தோன்றவில்லை. இந்து மதத்தை நான் சாதிய ஆணாதிக்க அமைப்பாகப் புரிந்துகொண்டிருக்கிறேன். இதனைப் பிராமணிய ஆணாதிக்கம் என்றும் சொல்கிறார்கள். இத்தகைய சாதிய ஆணாதிக்கத்துக்குக் குடும்பம்தான் மைய நிறுவனமாக உள்ளது. பெரும்பாலான மதங்களுக்கு ஆணாதிக்கக் குடும்ப அமைப்பே அச்சாணியாக இருக்கிறது என்றாலும் நான் தனிப்பட்ட முறையில் இந்து மதத்தை நிராகரிக்க இந்துக் குடும்பத்தி லிருந்தே அதைத் தொடங்க வேண்டுமென நினைக்கி றேன். ஏனெனில் வாழ்க்கையில் பல கட்டங்களில் நான் அதை அனுபவிக்கவும் செய்திருக்கிறேன். ஆகவே நான் முன்மொழியும் நிராகரிப்பு என்பது மிகுதியும் தனிப்பட்ட முறையிலானது. பகுத்தறிவின் பெயராலோ சமூகவிழுமியங்களின் அடிப்படையிலோ ஆண்கள் மதத்தை நிராகரிப்பது போன்றதல்ல இது.

மதத்தினுடனான பெண்ணின் உறவு என்பது பிரதானமாக வீடு, வீட்டுப் பராமரிப்பு, அடுக்களை

ஆகியன சார்ந்தது. இந்து மதம் குறித்து ஓரளவு பகுத்தறிவுவாத அணுகுமுறையைச் சுவாமி விவேகானந்தர் கொண்டிருந்தார் என்றாலும் இந்து மதத்தின் அடிநாதமான சாதிய, ஆணாதிக்கச் சிந்தனையிலிருந்து அவர் விடுபட்டிருக்கவில்லை.

> "நம்முடைய மதம் சமையலறைக்குள் மாட்டிக்கொள்ளும் அபாயத்தில் உள்ளது. நாம் வேதாந்திகளாக இல்லை. நம்மில் பலர் புராணவாதிகளாகவோ தாந்திரீகவாதிகளாகவோ இல்லை. நாம் வெறுமனே 'தீண்டாதே' எனக் கூச்சலிடுபவர்களாக இருக்கிறோம். நம்முடைய மதம் சமையலறையில் உள்ளது. நமது கடவுள் சோற்றுக் கலயத்தில் இருக்கிறார். நம்முடைய மதம், 'என்னைத் தொடாதே, நான் புனிதம்' என்கிறது."

விவேகானந்தர் பெண்கள் மட்டுமே கூடியிருந்த சபையில் இதைப் பேசவில்லை.[1]

சாதியடுக்கில் உயர்நிலையில் உள்ள பிரிவினரின் குடும்பத்தில் பெண்ணாகப் பிறந்த நான் எனது சாதிக்கு வெளியே மணமுடித்தேன். சாதி ரீதியான அவமதிப்பை வாழ்க்கையில் தாமதமாக அதுவும் மிதமாக எதிர்கொண்டவள். ஆகவே 'நான் ஏன் இந்துப் பெண்ணல்ல' என்ற எனது பிரகடனம் சிக்கல் மிகுந்த யதார்த்த நிலையையும் அந்த யதார்த்த நிலையைப் பற்றி என்னுள் படிப்படியாக உருவாகிவரும் புரிதலையும் அடிப்படையாகக் கொண்டது.

அற்புதமான 'அன்னா கரீனினா' நாவலை டால்ஸ்டாய் இப்படித் தொடங்குகிறார்: "எல்லா மகிழ்ச்சியான குடும்பங்களும் ஒன்றுபோலவே இருக்கின்றன. ஆனால், ஒவ்வொரு மகிழ்ச்சியற்ற குடும்பமும் தனக்கே உரிய விதத்தில் மகிழ்ச்சியற்று இருக்கிறது". என்னுடையது மகிழ்ச்சியற்ற, ஒற்றுமை குலைந்த குடும்பம். ஆகையால் அதை இந்துக் குடும்ப மதிப்பீட்டை அடையாளப் படுத்தும் குடும்பமாகக் கருதுவதற்கில்லை. ஆதரிசமான இந்து என்பவர் ஒழுக்க எல்லைகளுக்கும் ஆண் மையச் சமயநெறிக்கு உட்பட்ட பாலியல் சமூக வரையறைக்கும் கட்டுப்பட்டு மகிழ்ச்சியாக விளங்கும் குடும்பத்தால் வார்த்தெடுக்கப்பட்டவராக இருக்கிறார். மகிழ்ச்சியான குடும்பம் என்பது ஒரு கற்பிதம்/ கட்டுமானம். மகிழ்ச்சியற்ற குடும்பங்களுக்கோ சொல்வதற்குக் கதைகள் இருக்கின்றன. நான் மகிழ்ச்சியற்ற குடும்பத்தில் பிறந்து வளர்ந்ததால் இந்துக் குடும்பம் எனும் கற்பனையான ஆதரிசத்தின் மீது பெருத்த நம்பிக்கை எனக்கிருந்ததில்லை. ஆதரிசம் என்னைப் பொருத்தவரை அது கற்பனையாக ஜோடிக்கப்பட்ட ஆதரிசம்.

அதன்படி வாழ்வதென்பது தேவையில்லாமல் நம்மை நாமே வருத்திக்கொண்டு அழுத்தத்துக்கு ஆளாகி இயல்பான குடும்ப வாழ்க்கைக்கு இன்னல் ஏற்படுத்திக்கொள்வதாகும்.

மகிழ்ச்சியான இந்துக் குடும்பம் என்ற நம்பிக்கை நமது சமய நூல்களிலும் சில வகையான இலக்கியங்களிலும் வியாபித்திருக்கிறது. முதலாவதாக மனுதர்மம். பெண்களுக்கான கடமைகள் குறித்து பு(இ)கழ் வாய்ந்த விதிகளை விளம்பும் நூல் இது.

மகளிர் கடமைகள்:

> *147. சிறுமியோ, யுவதியோ, மூதாட்டியோ சுதந்திரமாக எதையும் செய்யக் கூடாது. அது அவளது வீடாக இருந்தாலும் சரி.*
>
> *148. சிறு பிராயத்தில் தந்தையின் பாதுகாப்பிலும், இளம்பருவத்தில் கணவனின் பாதுகாப்பிலும், எஜமான் (கணவன்) இறந்த பிறகு மகனின் பாதுகாப்பிலும் பெண் இருத்தல் வேண்டும். பெண்ணானவள் எப்போதுமே சுதந்திரமாக இருக்கக் கூடாது.*

இதற்கு முன்பும் வேறு சில விதிகள் சொல்லப்பட்டிருக்கின்றன.

> *55. பெண்கள் தங்களது தந்தைமார்களால், சகோதரர்களால், கணவர்களால், கொழுந்தனார்களால் கவுரவிக்கப்பட்டு அலங்கரிக்கப்பட வேண்டும். தான் நன்றாக வாழ விரும்பும் ஆண் இதைத்தான் செய்ய வேண்டும்.*
>
> *56. பெண்கள் கவுரவிக்கப்படும்போது கடவுளர்கள் அகமகிழ்வார்கள். பெண்கள் மதிக்கப்படாமல்போனால் எந்தப் புனிதச் சடங்கும் பலனளிக்காது.*

இந்த விதிகளும் அவற்றைப் பூர்த்தி செய்யவேண்டிய அறிவுரையும் ஆண் குடும்பத் தலைவரை நோக்கிச் சொல்லப் பட்டவை. மனு தர்மம் உண்மையில் 'உயர் சாதி' ஆண் குடும்பத் தலைவருக்காக எழுதப்பட்டது. அவர் தன்னைவிடத் தரம் தாழ்ந்தவர்களை (பெண்கள், சூத்திரர்கள், ஆதிசூத்திரர்கள் அல்லது தலித்துகள்) எப்படி விவேகமாக நடத்த வேண்டும், அவருக்கான ஒழுக்க நெறிகள் யாவை என அது வகுத்துள்ளது. பெண்கள் சுதந்திரமாக நடக்க அனுமதி இல்லை. வீட்டு ஆண்களின் கட்டளைகளுக்கு அடிபணிந்து நடப்பதே அவர்களது விதி.

> *154. ஒழுக்கமுடைய ஒரு பெண் தன்னுடைய கணவர் நற்பண்புகள் அற்றவராயினும் நற்குணங்கள் இல்லாதவராயினும், பிற பெண்களைச் சிற்றின்பத்துக்கு*

நாடிச் செல்பவராயினும் கணவரை எப்போதும் தொழ வேண்டும்.

155. கணவனுக்கு அடிபணியும் மனைவி கடவுளுக்கு உயிர்ப்பலி கொடுக்கவோ, நோன்பிருக்கவோ அவசிய மில்லை. கணவனுக்கு அடிபணிந்தாலே சொர்க்கத்தில் இடம் நிச்சயம்.

பெண்கள் எதையுமே சுயமாகச் செய்யக் கூடாது என்று கூறிய பிறகும் மனுதர்மம் பெண்ணை மர்மமான பிறவியாகக் கருதுகிறது. மாயாஜால சக்திகள் பெண்ணுக்கு இருக்கக்கூடும் என்றும் கருதுகிறது.

58. பெண்ணைக் கண்ணியமாக நடத்தத் தவறிய வீடுகள் சாபம் விட்டதுபோல அழிந்து போகும்.

59. எனவே, தான் நலமுடன் வாழ விரும்பும் ஆண்கள் தங்கள் வீட்டுப் பெண்களுக்குப் பண்டிகை மற்றும் விடுமுறை நாட்களில் ஆபரணங்களும் புத்தாடைகளும் பலகாரங்களும் கொடுத்துக் கவுரவிக்க வேண்டும்.[2]

தங்களது குடும்ப நலனைத் தம்வசம் வைத்திருக்கும் பெண் என்கிற மர்மமான உயிரினத்தை எப்படித் திருப்திப்படுத்த வேண்டும் என்பதையும் மனுஸ்ம்ருதி கூறுகிறது: பெண்களுக்கு விசேஷ நாட்களில் பரிசுகள் கொடுக்க வேண்டும்.

இந்துச் சமூகத்தில் பெண்கள் நடத்தப்படும் விதத்திலிருந்து மனுதர்மத்தின் தாக்கத்தைப் புரிந்துகொள்ளலாம். தடுமாற்றமான மனநிலை கொண்டவர்களாகவும், காம வெறி பிடித்தவர்களாக வும், நம்பகத்தன்மையற்றவர்களாகவும் பெண்களைச் சித்தரிக்கும் கதைகள் பல புராணங்களில் உள்ளன. மறுபுறம் 20ஆம் நூற்றாண்டின் நவீன இலக்கியங்கள் பலவற்றில் ஆதர்சமான இந்துக் குடும்பம் என்பது பிராமணக் குடும்பமாகக் காட்டப்பட் டிருக்கிறது. அதில் தன்னுடைய குழந்தைகளுக்காக அத்தனை தியாகங்களையும் செய்பவராகத் தாய் விளங்குவார். குறிப்பாக மகன்களுக்காக. அவர்கள் வாழ்க்கையில் பின்பற்ற வேண்டிய நன்னெறிகளைப் போதிப்பார். மராத்தி இலக்கியத்தில் சானே குருஜி எழுதிய ‘சியாம்சி ஆய்’ (சியாமின் தாய்)[3] என்கிற நாவல் இதற்கான நல்ல உதாரணம் எனலாம். கிராமப்புறத்துப் பிராமணக் குடும்பத்தில் ஒரு சிறுவன் வளர்ந்துவருகிறான். அவனுக்குக் கனிவைப் போதித்து அன்பைப் பொழிந்து வளர்க்கிறார் தாய். என்னுடைய குழந்தைப் பருவத்தில் மகாராஷ்டிராவில் சிறுவர்களும் சிறுமிகளும் அடிக்கடி வாசிக்கும் நாவல் இதுவாகவே

இருந்தது. பிறகு 1953இல் கண்ணீர்க் காவியமாகவும் இது படமாக்கப்பட்டது. பிராமணக் குடும்பத்தின் அத்தனை அம்சங் களும் நிறைந்த சியாமின் குடும்பம் அனைத்துச் சாதியினருக்குமான முன்மாதிரியானது. தொலைக்காட்சித் தொடர்களும் இதே குடும்ப மாதிரியைத்தான் வழக்கமாகச் சித்தரிக்கின்றன. இப்படிச் சுமுகமாகச் செல்லும் கதைப்போக்கில் ஒரு அடங்காத ராங்கிப் பெண் கதாப்பாத்திரம் வரும். அவளால் குழப்பங்கள் நேரும். ஆனால், நற்பண்புகள் நிறைந்த மற்றொரு பெண் இவளை நல்வழிப்படுத்துவாள். அந்தப் பெண் கதாப்பாத்திரமானது தவறிழைக்கும் ஆண்களையெல்லாம் மன்னித்து, பூஜை புனஸ்காரங்களைக் கடைப்பிடித்துக் கடவுளின், அருளைப் பெறும் பாத்திரமாகச் சித்தரிக்கப்படும். 'முற்போக்கான' கதையைக் கொண்ட தொலைக்காட்சித் தொடர்கள்கூட இப்படிப் பிராமணக் குடும்பப் பின்னணியில்தான் வெளிவந்துள்ளன.

பாகம் 1: சிங்கப்பூரில் ஒரு இந்துக் குடும்பம்

என்னுடைய குடும்பம் இந்தியாவை விட்டு சிங்கப்பூருக்கு 1953இல் புலம்பெயர்ந்தபோது நான் ஒரு வயதுக் குழந்தை. இந்திய வங்கி ஒன்றின் சிங்கப்பூர் கிளைக்கு மேலாளராக அப்பா நியமிக்கப்பட்டார். 12 ஆண்டுகள்வரை அங்குதான் அப்பா வேலை பார்த்தார். வீட்டில் குழந்தைகள் நாங்கள் நான்கு பேர். நான்தான் கடைக்குட்டி. நாங்கள் சிங்கப்பூர் வரும்போது என்னுடைய மூத்த அண்ணனையும் அக்காவையும் அப்பாவின் அம்மா வீட்டிலேயே விட்டுவிட்டார்கள். அவர்கள் இருவரும் பள்ளிப் படிப்பை முடித்துவிட்டுக் கல்லூரி செல்லும் பருவத்தில் இருந்ததால்தான் அந்த முடிவு எடுக்கப்பட்டது. என்னுடைய சின்ன அண்ணன் சுதிர் என்னைவிட ஒன்பது வயது மூத்தவன். அவன் சிங்கப்பூரில் உள்ள பள்ளிக்கூடத்தில் சேர்க்கப்பட்டான். அப்போது பிரிட்டிஷ் ஆட்சிக்கு உட்பட்டுத்தான் சிங்கப்பூர் இருந்தது.

எனக்கு 11 வயதாகும்வரை சொகுசான பங்களாவில் வசித்து வந்தோம். இன்னமும் அந்த வீட்டின் நினைவுகள் என்னைச் சுற்றிக்கொண்டிருக்கிறன. எங்களது வீட்டுப் பராமரிப்புக்கு உதவ ஒரு சீக்கியரும் மலாய்க்காரரும் இருந்தார்கள். சிங்கப்பூர் வாழ் இந்தியர்களின் குடியிருப்புப் பகுதியில் முஸ்லிம்களும் சீக்கியரும் வாழும் இடத்தில் அவர்களை என் பெற்றோர் குடியமர்த்தினர். என் அம்மாவுக்கு நல்ல கைமணம். இருந்தாலும் சமையலுக்கும் வீட்டு வேலைக்கும் உதவிக்கு ஆள் வைத்திருந்தார். சிங்கப்பூரில் நிறைய மலாய்க்காரர்கள் வீட்டுப் பணியில் அமர்த்தப்பட்டனர். இந்தியாவில் சாதிய அடுக்கில்

கீழ் நிலைக்குத் தள்ளப்பட்டவர்களை வீட்டு வேலைகளைச் செய்யவைப்பது வழக்கமாக உள்ளது. ஆனாலும் தலித்துகள் அனுமதிக்கப்படுவதில்லை. தான் தீண்டாமையைக் கடைப் பிடிப்பதில்லை என அம்மா சொல்லிக் கொள்வார். முன்பொரு காலத்தில் ஒரு வீட்டில் வசித்தபோது தலித் ஒருவரை வீட்டு வேலைக்கு வைத்திருந்ததாகக் குறிப்பிடுவார்.

இந்தியாவில் வசித்த காலங்களில் எனது அப்பாவின் வேலை காரணமாகப் பல ஊர்களுக்கு இடம்பெயர்ந்திருக்கிறோம். பிரிவினைக்கு முந்தைய கராச்சி, டாக்கா ஆகிய ஊர்களில் வசித்தபோதுகூட எனது பெற்றோர் சுயசாதியினருடனும் பிராமணர்களுடனும் மட்டுமே பழகினார்கள். சிங்கப்பூருக்கு வந்தபிறகு பல்வேறு பகுதிகளிலிருந்து வந்தவர்களுடன் சகஜமாகப் பழக ஆரம்பித்தார்கள். கணிசமான எண்ணிக்கையில் இந்தியர்களைக் கொண்டது சிங்கப்பூர். அந்நாட்டு மக்கள் தொகையில் சீனர்கள் 80 சதவீதம் என்றால் பூர்வக்குடி மலாய்க்காரர்கள் 15 சதவீதம். அதற்கு அடுத்தபடியாக இந்தியர் களின் எண்ணிக்கைதான் சிங்கப்பூரில் அதிகம். அப்படி சிங்கப்பூருக்கு வந்த இந்தியர்களில் பெரும்பாலானோர் தமிழர்கள். அவர்கள் அநேகமாக, ஒப்பந்தத் தொழிலாளர்களாக முன்பு வந்தவர்களின் சந்ததியினராக இருந்தார்கள். தமிழர்களைத் தவிர்த்து, சிந்துக்களும் குஜராத்திகளும் பஞ்சாபிகளும் இருந்தார்கள். இம்மக்கள் வணிகமயமான சிங்கப்பூரில் வியாபாரத்தில் கொடிகட்டிப் பறந்தனர். சிங்கப்பூருக்குக் கருப்பு வெள்ளை தொலைக்காட்சிப் பெட்டி அறிமுகமானபோது நிகழ்ச்சி ஒளிபரப்பு நேரம் ஆங்கிலம், சீன மொழி, மலாய் மொழி, தமிழ் என்பதாகச் சமமாக நான்காகப் பிரிக்கப்பட்டது.

தனது முதல் பிரசவத்துக்குப் பிறகு இந்து சமயச் சடங்கு களில் தான் ஒன்றிப்போனதாக அம்மா அடிக்கடி சொல்வார். அம்மாவுக்கு உடல் நலக்குறைவு ஏற்பட்டபோது அவரது மாமியார்தான் அவரைப் பார்த்துக்கொண்டார். அதன் பின்னர் அவருக்கு நன்றிக்கடன் செலுத்தும் விதமாக அவர் கேட்டதையெல்லாம் செய்ய அம்மா ஒப்புக்கொண்டார். அப்படித்தான் பூஜை புனஸ்கார உலகிற்குள் அம்மா அகப்பட்டுக் கொண்டார். அதிலும் புனிதச் சடங்குகளைச் செய்வது, நோன்பிருப்பது, போதாக்குறைக்கு மூடநம்பிக்கைகளைப் பின்பற்றுவது என்பதாக மாறிப்போனார்.

ஏகப்பட்ட பூஜை புனஸ்காரங்களை அம்மா செய்து வந்ததால் அம்மாவுக்கும் அப்பாவுக்கும் இடையில் சண்டைச் சச்சரவு ஏற்பட்டதுண்டு. அப்பா தானொரு நாத்திகர் என்று

அறிவித்துக் கொண்டவர். அவருக்கு ஓரளவு இந்து சாஸ்திரங்களும் தெரியும் என்பதால் சமஸ்கிருத ஸ்லோகங்களை அப்பா உரக்கப் பாடிய விதம் என்னுடைய சிறுபிராய நினைவுகளில் மறக்க முடியாதது. பரிகாசத்துடன் அவர் மராத்தியில் அடிக்கடி பாடும் தோத்திரம், "ஓ கடவுளே, என் கடவுளே, உனக்கென்ன ஆனது, எங்கிருக்கிறாய்?" உண்மையில் அந்த தோத்திரம், "எனக்கென்ன ஆனது, எங்கிருக்கிறேன்?" என்பதே. இதைத்தான் அப்பா அப்படி கிண்டலாகப் பாடுவார். இதுதவிர அம்மா மணிக்கணக்கில் 'தன்' கடவுளர்களுக்கு முன்பாகப் புராணங்களைச் சத்தமாக ஓதிக்கொண்டிருப்பதை அப்பா கண்டிப்பார். "நீ என்ன வாசித்துக்கொண்டிருக்கிறாய் என்பதாவது உனக்குத் தெரியுமா? அவற்றில் உள்ளதெல்லாம் விபச்சாரத்தையும் திருட்டையும் ஒழுக்கக்கேட்டையும் பற்றிய கதைகளே" என்று அம்மாவிடம் கோபித்துக்கொள்வார்.

அதுவரை என்னுடைய அம்மா அனுபவித்திராத ஆடம்பரத்தை சிங்கப்பூர் வீட்டில் அனுபவித்தார். அந்த வீட்டில் தனி பூஜை அறை இருந்ததால் அம்மாவின் மத வழிபாடு போஷிக்கப்பட்டது. அம்மா வைத்திருந்த அத்தனை சாமிப் படங்களுக்கும் உற்சவ சிலைகளுக்கும் அந்த வீட்டில் இடமிருந்தது. நாயுடன் காட்சியளிக்கும் தத்தாத்திரேயரும் சாய்பாபா படமும் தவழும் பாலகிருஷ்ணனும் அனுமனும் ஓவியங்களாக எங்கள் வீட்டில் வீற்றிருந்தது என் நினைவில் உள்ளது. சரஸ்வதி தேவியின் படமும் இருந்தது. ரவிவர்மா தீட்டிய, தனது தவத்தைக் கலைத்த மேனகாவை நிராகரிக்கும் விஸ்வாமித்திரரின் ஓவியமும் பெரிய சட்டகத்தில் மாட்டப் பட்டு வீட்டின் சுவரில் தொங்கியது. மஞ்சள் நிறம் தோய்ந்த பூஜைக்கான புனிதமான துணிகளை அம்மா தரை ஓடுகள் பூசப்பட்ட அறையின் அலமாரியில் வைத்திருந்தார். நாங்கள் அவற்றை ஒருபோதும் தொட அவர் அனுமதித்ததில்லை. "சாதியத்தை நம்பவில்லை என்றாலும் தீண்டாமையைக் கடைப்பிடிக்கும் ஒரே இந்தியப் பெண் எனது அம்மாதான்" என்று சுதிர் அண்ணா எரிச்சலுடன் பெருமையாகவும் சொல்லிக் கொள்வான். ஏனென்றால் பூஜை நாட்கள், நோன்பிருக்கும் நாட்கள் வந்துவிட்டால் சடங்குகளின் உயரிய புனிதத்தைக் காப்பதாக நினைத்துக்கொண்டு குழந்தைகளாகிய எங்களைத் 'தீண்டத்தகாதவர்'ஆக அம்மா நடத்துவார். அதுபோன்ற நாட்களில் தனக்கான உணவைச் சமைக்க அம்மா தனியாகப் பாத்திரங்கள் வைத்திருந்தார். தேயிலை, சர்க்கரைகூடத் தனியாகச் சேமித்து வைத்திருந்தார். விரதம் அனுஷ்டிக்க ஆரம்பித்துவிட்டால் விசேஷ சமையல் செய்யும்போது அடுக்களைக்குள்ளேயே

எங்களுக்கு அனுமதி கிடையாது. அப்படியான நாட்களில் சுவையான ஜவ்வரிசி கிச்சடி மட்டுமே எங்களுக்குப் பரிமாறப்படும். அல்லது கடவுளர்கள் அருள் பாலித்த பிறகு உணவுப் பண்டங்கள் வழங்கப்படும்.

பிற்காலத்தில் நாங்கள் இந்தியா திரும்பியதும், அம்மாவின் புனித – தீட்டுச் செயல்முறைகளை அண்ணா கேலி செய்து கொண்டே இருந்தான். உண்மையிலேயே அம்மா எங்களைத் தீண்டத்தகாதவர்களாகத்தான் நடத்தினார். தீட்டைப் பரப்பக் கூடியவர்களாகக் கருதினார். அம்மாவின் விதிகளைப் பின்பற்ற எங்களுக்கு விருப்பமில்லை. அம்மாவும் தான் நம்பியதை எங்கள் மீது திணிக்க முற்படவில்லை. ஏதோ அப்பாவுக்குப் பயந்து அம்மா இப்படி நடந்துகொள்ளவில்லைபோல. உண்மையாகவே சுதந்திரமான மனநிலை எங்களது குடும்பத்தில் நிலவியது. தான் மரபார்ந்த விஷயங்களையே தேர்வு செய்தாலும் அவரவர் விருப்பம் அவருக்கு என்பதை அம்மா மதிக்கவே செய்தார். ஆனால், அம்மாவுக்கும் அப்பாவுக்கும் இடையில் முரண்பாடுகள் வலுக்கவே எங்களுடையது ஒற்றுமை குலைந்த குடும்பமாகிப் போனது. பிறகு அந்த வெண்ணிற ஓடுகள் பதிக்கப்பட்ட பூஜை அறையில் அம்மா தஞ்சம் புகுந்தார். அங்கேயே அமைதியையும் சுயத்தையும் தன்னந்தனியாகத் தேடிக் கொண்டிருந்தார். தங்களது வீட்டுக்குள்ளேயே புகலிடம் தேடப் புனித வெளியென்பது வாய்க்கப்பெற்ற உயர் சாதி இந்துப் பெண்கள் மத்தியில் இது சகஜம். தீட்டு விதிகளையெல்லாம் தங்களது சமஸ்தானத்தைத் தற்காத்துக்கொள்ளவே அவர்கள் தூக்கிப்பிடிக்கிறார்கள். அதேநேரம் பிராமணர்களைப் போலவே நடந்துகொள்ளும் யத்தனிப்பும் இருக்கவே செய்கிறது.

புனிதம் குறித்தும் தீட்டு குறித்தும் அம்மா கொண்டிருந்த கருத்துக்கள் சிறுவயது முதலே எனக்கு அபத்தமாகத் தோன்றின. சுதிர் அண்ணன் சொன்னது சரி என்றே தோன்றுகிறது. ஆனால் அம்மாவுக்குச் சாதியத்தில் நம்பிக்கை இல்லை என்று சுதிர் சொன்னது பற்றி எனக்கு ஐயம் இருந்தது. ஏனென்றால் தான் உயர் சாதி மேட்டுக்குடிப் பெண் என்ற உணர்வு நிலை அம்மாவுக்கு எப்போதுமே இருந்தது. தனக்குச் சேவை செய்திட வேலையாட்கள் கூப்பிட்ட தூரத்தில் இருக்க வேண்டுமென எதிர்பார்ப்பார். தனது குடும்பத்தில் கல்லூரிக்குச் சென்ற ஒரே பெண் அம்மாதான். அந்தக் காலத்தில் அம்மாவின் சக மாணவிகளும் தோழிகளும் பிராமணப் பெண்களாகவே இருந்திருக்கக்கூடும். சிங்கப்பூரிலிருந்து இந்தியா திரும்பிய பிறகும் அம்மா சந்தித்த நண்பர்களும் பிராமணர்களே. அவர் தன்னுடைய நண்பர்களாகச் சொல்லிக் கொள்பவர்கள்கூடப் பிராமணர்களாகத்தான் இருந்தார்கள்.

'சந்திரசேனிய காயஸ்தா பிரபு சாதியினர் கிட்டத்தட்ட பிராமணர்கள்தாம்' என்ற தோரணையோடுதான் அம்மா பேசுவார். நான் சாதி மறுப்புத் திருமணம் செய்துகொண்டதாலும் சாதிய அடுக்கில் கீழிருக்கும் ஒருவர் எனது கணவர் என்பதாலும் அம்மாவுக்கு மிகுந்த வருத்தம்.

தங்களது வீடுகளில் பெண்கள் கவுரவமாக நடத்தப்பட வேண்டும் என்றுதான் மனுதர்ம சாஸ்திரம் பெண்களைப் பற்றி முதலில் குறிப்பிடுகிறது. பெண் மகிழ்ச்சியாக இருக்கும் வீடுதான் புனிதமானது என்றும் சொல்கிறது. 'அவரவர் பங்கை எல்லோரும் செய்தலே' ஆதரிசமான இந்து வீடு என்கிறது. இப்படி ஆணாதிக்கச் சாதிய அமைப்பு அவரவர் ஆற்ற வேண்டிய பங்கை நிர்ணயித்துவிடுகிறது. இதில் பெண்ணின் பங்கைப் புகழ்பாடுதல் என்பது குடும்பம் என்னும் நிறுவனத்தைப் புகழ்பாடுதலுக்கு இணையானதே. இப்படி ஆரம்பிக்கும் மனுதர்ம சாஸ்திரம் பெண்ணைக் கீழ்நிலையில் நடத்துவது தொடர்பான விளக்கங்களைப் பிற்பாதியில் முன்மொழிகிறது. உயர் சாதி இந்துப் பெண்களும் இதில் விதிவிலக்கு இல்லை. சுயமாக முடிவெடுக்கும் உரிமை உயர் சாதிப் பெண்ணுக்கும் இல்லை. பிறருக்குச் சேவகம் செய்ய வேண்டும் என்று நிர்ப்பந்திக்கப்படும் சூத்திரருக்கு வகுக்கப்பட்ட நியதிதான் உயர் சாதிப் பெண்ணுக்கும் பொருந்தும். பிராமணக் குடும்பத் தலைவன் பெண்ணுக்குப் பொன்னும் பொருளும் வாங்கித் தந்து அவளை மகிழ்வுடன் பராமரிக்க வேண்டும். அமைதி சூழ் இந்து வீடென்பது இதுதான். அத்தகைய வீட்டில் உள்ள பூஜை அறையின் மூலை முடுக்கில் இறைவனுக்குச் சாத்திய மலர்கள் உதிர்ந்து கிடக்கும். அவை உலர்ந்து கிடந்தாலும் குப்பையாகக் கருதப்பட மாட்டாது. அவை நிர்மால்யம் (துய்மையானது). ஒருபோதும் தீட்டாகாது. அதேபோன்று வீட்டின் பூஜை அறையில் ஏற்றிவைக்கப்படும் ஊதுபத்தி காற்றில் பரப்பும் மணத்துக்கும் சாதிக்கும் நெருங்கிய தொடர்புள்ளதாகவே மனுதர்ம சாஸ்திரம் கூறுகிறது. ஊதுபத்தியின் புகை சூழ்ந்த பூஜை அறையின் காட்சி நமது தொலைக்காட்சிகளிலும் திரைப்படங்களிலும் திரும்பத் திரும்பக் காட்டப்படுகிறது. இதற்கான பின்புலம் எப்போதும் வசதி படைத்த உயர் வர்க்கத்து வீடுதான்.

இத்தகைய காட்சி வடிவங்கள் ஒருவிதமான மயக்கத்தை ஏற்படுத்துகின்றன. மாலைக்கருக்கலில் விளக்கேற்றுதல் பெண்ணின் கடமை என்பதாக மராத்தி இலக்கியமும் பண்பாடும் விதந்தோதி வந்திருக்கிறது. முன்பெல்லாம் கிராமப்புறத்தில், வீட்டுக்கு வெளியே விளக்கேற்றுவது என்பது 'இருட்டைப்

போக்கும் வெளிச்சம்' எனப் பயன்பாட்டுக்கானதாகக் கருதப் பட்டது. அதேநேரம் தீய சக்திகளை விரட்டியடிப்பதாகப் பின்பற்றும் மூடநம்பிக்கையும் இருக்கவே செய்தது. ஆனால், இன்றைய நகர்ப்புற வீடுகளில் வரிசையாக அடுக்கிவைக்கப்பட்ட கடவுளர்கள் சிலைகளுக்கு முன்பாக வீட்டுக்குள் விளக்கு ஏற்றிவைக்கப்படுகிறது. விளக்கேற்றும் பெண்ணின் கை அல்லது மகளை விளக்கேற்றச் சொல்லும் தாயின் குரல் இந்துப் பெண்ணுக்கான கடமையைச் சுட்டிக்காட்டும் வலுவான குறியீடாகவே மாறியிருக்கிறது. இல்லத்தைப் பாதுகாப்பாக மகிழ்ச்சியுடன் வைத்திருந்து காக்கும் கடமை பெண்ணுக்கு இருப்பதையே அது சுட்டுகிறது. மகாராஷ்டிர இல்லங்களில் மாலை வேளைகளில் 'சுபம் கரோத்தி' என்னும் சுலோகம் உச்சரிக்கப்படுவது வழக்கம். குடும்பத்தினருக்கு நலம், ஆரோக்கியம் உள்ளிட்ட அத்தனை மங்களகரமான விஷயங்களும் கிடைக்க வேண்டி பாடப்படுவது இது. "*தீவா லாவ்லதுளசிபஷி உஜேதபத்லா விஷ்ணுபஷி*" என்று அது நிறைவடைகிறது.

வீட்டுக்கு வெளியே தோட்டத்தில் உள்ள துளசி மாடத்தில் இப்படி விளக்கேற்றும் வழக்கமும் உள்ளது. பெண் தெய்வமான துளசியைக் குறிக்கும் செயலாக இது இருந்தாலும் அங்கு வணங்கப்படுவது என்னவோ துளசியின் கணவரான விஷ்ணுதான். அதேபோன்று ஆண் தெய்வமான விஷ்ணுவுக்குத்தான் பெண்ணின் கை தீபமேற்றுகிறதே தவிர பெண் தெய்வமான துளசிக்கல்ல. ஆகமொத்தம் அத்தனை பக்திக் காரியங்களும் ஆணாகப்பட்ட குடும்பத் தலைவரைப் பாதுகாப்பதற்கானவையே. இதன்வழி ஆண்மையச் சமூக அமைப்பு கட்டுக்குலையாமல் பார்த்துக்கொள்ளப்படுகிறது. இது தொடர்பாகப் பிராமணக் குடும்பத்திலிருந்து வந்த பெண்ணியவாதி ஒருவருடன் கலந்துரையாடினேன். அப்போது அவர், இந்தச் சுலோகத்தின் பிற்பாதி இன்னும் மோசம் என்றார். குடும்பத் தலைவர் நலமுடன் உயிர் வாழ்தலே போதும். அதுவே ஒட்டுமொத்தக் குடும்பத்தினரின் நலனுக்கு இணையானது என அதில் துதிபாடப்படுவதை விளக்கினார்.

என்னுடைய பாட்டி எங்களுடன் சிங்கப்பூர் வீட்டில் தங்கியிருந்த நாட்களில் பூஜை அறையில் பஜனை பாடுவது மாலைகளில் வழக்கமாக மாறியது. அப்பா இதற்கு மறுப்புத் தெரிவிக்கவில்லை. 'ஷராவன்' அல்லது மங்கல கௌரி விரதமிருக்கும் மாதத்தில் (இந்தியாவில் மழைக்காலத்தில் அனுசரிக்கப்படும் விரதம் இது. சிங்கப்பூருக்கும் இதற்கும் எவ்விதத் தொடர்புமில்லை) பல பண்டிகை நாட்கள் வரும். அப்போது

குறிப்பிட்ட சிலவகை இனிப்புப் பண்டங்களைக் கடவுளர்களுக்குப் படைத்த பிறகு எங்களுக்குப் பரிமாறுவார்கள். நாங்கள் வசித்த வீடு பெரிதாக இருந்தது. விசாலமான சமையலறை வீட்டின் கடைக்கோடியில் இருந்தது. இதனால் என்னுடைய அம்மா தனக்குச் சமையலில் உதவி செய்ய வந்த இஷா எனும் முஸ்லிம் பெண்ணிடம் பண்டிகை நாட்களில் எவ்வாறு நடந்துகொண்டார் என்பது எனக்கு நினைவில்லை. என்னுடைய அம்மாவின் சமையல் பாரம்பரியமானதாக இருந்தது. மகாராஷ்டிரத்திற்கே உரியதாகவும் இருந்தது. அதிலும் சந்திரசேனிய காயஸ்தா பிரபு சாதிக்காரர்களின் சமையல் முறை கடைப்பிடிக்கப்பட்டது.

சிங்கப்பூரில் உள்ள இராமகிருஷ்ண மடத்துக்கு ஒருசில முறைகள் சென்றபோது இந்து மத நிறுவனங்கள் குறித்த சிறிய புரிதல் எனக்குக் கிடைத்தது. ஏதோ நன்கொடை வழங்க வேண்டி அப்பா எங்களை அங்கே அழைத்துச் சென்றதாக நினைவு. இராமகிருஷ்ண மடத்தை அப்பா இந்து மதத்தின் பகுத்தறிவு முகமாகக் கருதியிருக்கலாம். அப்பா அது குறித்தெல்லாம் விரிவாகப் பேசியதில்லை. ஆனால், இராமகிருஷ்ண மடத்தில் ஒருவிதமான அமைதி நிலைகொண்டிருந்ததாகவே எனக்குப் பட்டது. 1928இல் சிங்கப்பூரில் அந்த மடம் நிறுவப்பட்டதைப் பிறகு அறிந்தேன். அங்கிருந்த ஆதரவற்ற சிறுவர்களுக்கான இல்லம் இரண்டாம் உலகப் போரில் உற்றார் உறவினரை இழந்த ஆண் குழந்தைகளுக்காகத் தொடங்கப்பட்டது.[4]

❍

அயர்லாந்து ஷன்னோன் விமான நிலையத்தில் எரிபொருளை நிரப்பிக்கொண்டு ரோம் நகரத்திலிருந்து நியூயார்க் நோக்கி அலிடாலியா விமானம் 1960 பிப்ரவரி 26ஆம் தேதி பறந்தது. மேலெழும்பிப் பறப்பதற்கு முன்பே நிலைகுலைந்து அருகிலிருந்த இடுகாட்டில் விழுந்து நொறுங்கி பற்றி எரிந்தது. இதில் பயணம் செய்த 52 பேரில் 34 பேர் பலியானார்கள். சிங்கப்பூரைச் சேர்ந்த திரைப்பட விநியோகஸ்தர் ஒருவரும் இந்த விபத்தில் உயிரிழந்தார். அவர் மனைவி, இரு மகன்கள் அதற்குப் பிறகு நிர்க்கதியானார்கள். அந்தக் குடும்பம் எங்களுக்கு நல்ல பழக்கம். அதனால் இந்த விமான விபத்து எங்களுடைய குடும்பத்துக்குள் சுனாமியை ஏற்படுத்தி எல்லாவற்றையும் தலைகீழாகப் புரட்டிப்போட்டு விட்டது. கணவனை இழந்து நிராதரவாக நின்ற அந்த விநியோகஸ்தரின் மனைவிக்கு உதவப் போக, என்னுடைய அப்பாவுக்கும் அவருக்கும் இடையில் உறவு உண்டானது. அப்பாவுடைய இறுதிக் காலம்வரை அவர்களுக்கு இடையிலான உறவு நீடித்தது.

பாகம் 2: மகிழ்ச்சியற்ற இந்துக் குடும்பம்

இங்கே ஒன்றை நான் சொல்லியாக வேண்டும்: நான் ஏன் இந்துவல்ல என்பதை இந்த அத்தியாயத்தில் எழுதிக் கொண் டிருக்கும் நான், உயர் சாதி இந்துப் பெண்ணாகச் சாதியத்தின் கோர முகத்தையோ ஆணாதிக்கத்தின் துர்நாற்றத்தையோ சிறு வயதில் நேரடியாக அனுபவித்ததில்லை. ஆனால், நான் அனுபவித்த உணர்வுப் போராட்டம் ஆணாதிக்கக் குடும்ப அமைப்பினால் விளைந்தது. அதனால்தான் என்னுடைய பெற்றோரின் திருமணம் முறிந்தது. சில சம்பவங்களின் சாதியப் பின்னணி எனக்குப் பிறகுதான் புலப்பட்டது. கருப்பு–வெள்ளையாக நான் இந்து மதத்தை நிராகரிக்கவில்லை. என் வாழ்வின் தொடக்கக் கட்டத்தில் எனக்கு ஏற்பட்ட தாக்கங்களை இங்கே நான் அரசியல் நோக்குடன் தான் எழுதுகிறேன். தலித் சமூகத்தினர் எதிர்கொள்ளும் அவமானங்களும் துயரங்களும் உச்சபட்சமானவை என்பதால் பொதுவாகச் சாதி குறித்த சுயசரிதையை, தலித்துகளிட மிருந்து மட்டுமே எதிர்பார்க்கிறோம். உயர் சாதி எழுத்துக்கள் அவ்வளவாக வெளிப்படையாக இருப்பதில்லை. ‘பிராமணராக இருப்பதில் பெருமிதம்’ கொள்ளும் உணர்வே அதில் மேலோங்கி யிருக்கும். தங்களுக்குக் கிடைத்திருக்கும் சலுகைகள் அவர்களது கண்களுக்குப் புலப்படுவதில்லை. ஆகையால் உயர் சாதிப் பெண்ணியவாதிகள் ஆண்களின் மூர்க்கத்தனமான செயல்கள் குறித்து எழுதுவார்கள். ஆணாதிக்கக் குடும்ப அமைப்புக்குள் நிலவும் ஏற்றத்தாழ்வைச் சுட்டிக்காட்டுவார்கள். ஆனால், அவர்கள் தங்களது சமூகத்தைச் சேர்ந்த பெண்கள் ஆற்றும் எதிர்வினை குறித்து அவ்வளவாகப் பேசுவதில்லை. ஒற்றுமை குலைந்த என்னுடைய ஆணாதிக்கக் குடும்பத்தைப் பற்றிய என்னுடைய எழுத்து கண்டனமாகவோ தற்காப்பாகவோ இருக்காது. பலவித மாறுபாடுகளோடு, தன்னைத்தானே மாற்றிக்கொள்ளும் ஆற்றலோடு சமத்துவமின்மையின் மீது இந்து ஆணாதிக்க அமைப்பு கட்டமைக்கப்பட்டுள்ளதை வாசகர்கள் சிந்திக்க வேண்டும் என்பேதே என் எழுத்தின் நோக்கம். அதிலும் உடல்ரீதியான குறிப்பிட்ட சில செயல்பாடுகளையும், சமூகரீதியான குறிப்பிட்ட சில நடவடிக்கைகளையும், குறிப்பிட்ட சில சக மனிதர்களையும்கூடத் தூய்மையற்றவர்களாகவும் தீட்டாகவும் அணுகும் முறையைப் பற்றியும் வாசகர்கள் சிந்திக்க வேண்டும் என்று விரும்புகிறேன்.

என்னுடைய தாத்தாவின் இரண்டாவது மனைவியின் மூத்த மகன் குழந்தை என்னுடைய அப்பா. தாத்தாவின் மூத்த மனைவி மூன்று பிள்ளைகளை ஈன்றெடுத்துவிட்டு உயிரிழந்தார். என்னுடைய பாட்டிக்கு மணமுடிக்கப்பட்டபோது அவருக்கு 16 வயது. அவரது காலத்தில் அது காலதாமதமான திருமணமாகத்தான் கருதப்பட்டது. பிறகு என் பாட்டி நான்கு மகன்களையும் மூன்று மகள்களையும் ஈன்றெடுத்தார். (அதில் ஒரு மகன் ஆறு வயதில் இறந்துவிட்டான். என்னுடைய அப்பாவுக்குக் கல்யாணம் முடிந்த பிறகு நேர்ந்த மரணம் அது.) ஆறு உடன்பிறப்புகளுக்கு என்னுடைய அப்பாதான் மூத்த அண்ணன் என்பதால் தங்கைகள் தம்பிகளுக்கெல்லாம் முன்மாதிரியாக விளங்கினார். ஆனால், அந்த வீட்டில் தலைச்சன் பிள்ளை என்னவோ என்னுடைய தாத்தாவின் மூத்த மகன்தான். ஆஜானபாகுவான தோற்றத்துடன் இருந்த அவரை நாங்கள் 'தாதாகாகா' என்றே அழைத்தோம். அப்பாவும் அவரிடம் மிகுந்த மரியாதையுடன் நடந்துகொள்வார். தாதாகாகா வங்கி ஊழியரானார். அப்பாவும் பல்வேறு வேலைகளைச் செய்து பார்த்துவிட்டுக் கடைசியில் இந்திய மத்திய வங்கியில் 1934இல் வேலைக்குச் சேர்ந்தார். அம்மாவை அப்பா பல திருமண கூட்டங்களில் சந்தித்திருக்கிறார். இருவருக்குமிடையில் காதல் மலரவே 1935இல் கல்யாணம் செய்துகொண்டார்கள்.

அப்பா அறிவியல் பட்டதாரி. மும்பையிலும் கராச்சியிலும் உள்ள கல்லூரிகளில் படித்தவர். அரசுப் பணி கிடைப்பதற்கு முன்புவரை இயற்பியலில் ஆராய்ச்சி செய்ய வேண்டும் என்று தீவிரமாக முயன்றுகொண்டிருந்தார் அம்மா. நாக்பூர் மோரிஸ் கல்லூரியில் கலை பட்டப் படிப்பு முடித்தவர். அப்பா கல்விப்புலம் சார்ந்த பணியைத் தேர்ந்தெடுக்க வேண்டும் எனத் தான் விரும்பியதாக அம்மா கூறியிருக்கிறார். உடன் பிறந்த 6 சகோதரிகளில் அம்மா மட்டுமே பட்டதாரி (1935இல் அம்மா பட்டம் பெற்றார்).

எனது அப்பா கருணையுள்ள குடும்பத் தலைவராகக் குடும்பத்தில் இளையோரிடம் நடந்துகொண்டார். உயர்கல்வி பெறுவது உட்பட பெண் கல்வியின் முக்கியத்துவத்தை அறிந்தவ ராக இருந்தார். அந்தக் காலத்தில் அது அரிது. எனது அம்மா அவருக்கு ஆதரவளித்தார். பலரின் பார்வையில் அவர்கள் இருவரும் ஆதர்ச தம்பதிகளாகவே தென்பட்டனர். இவர்கள் இருவரையும் பார்த்து உத்வேகம் பெற்று 'காதல் திருமணம்' செய்துகொண்ட எங்களுடைய நெருங்கிய உறவினர்களில் மூன்றுக்கும் அதிகமான ஜோடிகள் உண்டு. அவர்களில் இரண்டு

ஜோடிகள் அம்மா குடும்பத்தினருக்கும் அப்பா குடும்பத்தினருக்கும் இடையில் ஏற்பட்ட பிணைப்பால் காதலரானவர்கள்.

பரந்த மனப்பான்மையும் பெருந்தன்மையும் வசீகரமான ஆளுமையும் அப்பா கொண்டிருந்தார். எல்லோருக்கும் விருப்பமானவராக இருக்க ஆசைப்பட்டார், அப்படியே இருந்தார். அம்மா அமைதியானவர். அப்பாவின் நிழலிலேயே வாழ்வதில் மனநிறைவு அடைந்தார். தன்னுடைய சமையலை ரசித்து ருசிக்க வேண்டும், தான் செய்யும் இகெபானா மலர் அலங்காரத்தைப் பாராட்ட வேண்டும் என்கிற எதிர்பார்ப்புகளை மட்டுமே அம்மா கொண்டிருந்தார். இகெபானாதான் அம்மாவின் விருப்பமான பொழுதுபோக்கு. சுதிர் அண்ணா கவிதை எழுதப் பழகியபோது எழுத்தாளர் பிரபாகர் பாதேவிடம் ஒருமுறை காட்டினான். அப்போது அவர், "உன்னுடைய அம்மா பெற்றிருந்த மென்மையான வரப்பிரசாதம் உனக்கும் வந்து சேர்ந்திருக்கிறது" என்று பாராட்டினார். இன்னொரு பெண்ணுடன் அப்பாவுக்கு ஏற்பட்ட உறவால் எங்களது குடும்பம் சீர்குலைந்து போன பிறகும் ஜுனிச்சிரோ தனஜாக்கி என்கிற ஜப்பானிய எழுத்தாளரின் நாவலை அம்மா மொழிபெயர்த்தார். ஏற்கெனவே ஆங்கிலத்தில் மொழிபெயர்க்கப்பட்டு வெளிவந்த அந்த நாவலை அம்மா மராத்தியில் மொழிபெயர்த்தார். அதுவும் திருமண உறவுக்கு அப்பால் ஏற்படும் உறவு குறித்த நாவல்தான். கொங்கணி பிரதேசத்தின் பின்னணியில் முறையற்ற பாலுறவுகள் குறித்து நாவல்களை எழுதிவந்த மராத்தி நாவலாசிரியர் ஸ்ரீ நா பந்த்சே என்பவர்தான் அம்மாவுக்கு நாவலை மொழிபெயர்க்கும் யோசனையைச் சொல்லியிருக்கிறார்.

பகட்டில்லாமல் அதீத பெருந்தன்மை கொண்டிருந்தார் அப்பா. நடத்தையிலும் விழுமியங்களிலும் பரந்த மனப்பான்மை கொண்டிருந்தார். இதற்குக் காரணம் அவரது வர்க்கம் என்றுதான் முன்பு நினைத்திருந்தேன். ஆனால், பொருளாதார ரீதியாகவும் கல்வி அடிப்படையிலும் முன்னேறிய சாதிப் பிரிவைச் சேர்ந்தவராக இருந்தபோதும் சமூக அந்தஸ்தில் பிராமணர்களுக்கு இணையானவர் அல்ல என்கிற எண்ணம்தான் அவரைத் தன்னடக்கத்துடன் நடந்துகொள்ள வைத்திருக்கிறது என்பது இப்போது புரிகிறது. தன்னுடைய அம்மாவுக்கு அவர்தான் மூத்த பிள்ளை என்பதாலும் தம்பி, தங்கைகளை வளர்த்தெடுக்கும் பொறுப்பிருந்ததனாலும்கூட அவர் பெருந்தன்மையோடு இருந்திருக்கலாம். நாத்திகமும் பெண் கல்விக்கு ஆதரவளிக்கும் உத்வேகமும் கருணை மிகுந்த ஆணாதிக்க மனமும் மகன்களுக்கும் மகள்களுக்கும் இடையில் பாரபட்சம் பார்க்காத குணமும் சேர்ந்து அவரைத் தாராளச் சிந்தனை கொண்டவராக உருவாக்கின.

தொழில் நிமித்தமான பரபரப்பான பொது வாழ்க்கைக்கு அப்பால் அம்மா–அப்பாவுக்கு சிங்கப்பூரில் சில நண்பர்கள் கிடைத்தார்கள். அப்படி இரண்டு குடும்பங்கள் எங்களுடன் நெருக்கமாகப் பழகின. அவர்களில் ஒரு ஜோடி அசாமிலிருந்து வந்தவர்கள். அவர்களுக்குக் குழந்தை இல்லை. என்னுடைய குழந்தைப் பருவத்தில் நான் பார்த்ததிலேயே மிகவும் அறிவுஜீவி யான ஜோடி அவர்கள்தான். அடுத்து, ஒரு சீக்கியக் குடும்பம். கணவர் இந்தியத் தூதரகத்தில் பணிபுரிந்துவந்தார். அவரது மனைவி என் அப்பாவுடன் சில சமயம் கோல்ஃப் விளையாடுவார். இவர்களைத் தவிர்த்து மூன்றாவதாக மங்களூருவில் இருந்து வந்த திரு.'ச' என்பவரின் சரஸ்வத் பிராமணக் குடும்பம். திரு.'ச' 1960இல் நடந்த அலிடாலிய விமான விபத்தில் பலியான பிறகுதான் எனது அப்பா தனது வழக்கமான உதவிக்கரத்தை அவரது மனைவி திருமதி 'ச'–வுக்கு நீட்டினார். அந்த அம்மையாரை நாங்கள் அத்தை என்றுதான் அதுவரை அழைத்து வந்தோம். கணவர் மரணத்துக்குப் பிறகு அவருக்குப் பெருமதிப்பிலான காப்பீட்டுத் தொகை வர வேண்டியிருந்தது. ஆனால் அதனைப் பெற வழக்கறிஞர்களிடமும் கணக்காளர்களிடமும் பல மணிநேரம் செலவழிக்கவும் கடும் முயற்சிகள் எடுக்க வேண்டியும் வந்தது. முன்பு எங்கள் வீட்டருகில் உள்ள அடுக்குமாடிக் குடியிருப்பில் அந்தக் குடும்பம் குடியிருந்தது. அந்த விபத்துக்குப் பிறகு அத்தையும் எங்கள் வீட்டோடு வந்துவிட்டார். இத்தகைய நடவடிக்கை எங்களது குடும்பத்தைப் பொறுத்தவரை சகஜம். ஆனால், என் அப்பா அவருக்கு உதவிக்கரம் நீட்டுவதாகத் தொடங்கி உறவு ஏற்பட்டுவிட்டது. ஒரு கட்டம்வரை அந்த அம்மையாரை அம்மாவும் சகித்துக்கொண்டார். பிறகு அவரது வீட்டுக்கே திரும்பிச் செல்லும்படி வலியுறுத்தி அனுப்பி வைத்தார். அப்படி அந்த அம்மையார் தன் சொந்த வீட்டுக்கே திரும்பிய பிறகும் அப்பாவுடனான உறவு தொடர்ந்தது. தனது மனக்கிடக்கையைக் கொட்டித்தீர்க்கவோ, ஆதரவு கோரவோ, வழிகாட்டவோ அம்மாவுக்கு யாருமே இல்லை. நான் பிஞ்சிலேயே பழுத்தவள் என்பதால் நடப்பது என்ன என்பது எனக்குப் புரிந்தது. ஆனாலும் யாரிடமும் என்னால் பேச முடியவில்லை.

இத்தகைய சூழலில் அம்மா அனுபவித்த வேதனையைக் காட்டிலும் என்னை மிகவும் தொந்தரவு செய்தது எங்களுக்கு இடையிலான உரையாடலில் நிலவிய நேர்மையின்மைதான். முழுப் பூசணிக்காயைச் சோற்றில் மறைப்பதுபோல் யாருமே கண்முன்னே நிகழ்ந்துகொண்டிருந்த அசம்பாவிதம் குறித்து வாய் திறக்கவில்லை. சிலநேரம் வீட்டு வேலையாட்கள் அது குறித்து என்னிடம் குத்தலாகப் பேசியதுண்டு. அந்த ஆண்டு இறுதியில்

பசிபிக் கடலில் ஏற்பட்ட சுனாமி (1960) எனக்குள் ஏற்பட்ட மனக்கொந்தளிப்பை அப்படியே பிரதிபலித்தது. நாளிதழ்கள் யாவிலும் வியாபித்திருந்த சுனாமி குறித்த செய்திகளும் காட்சி களும் அப்போது எனக்குக் கொடுங்கனவாக வந்தபடி இருந்தன. என்னுடைய குடும்பம் கடும் நெருக்கடியில் இருந்தது. அதில் ஏற்பட்ட விரிசல்கள் இந்துக் குடும்ப அமைப்பில் உள்ள சாதிய ஆணாதிக்க முரண்பாடுகளை அம்பலப்படுத்தின. நாங்கள் பரந்த மனப்பான்மை கொண்ட விழுமியங்களுடன் வளர்க்கப்பட்டோம். ஓரளவு பாலினச் சமத்துவமும் பகிர்ந்தளிப்பட்ட குடும்பச் சூழலும் நிலவியது. அதிலும் காதல் திருமணம் முடித்த என்னுடைய பெற்றோரின் வாழ்க்கை ஒருதார மணமாக நீடிக்கும் என்றே நம்பினோம். ஆனால் மனுவின் ஆவி எங்கள் மீது கவிந்திருந்ததால் என் அப்பா கொண்டிருந்த உறவை அக்கம்பக்கத்தினர் பலரும் ஏற்றுக்கொள்ளத் தொடங்கினர். அப்பாவின் இத்தகைய உறவை அவர்கள் வெளிப்படையாக ஆதரிக்காவிட்டாலும் அதை நியாயப்படுத்த மனுதான் இருக்கிறாரே.[5]

12. உயர்சாதி ஆண்கள் தங்களுக்குச் சமமான சாதியில் மனைவியை மணம் முடிக்கப் பரிந்துரைக்கப்படுகிறது. ஒரு வேளை விருப்பம் காரணமாக வேறொரு திருமணமும் செய்ய ஆசைப்பட்டால் சாதியப் படிநிலை விதிக்கு ஏற்ப மேலும் சில பெண்களைத் தாராளமாகத் திருமணம் செய்து கொள்ளலாம்.

13. சூத்திரருக்குச் சூத்திர மனைவி மட்டுமே அனுமதிக்கப்படு கிறது; வைசியருக்குச் சூத்திர மற்றும் வைசிய மனைவிகள் அனுமதிக்கப்படுகின்றன; சத்திரியருக்கு மேற்கூறிய இரண்டு வர்ணத்தைச் சேர்ந்தவர்களுடன் சத்திரிய வம்சத்தைச் சேர்ந்த பெண்களும் மனைவி ஆகலாம்; பிராமணரைப் பொருத்தமட்டில் மற்ற மூன்று வர்ணங்களைச் சேர்ந்த பெண்களுடன் பிராமணப் பெண்ணையும் மனைவியாக ஏற்க அனுமதிக்கப்படுகிறது.

வசதி படைத்த பிராமணர் அல்லாத உயர் சாதியினர் தங்களைச் சத்திரியர் என்று அறிவித்துக்கொள்வது போலவே சந்திரசேனிய காயஸ்தா பிரபு சாதியினரும் தங்களைச் சத்திரியர் என்றே கூறிக் கொள்கிறார்கள். ஆனால் அவர் களுக்கும் பிராமணர்களுக்கும் இடையிலான உறவில் அசௌகரியங்கள் இருந்தன. அவர்கள் பிராமணர்களால் இணையாக நடத்தப்படுவதில்லை. குறிப்பாக அவர்கள் மதச் சடங்குகளை மேற்கொள்ள அனுமதி இல்லை. அதற்கு அவர்கள் பிராமணரைத்தான் அழைத்தாக வேண்டும். சமூக

அந்தஸ்தில் நிலவும் இத்தகைய சாதியப் படிநிலை கண்ணுக்குப் புலப்படாத வகையில் ஒருவர் அதிகாரம் படைத்தவராக உணரவிடாமல் செய்துவிடுகிறது. சமூக அடுக்கில் சற்று கீழே தள்ளப்பட்டவர்கள்கூடச் சமமான அந்தஸ்தை ஒருபோதும் உணர முடியாதபடி செய்துவிடுகிறது சாதியம். ஆக மொத்தம் ஆதர்ச இந்துக் குடும்பம் என்ற பெயரில் இந்து மத இலட்சியங் களாகவும் விழுமியங்களாகவும் உலகிற்குக் காட்டப்படுபவை பிராமணக் குடும்பத்துக்கு உரியவை மட்டுமே.

திருமணத்துக்கு வெளியேயான தகாத உறவு எங்களது குடும்பத்தில் ஏற்பட சாதியமும் காரணம் என்பதை இப்போது உணருகிறேன். திருமதி 'ச' சரஸ்வத் என்கிற பிராமண உட்சாதிப் பிரிவைச் சேர்ந்தவர். மகாராஷ்டிரத்தின் கடற்கரைப் பகுதியையும் வடமேற்கு கர்நாடகத்தையும் பூர்விகமாகக் கொண்ட சாதிப்பிரிவு அது. அவர்கள் கொங்கணி மொழி பேசக்கூடியவர்கள். அவர்களது உணவுப் பழக்கவழக்கத்துக்கும் எங்களுடையதற்கும் பெரிய வித்தியாசம் கிடையாது. எனவே முழுத் தன்னம்பிக்கையோடு அந்தப் பெண் எங்களுடைய சிங்கப்பூர் வீட்டுக்குள் முதலில் காலடி எடுத்து வைத்தார். பிறகு இலண்டனுக்கும் வந்து விட்டார். 'அத்தை'யான தன்னிடம் நாங்கள் முறையாக நடந்துகொள்ளவில்லை என்று எங்களுடைய அம்மாவிடமே புகார் செய்தார். சுதிருடனும் என்னுடனும்தான் அவர் உரையாட நேரிட்டது. (நாங்கள் இருவரும் வெளிப்படையாக மரியாதைக்குறைவாக நடந்து கொள்ளவில்லை என்றாலும் எங்களுடைய மனக்கசப்பை மறைத்துக்கொள்ளவும் இல்லை.) ஒரு மனைவிக்கு மேல் ஆசைப்படும் ஆணுக்கு மனுதர்ம சாஸ்திரம் சாதி அடிப்படையிலான விதிகளை நிர்ணயித்துள்ளது. ஒரு வேளை உயர் சாதிப் பெண்ணுடன் சாதிய அடுக்கில் பின்னுக்குத் தள்ளப்பட்ட ஆண் உறவுகொண்டால் அது, 'பிரதிலோமம்' என்றழைக்கப்படும் தகாத உறவுமுறையாகக் கருதப்படும். ஆண்மையச் சமூகத்துக்கே உரிய அதிகாரம் படைத்தவராக அப்பா இருந்ததால் எனது அம்மாவை மணமுறிவு செய்ய வேண்டிய அவசியமே அவருக்கு ஏற்படவில்லை.

இந்நிலையில், அம்மா இன்னும் கூடுதலாகப் பூஜை புனஸ்காரங்களிலும் நோன்புகளிலும் மூழ்கிப்போனார். அப்பா மீதான வெறுப்பையும் கோபத்தையும் அவ்வாறு மடைமாற்ற அம்மா முயன்றார். ஆனால், அம்மாவுக்குத் தேவைப்பட்ட வழிகாட்டுதலையோ ஒத்தாசையையோ அளிக்கப்போதுமானதாக அவரது மதம் இல்லை. அம்மாவுக்குச் சாமியார்கள் மீதோ, குருக்கள் மீதோ, சோதிடர்கள் மீதோ நம்பிக்கை இல்லை. அவருக்கு நேர்மாறாக திருமதி 'ச' சத்ய சாய்பாபாவின்

பக்தையாக இருந்தார். கரைபுரண்ட சுருள் சிகையுடனும், லௌகீக முகபாவனையுடனும் நிஜ சாய்பாபாவுக்கு நேர்மாறாக அவர் விளங்கினார். என் அம்மாவின் பூஜை அறையில் நிஜ சாய்பாபாவின் உருவப் படம் முக்கியத்துவத்துடன் இடம் பெற்றிருந்தது. நான் அறிந்தவரையில் அம்மா வணங்கிய சாய்பாபாவுக்கு இந்துக்கள் மத்தியிலும் முஸ்லிம்கள் மத்தியிலும் மிகுந்த மரியாதை இருந்தது. திருமதி 'ச' உள்ளூர் கிறிஸ்தவ தேவாலயத்தில் நிகழ்ந்த சிறப்புக் கூட்டங்களுக்கும் உதவி செய்துகொண்டிருந்தார். என் அம்மா உண்மையான தெய்வ பக்தி கொண்டவராக இருந்தபோதும் அவரது வேதனைக்கு எத்தகைய ஆறுதலும் கிடைக்கவில்லை என்பதுதான் என்னை மிகுந்த குழப்பத்துக்குள்ளாகியது. நான் வளர்ந்த பிறகு மதத்தை நான் நிராகரிக்க அம்மா அனுபவித்த துயரம்தான் முக்கியக் காரணமாக இருந்தது.

எங்களது இந்துக் குடும்ப உறவினர்களும் எங்களுக்கு ஆறுதலோ, ஆதரவோ அளிக்கவில்லை. நாங்கள் வருடம் மும்முறை இந்தியாவுக்கு வருகை தந்தபோதும் சோற்றில் மறைத்து வைக்கப்பட்ட முழுப் பூசணிக்காய் பற்றி யாருமே வாய்திறக்கவில்லை. அப்பாவுக்கு அதே பழைய அன்பும் மரியாதையும் கிடைத்தது. சிங்கப்பூர் திரும்பிய பிறகும் எதிலும் மாற்றமில்லை. வெளி உலகத்துக்கு எங்கள் குடும்பம் பழையபடியே காட்சியளித்தது. ரொம்ப காலத்துக்கு அப்புறம் என்னுடைய மாமன் மகள்களில் சிலர் அப்பா மீது கோபமும் அம்மா மீது அனுதாபமும் வெளிப்படுத்தினார்கள். ஆனால், அதற்குக்கூட என்னுடைய பாட்டி, "என்னுடைய மகனிடம் எதையும் சொல்லி விடாதீர்கள். அவன் மிகவும் மென்மையானவன்" என்று கடிந்துகொண்டார்.

இந்துக் குடும்ப உறவினரும் சரி, புலம்பெயர்ந்த தனிக் குடும்பமும் சரி ஆணாதிக்க அமைப்பின் உச்சபட்ச வடிவமாகவே விளங்கின. பலதார மணம் சட்டப்படி குற்றம் என்கிற இந்தியத் திருமணச் சட்டத்தையே இந்தச் சம்பவங்களுக்குச் சற்று முன்பு 1955இல்தான் இந்தியா பிறப்பித்தது. அதன் பிறகே பெண்கள் சில அடிப்படைகளில் மணமுறிவு கோர முடியும் என்றது இந்தியச் சட்டம். சாதி, பாலினச் சமத்துவக் கொள்கைகளை முன்னிறுத்தி அம்பேத்கர் வடித்த இந்து சட்ட மசோதா நிராகரிக்கப்பட்டபோது அதை எதிர்த்து 1951இல் அவர் சட்ட அமைச்சர் பதவியை ராஜினாமா செய்தார். அவர் உருவாக்கிய இந்து சட்ட மசோதாவைக் கடுமையாக எதிர்த்தவர்கள் அந்த அவையில் உறுப்பினர்களாக இடம்பெற்றிருந்த வைதீக இந்துக்கள்தாம்.[6] முஸ்லிம்களிடம் காணப்படுவதுபோல் அதே

விகிதாச்சாரத்திலும் சகஜமாகவும் இந்துக்கள் மத்தியிலும் பலதார மணம், குறைந்தபட்சம் இருதார மணம் நிலவிவந்தது, (இப்போதும் நடக்கத்தான் செய்கிறது.) அப்படி இருக்கையில் முஸ்லிம் தனிச்சட்டத்தின்கீழ் நான்கு மனைவிகள்வரை அனுமதிக்கப்படும்போது இந்து ஆண்களுக்கு மட்டும் ஒரு மனைவி என்பதை வைதீக இந்துக்கள் (பெரும்பாலும் பிராமண ஆண்கள்) ஏற்க மறுத்தனர். பெண்கள் மணமுறிவு கோரும் உரிமை அளிக்கப்பட்டால் இந்துக் குடும்ப அமைப்பென்பதே சிதைந்துவிடும் என்று சொல்லப்பட்டது! நாடாளுமன்றத்தில் அன்று நடைபெற்ற இத்தகைய விவாதங்கள் என்றேனும் என்னுடைய இந்து சொந்தங்களின் குடும்பத்துக்குள் விவாதிக்கப்பட்டிருக்குமா என்பதை அறியேன். அப்பாவின் சக வயது ஆண்களுக்கு அப்பா செய்த காரியம் சகஜமானதாகவே இருந்தது. என்னுடைய தலைமுறையைச் சேர்ந்த என்னுடைய மூத்த மாமன் மகன்கள் உள்ளிட்டோர் நவீன இந்தியாவின் ஒருதார மணமுறையை உள்வாங்கியவர்களாக இருந்தனர். இதனால் அம்மா, அப்பா இருவரின் குடும்பத்தைச் சேர்ந்த என்னுடைய தலைமுறையினர் அம்மாவுக்காக அனுதாபப்பட்டனர். என்னதான் இருந்தாலும் அம்மாவைப் பொறுத்தவரை திருமணமாகி 25 ஆண்டுகள் கடந்துவிட்டன. வயது வந்த இரண்டு குழந்தைகள் இருந்தார்கள். ஆனாலும் பொருளாதார ரீதியாகத் தற்சார்பு அடையாதவர்களாகத்தான் இருந்தார்கள். அவர்களைத் தவிர மேலும் இரண்டு சிறு வயதுப் பிள்ளைகள் வேறு. வருமானத்துக்கு வழி தெரியாத நிலையில் மணமுறிவு குறித்து அம்மாவால் நினைத்துப் பார்க்கவே முடியவில்லை. எல்லாவற்றுக்கும் மேலாக மணமுறிவு குறித்த யோசனையைத் தரக்கூட அம்மாவுக்கு யாரும் இல்லை.

குடும்பத் தலைவர் மட்டுமே படி அளப்பவராக இருக்கும்போது அவர் தறிகெட்டுப்போனால் இந்துக் குடும்பம் எப்படி மீண்டெழும்? ஆதலால் எல்லாவற்றையும் மூடி மறைத்துக்கொண்டு எதுவுமே நடக்காததுபோலப் பாசாங்கு செய்ய வேண்டியதுதான். பாலியல் விவகாரங்களில் மவுனம் காப்பது நவீன இந்துச் சமூகத்தின் முக்கியக் கூறுகளில் ஒன்றாகும். இதனால் ஆண்கள், பெண்களின் பாலியல் பண்புகள் மீது நாசகரமான விளைவுகள் ஏற்பட்டுவிடுகிறது. ஆணாதிக்கமும் சாதியமும் கொண்ட சமூகக் கட்டமைப்பு திருமதி 'ச' எங்களது வீட்டில் இருக்க அனுமதித்தது. அவரது இருப்பை நாங்கள் பாசாங்கு செய்து மறைத்துவைக்க வேண்டிய நிர்ப்பந்தத்தையும் ஏற்படுத்தியது. திருமதி 'ச'-வுடன் தான் கொண்டிருந்த உறவுக்குச் சமூகம் எதிர்ப்பு தெரிவிக்கும் என்கிற எச்சரிக்கையோடுதான்

அப்பா நடந்துகொண்டார். எனது மூத்த அண்ணனுக்குத் திருமண ஏற்பாடுகள் நடந்தபோது சம்பந்தி வீட்டினருடன் பேச்சுவார்த்தை நடத்துவதைத் தவிர்த்து வந்தார். நான் உட்பட அவரது மற்ற குழந்தைகள் நிச்சயிக்கப்பட்ட திருமணம் செய்து கொள்ளவில்லை என்பது அவருக்கு ஆசுவாசம் அளித்தது.

இந்தக் காலகட்டத்தில் பிரபல மராத்தி இலக்கியவாதிகள் சிலர் எங்கள் வீட்டுக்கு வருகை தந்தது அம்மாவுக்கு ஒருவிதமான ஆறுதல் அளித்தது. அத்தகைய சந்தர்ப்பங்களில் திருமதி 'ச' தலைமறைவாகவே இருந்துகொண்டார். தான் அவமதிக்கப் பட்டதாகவே அப்போது அவர் உணர்ந்திருப்பார் என்பதை என்னால் கற்பனை செய்து பார்க்க முடிகிறது. எனது அப்பாவோ சிங்கப்பூரில் இருந்தவரை இரண்டு 'உலக'ங்களின் சிறந்தவற்றை மகிழ்ச்சியாக அனுபவித்தார். ஏனென்றால் சிங்கப்பூரில் நெருங்கிய சொந்தங்கள் இருந்திருக்கவில்லை. அதனால் சமூக நிராகரிப்பு என்கிற சிக்கலும் அவருக்கு இல்லை.

அப்பாவுடனான எனது உறவு சிக்கலாகிப்போனது. கடைக்குட்டியான என் மீது மிகுந்த பாசம் கொண்டிருந்தார். தான் இழைத்த தவறை ஈடுகட்ட என்னைப் பொத்திப் பொத்தி வளர்த்தார். என்னைப் பொறுத்தமட்டில் அவர் எப்போதும் குற்றம் குறைகள் நிறைந்த தந்தைதான். ஆனாலும் அன்பானவர். அவருடைய வளர்ப்பினால் சுயமரியாதை மிக்கவளாக உணர்ந்தேன். அதுவே வாழ்நாள் முழுவதும் அரணாக எனக்கு மாறியது. அதேநேரத்தில் அம்மா படும் வேதனையை வலி யுடன் பார்க்க நேர்ந்தது. அம்மா–அப்பாவுக்கு இடையில் சிறுபிள்ளைத்தனமாகச் சமரசம் செய்துவைக்கக்கூட முயன்றேன். அந்த முயற்சியில் படுதோல்வியே அடைந்தேன். என்னுடைய இந்த இயலாமையும் பதின்பருவத்தில் என் மீது அதீத தாக்கம் செலுத்தியது. வாழ்நாள் முழுவதும் அது என்னைத் துரத்தக்கூடும்.

நெருக்கடியிலிருக்கும் இந்துக் குடும்பம் குறித்த என் சித்திரம் என் தனிப்பட்ட வேதனையிலிருந்து மட்டும் பிறக்கவில்லை. அப்பாவுக்குச் செல்லப்பிள்ளையாக இருந்தாலும் எனது அம்மா மீது கொண்ட அனுதாபத்திலிருந்து இதை எழுதுகிறேன். இத்தகைய உணர்வுகளின் குழப்பங்களும் அலைக்கழிப்புகளும் இங்கு நிலவும் அநீதி குறித்த விழிப்புநிலையை எனக்குள் உருவாக்கின. எங்களுக்குப் போதிக்கப்பட்டு நான் உள்வாங்கிய தாராளவாத விழுமியங்களுக்கும் எனது தந்தையின் நடத்தைக்கும் இடையில் மோதல் ஏற்பட்டது. அதேநேரம் சூழ்நிலைக் கைதி யாக மாறி அத்தனையையும் மவுனமாகத் தாங்கிக்கொண்ட என் அம்மாவின் அணுகுமுறையையும் நான் நிராகரிக்கவே

செய்தேன். காலப்போக்கில் எங்களது குடும்பம் மென்மேலும் சீர்குலைந்த குடும்பமாக மாறிப்போனது. அதிலும் இந்தியா திரும்பிய பிறகு நிலைமை இன்னும் மோசமானது. புனேவில் அப்பா அடுக்குமாடி வீடொன்றை வாங்கினார். மும்பையில் மஹிப் என்ற இடத்தில் திருமதி 'ச'வுடன் வாழத் தொடங்கினார். எனது அம்மாவோ கணவரின்றிப் பரிதாபத்துக்குரியவராகப் புனேவில் வாழ்ந்துகொண்டிருந்தார். இதனால் நான் கூடுதல் மன உளைச்சலுக்கு ஆளானேன். எனது அண்ணன், அக்காவின் வாழ்க்கையும் குளறுபடியாகிப்போனது. சுதிர் அண்ணா மன அழுத்தத்தில் சிக்கிக் குடிப்பழக்கத்துக்கு ஆட்பட்டான். புனேவில் பின்தங்கிய பகுதி ஒன்றில் மருத்துவராக வேலைபார்த்த கல்பனா அக்கா வறுமையில் சிக்கித் தவித்தாள். எனது குடும்பச் சூழலிலிருந்து தப்பிப்பதற்காகச் சமூக அளவில் ஆபத்தை ஏற்படுத்தக்கூடிய முடிவுகளை எடுத்து, புனேவை விட்டு வெளியேறினேன். ஆனாலும் சீர்குலைந்த என் குடும்பத்துடனான பிணைப்பிலிருந்து திருமணத்திற்குப் பிறகும் என்னால் விடுபட முடியவில்லை.

பிற்காலத்தில் 'அக்கர்மஷி'[7] புத்தகத்தை வாசித்தபோது அப்பா கொண்டிருந்த உறவு எனது சுயபிம்பத்தின்மீது ஏற்படுத்திய தாக்கத்தை உணர்ந்தேன். பட்டியலின வகுப்பைச் சேர்ந்த எழுத்தாளர் சரண்குமார் லிம்பாலே எழுதிய புத்தகம் இது. கலப்படத் தங்கத்தைக் குறிக்கும் சொல்தான் 'அக்கர்மஷி'. உயர் சாதி ஆண்கள் பலருடனோ அல்லது ஒருவருடனோ பாலியல் தொடர்பு வைத்துக்கொள்ளும் வழக்கம் கொண்ட பட்டியலினப் பெண்ணின் மகனுக்குப் பெயர்தான் லிம்பாலே. அத்தகைய பெண் மனைவியாக அங்கீகரிக்கப்படுவதில்லை. தான் அப்பா பெயர் தெரியாத மகன் என்பதை அறிந்து வைத்திருப்பவர்தான் லிம்பாலே. அதிசயத்தக்க வகையில் அந்த எழுத்தாளருடன் நான் என்னை அடையாளப்படுத்திக் கொண்டேன். நிராகரிக்கப் பட்ட மனைவியின் மகள் நான்; தகப்பன் என்பவர் மட்டுமே முறையாகப் பிறந்த குழந்தை என்ற அந்தஸ்தை வழங்குகிறார் என்றுதான் குழந்தைப் பருவத்தில் நினைத்திருக்கிறேன். இத்தகைய உணர்வு எங்கிருந்து வந்தது? தாராளவாத விழுமியங்கள் கொண்ட குடும்பத்தில் வளர்க்கப்பட்ட பெண் குழந்தையான எனக்குள் சமயம் சார்ந்த கலாச்சாரத்தின் ஆணாதிக்கச் சிந்தனைப் போக்கு எப்படி வந்தது?

'சோரம் போகுதல்' என்பதைச் சுட்டும் ஆங்கிலச் சொல்லான 'adultery' கலப்படத்தைக் குறிக்கும் 'adulterate' என்ற சொல்லுடன் தொடர்புடையது. இதற்கான விளக்கம், 'அந்நியமான பொருளைக் கலந்து ஒரு பொருளைத் தூய்மையற்றதாக மாற்றுதல்'

என்பதாகும். மராத்திச் சொல்லான 'சங்கர்' இதற்கு இணையான பொருள் தரும் சொல். 'சாதி, இனக் கலப்பையும் நான்கு வர்ண விதிமுறைகளை மீறிய பாலியல் உடலுறவையும்' குறிக்கும் சொல் இது. 'வர்ணக் கலப்பு' பரவலாகி இந்துச் சமூக ஒழுங்கு நிலைகுலைந்து போகும் காலம்தான் கலியுகம் எனப்படுகிறது.

இப்படி அகமண முறை, சாதிய ஆணாதிக்கம் ஆகியவற்றின் விதிகளைச் சுற்றிலும் பின்னப்பட்டிருக்கும் உணர்வுச் சுழல்களைப் பல ஆண்டுகளுக்குப் பிறகுதான் புரிந்துகொள்ளத் தொடங்கினேன். இந்த விதிகளை மீறுபவர்களின் குழந்தைகள் 'வர்ணக் கலப்பு' என்பதன் விளைபொருளாகக் கருதப்படுகிறார்கள். ஒழுங்கின்மை என்பதன் அடையாளம் என்றே முத்திரை குத்தப்படுகிறார்கள். இந்தச் செயல்முறையால் புதிய சாதிகளும் உட்சாதிப் பிரிவுகளும் உண்டானதாக வேறு சில ஆய்வுகள் சுட்டிக்காட்டுகின்றன. என்னுடைய தந்தை 50 வயதை எட்டிய பிறகு, அதுவும் திருமதி 'ச' நாற்பதுகளின் தொடக்கத்தில் இருந்தபோதுதான் அவர்களுக்கிடையில் உறவு ஏற்பட்டது. எனவே அவர்களுக்கு வாரிசு உருவாகவில்லை. ஆனால், என்னுடைய அடையாளம் கேள்விக்குறியாகும் என்றே பல காலம் பயத்தில் நடுங்கிக்கொண்டிருந்தேன். பகுத்தறிவுக்கு ஒவ்வாத சக்திகள்தாம் இத்தகைய சிந்தனைப் போக்கைத் தீர்மானிக்கின்றன. சிக்கல் மிகுந்த சாதியத்துக்கு உட்பட்ட ஆணாதிக்கக் குடும்ப அமைப்பில் வளர்க்கப்பட்ட குழந்தைகள் மீது ஏற்படும் மனவியல் தாக்கத்தின் விளைவு இது. எங்களது விஷயத்தில் எனது தந்தை கொண்டிருந்த முறைகேடான உறவால் அமைப்பில் விரிசல் ஏற்பட்டது. 'இயல்பான' குடும்பங்களிலும் எங்களுடையது போன்ற சீர்குலைந்த குடும்பங்களிலும் சாதியம் மற்றும் ஆணாதிக்கத்தின் விதிகள் ஆழ்மனதில் உள்வாங்கப்பட்டிருக்கின்றன. இந்தியச் சமூகத்திலிருந்து சாதியத்தை ஒழித்துக்கட்ட நினைக்கும் நாம் இதனை நினைவில் கொள்ள வேண்டும்.

பின்குறிப்புகள்

1. Swami Vivekananda, *The Complete Works of Swami Vivekananda*, Vol. 3; Advaita Ashram, 1897, 2013.
2. George Bühler (trans.), *Manusmriti* (in *Sacred Books of the East*, Vol. 25), 1886.
3. Pandurang Sadashiv Sane (Sane Guruji), *Shyamchi Aai*, (Marathi) available in English (Pune: Pune Vidyarthi Gruha), 1936.

4. See the website of Ramakrishna Mission Boys' Home, Singapore: history.
5. See above, Note 2
6. See, for example, my article, 'An Agenda for Gender Politics', *Economic & Political Weekly*, January 1999.
7. Sharankumar Limbale, *Akkarmashi*, translated into English as *The Outcaste* (New Delhi: Oxford University Press), 2007.

2

இந்துத்துவம், இந்து ராஷ்டிரம், யுத்த வெறி

ஜெர்மனியைச் சுற்றிப் பார்த்துவிட்டு 2019 ஜனவரி 2019 இறுதியில் திரும்பினேன். அந்தச் சமயத்தில் நெருங்கிய நண்பர்களின் மரணச் செய்தியும் அரசியல் சூழல் மோசமடைந்து கொண்டிருக்கிறது என்கிற தெளிவற்ற உணர்வும் என்னை அழுத்திக் கொண்டிருக்கையில் திடீரெனக் காய்ச்சல் வேறு தொற்றிக்கொண்டது. இவை எல்லாமும் சேர்ந்து என்னைச் சுற்றிலும் யுத்த வெறி மனநிலை பரவுவதாக எனக்குள் ஓர் உள்ளுணர்வு. இதை அடுத்து, தற்கொலை தாக்குதல் மூலம் காஷ்மீர் புல்வாமாவில் 40 பாதுகாப்புப் படையினர் பிப்ரவரி 14 அன்று படுகொலை செய்யப்பட்ட சம்பவம் நிகழ்ந்தது. மூர்க்கமான தேசிய உணர்வின் அலை மேலெழுந்து வருவதாகத் தோன்றியது.

பொதுத் தேர்தலுக்கான அறிவிப்பு வரவிருந்த நிலையில், புல்வாமா தாக்குதலுக்குப் பதிலடி கொடுக்க வேண்டுமானால் இந்தியா இன்னொரு முறை மோடி அரசுக்கு வாக்களிக்க வேண்டும் என்று பாஜக உடனடியாகப் பிரச்சாரம் செய்யத் தொடங்கியது. இதை முன்னிட்டு இந்திய ராணுவத்தின் தீரத்தை ஆளுங்கட்சியுடன் முடிச்சுப் போட்டு, ‘இந்தியா பாதுகாப்பான கைகளில் உள்ளது’, ‘இந்தியாவின் பாதுகாப்பை உறுதிசெய்யத் தாமரை சின்னத்தில் வாக்களியுங்கள்’ என்கிற வாசகங்கள் அச்சடிக்கப்பட்ட சுவரொட்டிகளைப் பாஜக வெளியிட்டது. அரசுக்குக் கூழைக்கும்பிடு

போடும் பத்திரிகைகளும் திடீரென முரட்டு தேசியவாதத்தைக் கைக்கொண்ட ஊடகங்களும் படரவிட்ட பொய்ப் பிரச்சாரம் என்னும் பனிப்படலத்தைத் தாண்டி, புல்வாமா தாக்குதல் நிகழ மிகமோசமான பாதுகாப்புக் குறைபாடுகள்தான் காரணம் என்பது அம்பலமானது. இந்திய ராணுவத்தில் நிலவிய கவலைக்குரிய பாதுகாப்புக் குறைபாடுகள் குறித்து மத்திய ரிசர்வ் போலீஸ் படையினர் 2019 செப்டம்பரில் வெளியிட்ட உள் சுற்றறிக்கை பத்திரிகையாளர்களிடம் சிக்கியது.[1] மேலும் சிக்கிய மற்றொரு டிஜிட்டல் அறிக்கை, புல்வாமா தாக்குதலில் பலியான 40 ஜவான்களில் பெரும்பாலானோர் தாழ்த்தப்பட்ட சாதிகளைச் சேர்ந்தவர்கள் என்கிற மற்றுமொரு உண்மையை அம்பலப்படுத்தியது.

> உயிரிழந்தவர்களில் 19 வீரர்கள் பிற்படுத்தப்பட்ட பிரிவினர்[2], 7 வீரர்கள் பட்டியலினத்தவர், ஐவர் பழங்குடியினர், நால்வர் உயர் சாதி வகுப்பினர், ஒருவர் உயர்த்தப்பட்ட சாதி வங்காளி, மூவர் ஜாட் சீக்கியர்கள், ஒருவர் முஸ்லிம்.

புல்வாமா தாக்குதலில் படுகாயமடைந்த ஜவான்களில் மேலும் 9 பேர் மரணமடைந்த செய்தி பிற்பாடு வெளியான அறிக்கையில் குறிப்பிடப்பட்டிருந்தது. ஆனால், இந்தச் செய்திக்கு முக்கியத்துவம் அளிக்க வேண்டாமென்று ஊடகங்கள் முடிவெடுத்தன. பொதுமக்கள் போக்குவரத்து நெரிசல் உள்ள சாலையில் அதிக எண்ணிக்கையிலான பாதுகாப்புப் படையினரை ஒரே வாகனத்தில் அனுப்பியது மிகப்பெரிய தவறு என்பது வெட்டவெளிச்சமானது.

ராணுவத்தினரைப் பலிகொண்ட இந்தத் தாக்குதலுக்குக் காஷ்மீர் பயங்கரவாத அமைப்பு பொறுப்பேற்றது. நாடு பறிகொடுத்த அந்த வீரர்களுக்கு ஆழ்ந்த இரங்கல் தெரிவிக்கப் பட்டது. நகர்ப்புறங்களில் மக்கள் இரங்கல் கூட்டங்களை நடத்தினார்கள். இவையெல்லாம் முற்றிலும் ஏற்றுக் கொள்ளப்படக்கூடியவைதாம். கொடிகள் அசைக்கப்பட்டன. வீர முழக்கங்கள் எழுப்பப்பட்டன. ஆனால் மறுபுறம், ஏதோ யுத்தம் நிகழ்ந்துகொண்டிருப்பது போன்ற போலியான தேசபக்தி தூண்டிவிடப்பட்டது. உண்மையான சோகத்தை இவையெல்லாம் மூழ்கடித்து விட்டன. ராணுவ உடை அணிந்தபடி சில செய்தி வாசிப்பாளர்களும் பேச்சாளர்களும் பழிக்குப் பழி வாங்கும் உணர்வைத் தூண்டும் விதமாகக் கூச்சலிட்டனர். இதைவிடக் கொடுமை என்னவென்றால், நாட்டின் பல்வேறு பகுதிகளில் வாழும் காஷ்மீரி மாணவர்கள் அடித்துத் துன்புறுத்தப்பட்டனர். இந்தியா மீது பாகிஸ்தான் தொடுத்த யுத்தமாகப் புல்வாமா தாக்குதல் கருதப்பட வேண்டுமே தவிர தாங்கள் செய்த காரியம்

என உள்நாட்டு பயங்கரவாதிகள் கூறியதை ஏற்கக் கூடாது என்று ஓய்வு பெற்ற இந்திய விமானப் படை அதிகாரி ஒருவர், தொலைக்காட்சி நேர்காணல் ஒன்றில் தெரிவித்தார். போருக்கு ஒப்பான இந்த நடவடிக்கைக்கு ஏற்றபடி இந்தியா பதிலடி கொடுக்க வேண்டும் என்றார் அவர்.

அரசின் பார்வையிலிருந்தும் தர்க்கத்திலிருந்தும் மாறுபட்ட நிலைப்பாட்டை ராணுவத் தலைவர்கள் எடுப்பதுண்டு. நவீன ஜனநாயகத்தில் அனைத்து நிறுவனங்களுக்கும் தனிப்பட்ட அதிகார வரம்புகள் உள்ளன. அவற்றின் செயல்பாட்டை நிர்ணயிக்கும் தனி விதிகளும் உண்டு. அவற்றுக்கெனத் தனிப் பண்பாடும் உண்டு. இவற்றின் அடிப்படையில் ஆராய்ந்து அவரவர் சில முடிவை எடுப்பர். நடந்த சம்பவத்தை ராணுவக் கண்ணோட்டத்தில் மதிப்பீடு செய்வது பாதுகாப்புப் படைக்கு வழக்கம். இருந்தாலும் அவர்கள் தேர்ந்தெடுக்கப் பட்ட அரசாங்கத்தின் அறிவுறுத்தலுக்குச் செவி சாய்த்துக் கீழ்ப்படிவார்கள். புல்வாமா தாக்குதலைப் பொறுத்தவரை அரசாங்கத்தின் கவலைகளும், ஆளுங்கட்சியின் விருப்புகளும், ஊடகங்கள் வெளியிட்ட தகவல்களும் ஒன்றோடு ஒன்று ஒத்துப்போகவே செய்தன. ஆகவேதான் அதிகாரப்பூர்வமில்லாத மிகையான அறிவிப்புகளும் அரசாங்கத்தின் மவுனமும் மறுப்புகளும் ஊடகங்கள் ஊதிப் பெரிதாக்கிய உணர்வலைகளும் கலந்து ஒருவிதமான யுத்த வெறியைத் தூண்டிவிட்டன. ஜனநாயகத்தின் மீதும், நாகரிகமான நெறிமுறைகள் மீதும் கொண்டிருக்கும் நம்பிக்கை தேயவே வெறி ஏறியது. பாதுகாப்பு குறைபாடுகளாலும் புலனாய்வுப் பிரிவு தோற்றுப்போனதாலும் அரசாங்கத்தின் பொறுப்பற்ற முரட்டுத்தனத்தாலும்தான் பாதுகாப்புப் படையினரை இழக்க நேரிட்டது என்ற உண்மை மூடி மறைக்கப்பட்டது. சாதியம் வேரூன்றிய நம் சமூகத்தில் போராக இருந்தாலும், அன்றாட வாழ்க்கையாக இருந்தாலும், மிக அபாயகரமான, கடுமையான வேலைகளை எடுத்துச் செய்யக் கூடியவர்களே மோதல் மூளக்கூடிய பகுதிக்குள் தள்ளப்படுகிறார்கள்.

நடந்த சம்பவத்துக்கு இந்திய விமானப்படை பிப்ரவரி 26 அன்று ராணுவ பதிலடி கொடுத்தது. கட்டுப்பாட்டு எல்லைக் கோட்டைத் தாண்டி மீறிப் பாகிஸ்தானுக்குள் நுழைந்து வான்வழித் தாக்குதல் நடத்தியது. 'பயங்கரவாதிகள் பயிற்சி முகா'மைத் தாக்கியதாக அறிவித்துக் கொண்டது. சில நாட்கள் கழித்து, நிகழ்ச்சி ஒன்றில் பங்கேற்ற பிரதமர், "உள்ளும் புறமும் உள்ள இந்தியாவின் எதிரிகளுக்கு மரண பயத்தைக் காட்டிவிட்டோம். உள்ளும் புறமும் என்பதை மீண்டும் சொல்கிறேன். அச்சம்

இருப்பது நல்லது”[3] என்று அறிவித்தார். அதிகார அத்துமீறலை ராணுவச் செயல்பாட்டுடன் முடிச்சுப் போட்டது, தேர்தலைக் குறிவைத்துக் காய் நகர்த்தியது, நாடகம் நடத்தியது என்பதை யெல்லாம் தாண்டி ‘உள்நாட்டு எதிரி’களுக்கு எதிராக நாட்டின் உயர்ந்த பீடத்திலிருந்து மிரட்டல் விடுக்கப்பட்டது. அதாவது தற்போதைய அரசு எதிரியாகக் கருதுபவர்களுக்கு.

இந்திய ராணுவத்துக்கென்று தனிக் கலாச்சாரம் உண்டு. ராணுவம், சமயச் சார்பற்றது. அந்தச் சொல்லின் பழைய பொருளில் மதம் வேறு, அரசு வேறு, அதில் ராணுவம் ஒரு அங்கம் என்னும் பொருளில். அனைத்து சமயங்களும் சமம் எனும் சர்வதர்ம சமபாவம் என்பதற்கும் இதற்கும் வேறுபாடு உள்ளது. பாகிஸ்தானில் இந்த வேறுபாடு கிடையாது. நெடுங்கால மாக அதன் பாதுகாப்புப் படை தடுத்தாட்கொள்ளும் நடைமுறைகள் இன்றியே இருந்து வந்துள்ளது. இதில் கசப்பான முரண் என்னவென்றால் பாகிஸ்தானுக்கு வாடிக்கையாகவே கடும் கண்டனம் தெரிவிக்கும் அரசியலர்கள் பாகிஸ்தானின் மாதிரியைத்தான் பின்பற்றுகின்றனர். இந்தியாவின் சமயச் சார்பற்ற அரசியலமைப்பை அவர்கள் பின்பற்றுவதில்லை. நமது எதிரியாகப் பாகிஸ்தான் இருக்கும்போதெல்லாம் நமக்குள் நாட்டுப்பற்று மிக எளிதாகப் பொங்கி எழுகிறது. இலங்கை அல்லது நேபாளம் ஒருபோதும் நமக்குள் அத்தகைய உணர்வைத் தூண்டிவிடுவதில்லை. ஏனென்றால் இங்கு உள்நாட்டு, வெளிநாட்டு எதிரி என்றாலே அது முஸ்லிம்தான்.

தேசியவாதம் என்றால் என்ன? தேசியவாதத்துக்கும் யுத்தத்துக்கும் இடையில் என்ன தொடர்பு? தேசியவாதத்துக்கும் மதத்துக்கும் என்ன தொடர்பு? தேசியவாதத்துக்கும் ஆண்மைக்கும் என்ன தொடர்பு? தேசியவாதம், ஆண்மை மற்றும் பாலினத்துக்கும் என்ன தொடர்பு? நவீன சமயச் சார்பற்ற ஜனநாயக அமைப்புகள் இந்த இணைப்புகளை எவ்வாறு நிறுவனமயமாக்குகின்றன? காலம், சூழலுக்கு ஏற்ப இவற்றுக்கான பதில்கள் மாறுபடும் என்பதை அறிந்தே இந்தக் கேள்விகளை எழுப்புகிறேன். ஆனால், இன்றைய காலச்சூழலில் இவற்றுக்கு இடையிலான தொடர்பு, ஜனநாயகம், சமயச் சார்பின்மை உள்ளிட்ட நமது அடிநாதமான மதிப்பீடுகள் மீது செலுத்தும் தாக்கம் ஆகியவற்றைத் தீவிர விசாரணைக்கு உட்படுத்த வேண்டி யிருக்கிறது.

சமகால முதலாளித்துவ உலகில் யுத்தம் என்பது யதார்த்தம் என்றாகிவிட்டது. ஆயுத வியாபாரம் இலாபகரமானது என்பதாலேயே உலகின் ஏதோவொரு பகுதியில் போர்கள்

வேண்டுமென்றே தூண்டிவிடப்படுகின்றன. இயற்கை வளங்களைக் கைப்பற்றுவதும் கட்டுப்படுத்துவதும் போர்கள் தொடுப்பதற்கான முக்கியத் தூண்டுகோலாக உள்ளன. ஆனால், இதில் மக்களைக் கொல்வதாகவும் யுத்தம் உள்ளது. இந்த நோக்கத்தை மூடி மறைப்பதற்காக இன்றைய உலகில் போர்கள் பொய்களின் மேல் கட்டியெழுப்பப்படுகின்றன. இந்தியா-பாகிஸ்தான் போர் 1971இல் நிகழ்ந்தபோது நான் கேம்பிரிட்ஜ் பல்கலைக்கழகத்தில் இளநிலைப் பட்டம் படித்துக் கொண்டிருந்தேன். நான் படித்த மகளிர் கல்லூரியில் அயல்நாட்டு மாணவர்கள் அனைவரும் அக்கம்பக்க அறைகளில் தங்கவைக்கப்பட்டிருந்தோம். இதனால் அந்தப் பகுதிக்கு 'இந்தியா-பாகிஸ்தான் பகுதி' என்று பெயர் சூட்டப்பட்டது. நாங்கள் கிட்டத்தட்ட ஒரே மாதிரியான மொழியைப் பேசினோம். இந்திய மாணவிகள் இந்துஸ்தானி பேசினோம். அது அவர்களுடைய 'உருது' மொழிக்கு நெருக்கமாக இருந்தாலும் இரண்டும் ஒன்றல்ல.

1971இல் நடந்தது தீவிரமான யுத்தம். அந்தச் சமயத்தில் இரு நாடுகளின் வசமும் அணு ஆயுதங்கள் இல்லை. ஆனாலும் போர் குறித்து வானொலியில் ஒலிபரப்பான செய்திகளைக் கேட்டு இரு தரப்பிலும் அப்பாவி மக்கள் குண்டு வீசிக் கொல்லப்படுவார்களோ என்று அஞ்சினோம். கராச்சி, மும்பை இரண்டுமே தாக்கப்படும் சூழல் நிலவியது. இருப்பினும் எங்களுக்கு இடையிலிருந்த தோழமை கொஞ்சமும் குலையவில்லை. குடும்பங்களை விட்டு நெடுந்தொலைவு வந்துவிட்ட நாங்கள் அனைவரும் எங்கள் கவலைகளைப் பரஸ்பரம் பகிர்ந்துகொள்ளவே செய்தோம். எங்களது கலாச்சாரமும் நன்றாகவே இருந்தது. புல்வாமா தாக்குதலுக்குப் பிறகு ஆக்ஸ்போர்டு பல்கலைக்கழகத்தில் படித்து வந்த இந்திய, பாகிஸ்தான் மாணவர்கள் பதற்றத்தைத் தணிக்க அழைப்பு விடுத்தார்கள் என்ற செய்தி வெளியானது.[4] இந்தச் செய்தி என்னுடைய கல்லூரி நாட்களின் நினைவலைகளைக் கிளறியது. போரை எதிர்கொண்டபோது அமைதி திரும்ப வேண்டி வெளிநாடு வாழ் இந்தியர்களும் பாகிஸ்தானியர்களும் நட்புடன் இணக்கமாக இருந்த நாட்கள் நிழலாடின.

இதனால்தான் தேசபக்தி என்ற பெயரில் பாகிஸ்தானுக்கு எதிராகத் தூண்டிவிடப்படும் யுத்த வெறி எனக்கு எப்போதுமே கொஞ்சம் செயற்கையாகத் தோன்றுகிறது. அதுவும் இந்த முறை வேறு மாதிரியான வெறி தூண்டிவிடப்பட்டது. ஏதோ முஸ்லிம் எதிரிகளுக்கு எதிராக இந்துக்கள் தொடுக்கும் போர் என்பதாகப் பரப்பப்பட்டது. இந்திய முஸ்லிம் மக்களுக்கு எதிராக வெறுப்பு கொழுந்துவிட்டு எரியவைக்க அவர்கள் 'உள்நாட்டு எதிரி' என்று முத்திரை குத்தப்பட்டது. எல்லா மதங்களிலும்

உள்ள முற்போக்காளர்களையும் சமயச் சார்பற்றவர்களையும் முஸ்லிம்களையும் நோக்கி 'பாகிஸ்தானுக்குப் போ' என்ற கோஷம் முன்வைக்கப்பட்டது. தன் குடிமக்கள் மீது ஆதிக்கம் செலுத்துவதற்கான கருவியாக அரசாங்கம் போரைத் தெள்ளத் தெளிவாகப் பயன்படுத்தியது. வெளிநாட்டு எதிரி–உள்நாட்டு எதிரி என்கிற சொல்லாட்சியைக் கையாள்வதை இந்துத்துவக் கொள்கையின் தீவிரமான, மென்மையான ஆதரவாளர்கள் என இரு தரப்பினருமே கைக்கொண்டனர். இந்து–முஸ்லிம் அமைதி கோருபவர்களெல்லாம் தேசத்துரோகிகள் பட்டியலில் சேர்க்கப்பட்டார்கள்.

கலவரம் மூளக்கூடிய பகுதிகளில் வாழும் அப்பாவி ஆண்களையும் பெண்களையும் குழந்தைகளையும் போர் சூறையாடும் என்பதால் பெண்ணியவாதிகள் எப்போதுமே போரை எதிர்த்திருக்கிறார்கள். ஆண்களால் தொடுக்கப்படும் போரின் விளைவை அதிகம் எதிர்கொள்ள நிந்திக்கப்பட்டவர்கள் பெண்களே. போரில் குடும்பத் தலைவர் மரணமடைய நேரிட்டால் குடும்பம் வறுமையில் வாடும். வசிப்பிடமும் வாழ்வாதாரமும் சிதைந்துபோகும். உயிர் தப்பியவர்களும் படுகாயப்பட்டு நோய்வாய்ப்பட்டு அவதிப்படும் நிலைக்குத் தள்ளப்படுவார்கள். ஆயுதப் படையினர் மேற்கொள்ளும் கொடூரமான தாக்குதல்களை இந்தியப் பெண்ணியவாதிகள் எதிர்த்து வருகிறார்கள். குறிப்பாகக் காஷ்மீர் மற்றும் வடகிழக்குப் பகுதி வாழ் பெண்கள் மீது ராணுவத்தினர் ஏவும் வன்முறைத் தாக்குதலுக்குக் கடும் கண்டனம் தெரிவித்துள்ளனர். அண்மைக் காலமாக நிலப்பரப்பு சார்ந்த ஆவேசம், போரைத் தூண்டக் காரணமாக இருக்கும் இன தேசியவாதம் ஆகியவற்றிற்குப் பின் உள்ள காரணிகளையும் அவர்கள் கேள்விக்கு உட்படுத்துகிறார்கள்.[5]

மறுமுனையில் ஆர்எஸ்எஸ்ஸும் அதன் இந்துத்துவத் திட்டமும் இதுவரை பெண்களை நிஜமான போர்க்களத்தில் துணை நிற்க அழைத்ததில்லை. மாறாக 'அந்நிய மற்றும் உள்நாட்டு எதிரிகளை'ப் பந்தாட ஆண்மையை உசுப்பேத்திவிட மட்டுமே பெண்களைப் பயன்படுத்திக்கொள்கிறது. 80களின் இறுதியில் ரத யாத்திரையை எல்.கே. அத்வானி நடத்திய போது சத்வி ரிதம்பரா கலவரம் தூண்டும் விதமாக உரை நிகழ்த்தியதைப் பார்த்தோம். அந்த யாத்திரை 1992இல் பாபர் மசூதி தகர்ப்பில்போய் முடிந்தது. பிறகுகூடப் பாஜகவும் அதன் சகோதர அமைப்புகளும் 'அந்நிய மற்றும் உள்நாட்டு எதிரிகளுக்கு' எதிரான போரைத் தூண்டிவிடப் பெண்களை நியமித்தன. கடந்த இருபது ஆண்டுகளாக, 2002 குஜராத் கலவரத்தின்போதும்,

வெறுப்பு அரசியலை உத்தரப் பிரதேசத்தில் தூண்டிவிடவும் பெண்கள் அதிக அளவில் நியமிக்கப்பட்டனர்.

1930களில் ஜெர்மனி நாஜிக்கள் செய்ததைப் போலவே நாடு இழந்த மகத்துவத்தை மீட்டெடுக்கவே உள்நாட்டு எதிரிகளைக் கொன்று குவிப்பதாக இந்துத்துவவாதிகள் வன்முறை வெறியாட்டத்தையும் கொடூரத் தாக்குதல்களையும் நியாயப்படுத்துகின்றனர். முதலாம் உலகப் போரில் எதிர் கொண்ட படுதோல்வி, பொருளாதார வளர்ச்சியில் ஏற்பட்ட சறுக்கல், மூன்றாம்தர ஏகாதிபத்திய சக்தியாக்கப்பட்ட பொறுமல் இவை அத்தனையும் சேர்ந்து நாஜிக்களுக்கு ஆதரவளிக்கும் உணர்ச்சிக் கொந்தளிப்பை ஜெர்மானியர்களுக்கு உண்டாக்கியது. அதேநேரத்தில் ஜனநாயக முறைப்படிதான் நாஜிக்கள் ஆட்சியைப் பிடித்தார்கள் என்பதை நாம் நினைவில் கொள்ள வேண்டும். இந்தியாவை ஆண்ட அந்நியர்களின் வரலாற்றில் பிரிட்டிஷ் ஆட்சியைவிடவும் முகலாயரின் படையெடுப்பையே வெட்கக்கேடாக இந்துக்கள் கருதுகின்றனர்.

தற்கால உலகில் வணிகக் காரணிகள்தாம் தேசபக்தியைத் தீர்மானிப்பதில் பெரும் பங்கு வகிக்கின்றன. இதை நான் 2019இன் இறுதியில் வியட்நாம் சென்றிருந்தபோது புரிந்து கொண்டேன். அமெரிக்காவிடமிருந்து வியட்நாம் விடுதலை அடைவதற்கான போர் என்று 70களில் நமக்கு உத்வேகம் ஊட்டியது. ஆனால், அந்தப் போர் இருநாடுகள் மீண்டும் ஒன்றிணைவதற்கானதுதான் என்று சொல்லப்படுவதைக் கேட்டு அதிர்ந்துபோனேன். அமெரிக்கச் சுற்றுலாவாசிகளைக் கவர்ந்திழுக்கவும் இளம் தலைமுறையினரின் கனவுகளைத் தூண்டவும் ஒரு புரட்சிகரமான போர் காட்சிப் பொருளாகத் தேசபக்தர்களால் மாற்றப்பட்டுவிட்டது. இதில் கொடுமை என்னவென்றால் இன்றைய சந்தை, அதிலும் உலகெங்கிலும் பரவியிருக்கும் சமூக ஊடகங்களினால் உருவாக்கப்பட்ட சந்தை, தங்களது வீச்சை அதிகரிக்க நேரடியாகவோ மறைமுக மாகவோ வெறுப்பரசியலைப் பயன்படுத்தத் தயங்குவதே இல்லை. உதாரணத்துக்கு, தன்னுடைய ஆணாதிக்க வலைப்பின்னலைக் கொண்டு இனவெறியைத் தூண்டிவிட இந்துத்துவம் சமூக ஊடகங்களையும் பயன்படுத்துகிறது; கார்ப்பரேட்டின் ஆதரவையும் பெறுகிறது. அதிலும் சமூக ஊடகத் தளங்களை நடத்தும் கார்ப்பரேட் முதலாளிகள் இனவெறியைப் பரப்பவே பிரத்தியேகக் கொள்கைகளையும் கணினி அல்காரிதம்களையும் வகுத்துள்ளார்கள்.

அரசியல் நெடி வீசும் தேசவெறி பரவியிருக்கும் இன்றைய இந்தியாவில் சமாதானம் பேச முயல்வதே பலவீனமான

அணுகுமுறையாக மட்டுமல்லாது தேச விரோதமாகவே முத்திரை குத்தப்படுகிறது. ஊடகங்களும் ஒரு சில அரசு செய்தித் தொடர்பாளர்களும் இப்படியொரு பட்டத்தைப் பிரபலமாக்கிவிட்டனர். கார்கில் போரில் கொல்லப்பட்ட ராணுவ வீரரின் 21 வயது மகள் குர்மேகர் கவுர். இவர், 'என் தந்தையைக் கொன்றது பாகிஸ்தான் இல்லை . . . போர்தான்' என்று பதாகை தூக்கி நின்ற பதிவு 2016இல் சமூக ஊடகங்களில் வைரலானது. இரண்டு வயதில் தந்தையைப் பறிகொடுத்த போது எவ்வளவு கொடுமையாக இருந்தது என்பதை அவர் விவரித்தார். இதனால் சிலகாலம்வரை தான் பாகிஸ்தானியர்களையும் முஸ்லிம்களையும் வெறுத்ததாகவும் குறிப்பிட்டார். அரசு பயங்கரவாதத்துக்கும், அரசு கண்காணிப்பதற்கும், வெறுப்பரசியலை அரசு தூண்டிவிடுவதற்கும் முற்றுப்புள்ளி வைக்கப்பட வேண்டும் என்றும் கூறும் பதாகைகளையும் அவர் ஏந்தி நின்றார்.[6]

இதற்காகக் குர்மேகர் கவுர் சமூக ஊடகங்களில் கடுமை யாக அவமானப்படுத்தப்பட்டார். தேசத்துரோகி என முத்திரை குத்தப்பட்டார். பாலியல் வன்புணர்வு மிரட்டல்களும் வந்தன. மோடி அரசு ஆதரவாளர்கள் சிலரின் வழக்கமான கைவரிசையாக இவை மாறிவிட்டன. இந்தச் சம்பவம் என்னைக் கலங்கடித்தது. ஓர் இளம் பெண், அதுவும் தந்தையை இழந்தவர் தனது வலிகளைப் பகிர்ந்துகொண்டார். கோபத்திலிருந்தும் வெறுப்பிலிருந்தும் வெளியேறிச் சமாதானத்துக்காக அவர் ஏங்கினார். அப்படிப்பட்டவருக்கு இவ்வளவு இழிவாகக் கண்டனம் தெரிவிக்கும் மனநிலை எத்தகையது? இந்தக் கேள்வியை எனது உறவினர்களின் வாட்ஸ் அப் குழுவில் எழுப்பினேன். ஆச்சரியம் என்னவென்றால் என் கருத்தை ஒருவர்கூட ஆமோதிக்கவில்லை.

ஜெய்ஷ்–இ–முகமது தலைவர் மசூத் அசார் ஒரு சர்வதேச பயங்கரவாதி என்று ஐநா பாதுகாப்பு அவையில் இந்தியா தீர்மானம் நிறைவேற்ற முயன்றபோது சீனா தனது வீட்டோ அதிகாரம் கொண்டு அதைத் தடுத்த சம்பவம் நிகழ்ந்தது. அப்போது என்னுடைய உறவினர்களின் வாட்ஸ் அப் குழுவில் இடம்பெற்றிருந்த உறுப்பினர்களில் சிலர் சீனப் பொருட்களைப் பகிஷ்காரம் செய்ய அழைப்பு விடுத்தனர். தங்களது தேசபக்தியைப் பொதுவில் நிரூபிக்கத் துடிக்கும் மனநிலை தற்போது நிலவுவதற்கான அறிகுறியே இதுபோன்ற சம்பவங்கள். அதிலும் அண்மைக் காலங்களில் இந்தப் போக்கின் வீரியம் அதிகரித்துவருகிறது. பொதுமக்கள் சிலரைத் தேசபக்திக் காவலர்கள் 'பாரத் மாதா கீ ஜே' சொல்லச் சொல்லித்

துன்புறுத்தும் சம்பவங்களை அடிக்கடி பார்க்க முடிகிறது. பல நேரங்களில் தேசபக்திக்கான அடையாளங்கள் இந்து மதத்திற்கான ஆளுமைகளுடன் குழப்பிக் கொள்ளப்படுகிறது. அபனீந்திரநாத் தாகூர் தீட்டிய 'பாரத மாதா' ஓவியம் பற்றி அறிஞர்கள் பலர் எழுதியிருக்கிறார்கள். துறவியின் தோற்றத்தில் காட்சியளிக்கும் பாரதத் தாய் நான்கு கைகள் கொண்டவராக, ஒரு கையில் புத்தகம், இரண்டாவது கையில் ஜெப மணிகள், மூன்றாவதில் கதிர்க் கட்டு, நான்காவதில் வெள்ளைத் துணி சகிதமாக நிற்பார்.[7] அனைவரையும் உள்ளடக்கும் பண்பை ஓரளவேனும் கொண்ட பாரதத் தாயின் வடிவம் அது. ஆனால், 2016இல் வடிக்கப்பட்ட பாரதத் தாய் உயர் சாதிப் பெண்ணின் ஜாடையில், சண்டைக்குத் தயாராக இருக்கும் தோரணையில் சிங்கத்தின் மீது வீற்றிருந்தார். அவருக்குப் பின்புறத்தில் இந்திய வரைபடமும் தேசியக்கொடியும் காணப்பட்டன. யார் உயரமாகத் தேசியக் கொடியைக் கம்பத்தில் பறக்கவிடுகிறார்கள் என்கிற போட்டி வேறு மாநில அரசுகளுக்கு இடையில் நடந்துகொண்டிருக்கிறது. 2015இல் சத்தீஸ்கர் மாநில தலைநகரமான ராய்ப்பூர் சென்றிருந் தேன். அங்கு நெடுநெடுவென உயர்ந்து நின்ற கம்பத்தில் தேசியக்கொடி படபடத்தது கண்டு அதிர்ந்துபோனேன். 'பெரியது சிறந்தது' என்கிற வீறாப்பான தேசபக்தியும் பாரதத் தாய் கொண்டாடப்படும் விதமும் ஆண்மையைப் பறைசாற்றுவ தாக இல்லையா?

இந்தப் பகுதியை எழுதுகையில் என்னைச் சுற்றிப் பரபரப் பாக நடந்துகொண்டிருந்த சம்பவங்களுடன் என்னைத் தொடர்புப்படுத்தி எழுத நினைத்தேன். அப்போது மத்திய அரசு ஐந்தாண்டு ஆட்சியை நிறைவு செய்யும் தறுவாயிலிருந்தது. ஆட்சியைக் கைப்பற்றியதிலிருந்தே அவர்கள் தங்களை 'உண்மையான' தேசபக்தியின் காவலர்களாக முன்னிறுத்தி வந்தார்கள். 2016 ஜனவரியில் பதான்கோட்டிலும், 2016 செப்டம்பரில் ஊரி நகரிலும், 2019 பிப்ரவரியில் புல்வாமாவிலும் நிகழ்த்தப்பட்ட தாக்குதல்கள் யாவும் தீவிர தேசியவாத முழக்கங்களுக்கான தருணங்களாகவே அமைந்தன. பாகிஸ்தானின் அரசு பயங்கரவாதத்துக்கு எதிராகத் தனது வலிமையைக் காட்டி இந்திய அரசு கொடுத்த பதிலடியாக இவை முன்னிறுத்தப்பட்டன. இத்தகைய தேசபக்தி கர்ஜனையை 56 அங்குல மார்பை நிமிர்த்தியபடி பிரதமரே எழுப்பினார். இத்தகைய முரட்டுத்தனமாக ஆணாதிக்க வாய் வீச்சுக்கு இந்தியப் பெண்கள் பலரும் தூபம் போட்டனர். அப்போது தொடங்கிய தேசபக்தி முழக்கம் புல்வாமா தாக்குதலுக்குப் பிறகு போர்க்குணமிக்க இந்து தேசபக்தியாக உருவெடுத்தது.

இழிவான போக்கென்றும் சூழ்ச்சியென்றும் பாஜகவின் அரசாட்சியை எவ்வளவுதான் விமர்சகர்கள் கருதினாலும் அவர்களது இந்த உத்தி அபாரமாக வேலைசெய்தது என்பதை மறுப்பதற்கில்லை.

மகாராஷ்டிரத்தில் சில ஆண்டுகளுக்கு முன்பு நிகழ்ந்த மராத்தா கிளர்ச்சியை இந்துத்துவப் போக்கின் வெளிப்பாடு என்று திட்டவட்டமாகச் சொல்லாம். அதில் பெண்கள் தலைப்பாகை அணிந்து கையில் கொடிகள் ஏந்தியபடி ஊர்வலம் சென்றார்கள். முகலாயர்களையும் பிரிட்டிஷார்களையும் எதிர்த்துச் சண்டையிட்ட 17ஆம் நூற்றாண்டு மராத்திய மன்னர் சத்ரபதி சிவாஜியின் வீர தீரத்தைப் போற்றும் விதமாக முன்னெடுக்கப்பட்ட ஊர்வலம் அது. யுத்த வெறி பிடித்த ஆண்மைக்கு ஆதரவு அளிப்பதாக அந்தக் கூட்டம் மாற வில்லை என்பது ஆறுதல் அளிக்கிறது. ஆனாலும் பெண்களின் உண்மையான தேவைகளோ, பெண் விடுதலைக்கான யத்தனிப்போ அதில் துளியளவும் வெளிப்படவில்லை. அந்த ஊர்வலத்தின் இலக்காக முஸ்லிம்களுக்குப் பதில் தலித்துகள் இருந்தார்கள். முஸ்லிம்களுக்கு எதிராக நிற்கும்போது இந்துத் தீவிரவாதிகள் ஆவேசம் கொண்டவர்களாக மாறி விடுகிறார்கள். 'மராத்தா அந்தோலன்' அமைப்பு அநீதிக்குத் துதிபாடும் சாதிய உணர்வுகளுக்கு ஆதரவு தெரிவிக்கிறது. இத்தனைக்கும் மகாராஷ்டிரம் தனி மாநிலமாகப் பிரிக்கப்பட்ட 1960இலிருந்து அதிகாரம் படைத்தவர்களாக அங்கு நிலைபெற்றிருப்பவர்கள் மராத்தியர்கள்தான். ஆதிக்கம் செலுத்தும் சமூகப் பிரிவினராக விளங்கினாலும் பாதிக்கப்பட்ட தரப்புபோலத் தங்களை இந்த அமைப்புகள் முன்னிறுத்திக் கொள்கின்றன.

வெளிநாட்டு வாழ் இந்தியக் குடிமகளாகத் தொலைவி லிருந்தபடி யுத்தங்களின் விளைவுகளுக்குச் சாட்சியாக இருந்தவளாக இதனை எழுதியுள்ளேன். இத்தகைய பொதுப்புத்திக்கும் கருத்தாடலுக்கும் அடிநாதமாக வீற்றிருக்கும் ஆணாதிக்கத்தையும் பெண் வெறுப்பையும் ஒரு பெண்ணாக அவதானித்திருக்கிறேன். ஓங்கி ஒலிக்கும், ஒதுக்குதலைத் தூக்கிப்பிடிக்கும், வெறுப்பை உமிழும் முகம் கொண்ட இந்து மதத்திலிருந்து இந்துவாகப் பிறந்தது குறித்து எவ்வாறு கூனிக் குறுகிப்போகிறேன் என்பதை எழுத முயல்கிறேன். ஆனாலும் நான் வெளிப்படுத்தும் எதிர்வினையைக் காட்டிலும் இந்து மதமும், இந்துத்துவ தேசியவாதமும், யுத்தமும் ஆழ வேரூன்றியவை, சிடுக்கானவை, அதிர்ச்சியூட்டுபவை. நான் இந்தியா-பாகிஸ்தான் பிரிவினை மற்றும் இந்தியாவின் விடுதலைக்குப் பிறகு பிறந்தவள் என்பதால் நாம் பேசவிருக்கும் சிக்கலை முழுமையாகப்

புரிந்துகொள்ள இந்நாட்டின் வரலாற்றைப் பின்னோக்கிப் பார்வையிடவேண்டும்.

இந்தியா விடுதலை அடைந்த காலகட்டத்தில் பிறந்த என்னைப் போன்றவர்கள் மிகவும் சிரமப்பட்டு உருவாக்கப்பட்ட சமயச் சார்பற்ற சமூகச் சூழலில் வளர்க்கப்பட்டோம். சமயச் சார்பற்ற நிறுவனங்கள் கட்டி எழுப்பப்பட வேண்டியிருந்தன; சமயச் சார்பற்ற உணர்வு வளர்த்தெடுக்கப்பட வேண்டியிருந்தது. பாதுகாப்புத் துறையிலும், கல்விப் புலத்திலும், பண்பாட்டு தளத்திலும், சமயச் சார்பற்ற நிறுவனங்கள் அப்போது உருவாக்கப்பட்டன. வலதுசாரி சக்திகளால் இன்று தாக்கப்படும் முற்போக்குக் கொள்கை கொண்ட உயர்கல்வியும் அறிவியல் ஆராய்ச்சிகளும் இந்த முயற்சிகளின் விளைவுகள்தாம். சமயச் சார்பின்மை தொடர்பான திரைப்படங்களும் அதற்கேற்ற இசையும் படைக்கப்பட்ட காலகட்டம் அது. 'நேருவின் கொள்கை' என்று தற்போது குறிப்பிடப்படும் இந்தச் செயல்முறை கடந்த இரு பதிற்றாண்டுகளாகப் பல்வேறு தரப்பினரால் விமர்சிக்கப்பட்டுவருகிறது. புதிய தாராளவாத மாதிரியை முன்னிறுத்துவோர் பொருளாதார விவகாரங்களில் அரசு அதிகப்படியாகத் தலையிடக் கூடாது என்கின்றனர். கலப்புப் பொருளாதாரக் கொள்கை தொழில்நுட்பத் துறையில் புதுமைகள் உருவாக வழி வகுக்கவில்லை என்றும் உற்பத்தித் தொழில் துறையை விரிவாக்கவோ வேலைவாய்ப்புகளை அதிக அளவில் உருவாக்கவோ உதவவில்லை என்றும் விமர்சிக்கின்றனர். மறுபுறம் அரசு இயந்திரத்தின் வசம் அதீத அதிகாரம் குவிக்கப்படுவதைப் பெண்ணியவாதிகளும் தலித் அமைப்புகளும் அம்பேத்கரியர் களும் எதிர்க்கிறார்கள். அரசு இயந்திரங்களில் பிராமணிய ஆணாதிக்க மனோபாவம் படைத்தவர்கள்தாம் ஆதிக்கம் செலுத்துகிறார்கள் என்பதாலேயே இந்த வாதம் முன்வைக்கப்படு கிறது. இதனால் நமது சமூகத்தில் ஏற்கெனவே வேரூன்றியிருக்கும் சமூக ஏற்றத்தாழ்வுகளும், சாதி–பாலினப் படிநிலைகளும், மீளுருவாக்கம் செய்யப்படுவதாகவும் குற்றம் சாட்டப்படுகிறது.

நேருவின் கொள்கை சார்ந்த திட்டங்களுக்கு எதிரான இத்தகைய விமர்சனங்களை வலதுசாரி இந்துத்துவ சக்திகளின் குற்றச்சாட்டு மூழ்கடித்துவிட்டது. நேரு இந்தியாவில் வாழ்ந்த முஸ்லிம்களைத் 'திருப்திப்படுத்த' முயன்றார் என்ற குற்றச்சாட்டை இந்துத்துவ சக்திகள் முன்வைக்கின்றன. வெளியுறவுக் கொள்கையில் உறுதிப்பாடோ, திடமோ இல்லாமல் பாகிஸ்தான், சீனா தொடர்பாக வலுவான வெளியுறவுக் கொள்கை வகுக்க நேரு தவறினார் என்பது அவர்களது குற்றச்சாட்டு. பாஜகவின் தலைமைப் பீடத்தில் உள்ள தலைவர்கள்கூட 'நேரு வம்சத்தின்

எழுபது ஆண்டுக் கால மோசமான ஆட்சி' என்று சொல்லியே குட்டையைக் குழப்பும் வேலையைச் செய்துவருகிறார்கள். இதனால் நேரு எதற்காக நிந்திக்கப்படுகிறார் என்பதே நமக்குக் குழப்பமாகிவிடுகிறது.

இந்நிலையில், சமயச் சார்பின்மையைச் செதுக்கி அதன்படி இந்தியாவில் பல நிறுவனங்களை நிறுவிய குழுவின் தலைவராக நேருஎவ்வாறு திகழ்ந்தார் என்பதைப் புரிந்துகொள்ள விடுதலைக்கு முந்தைய காலத்தை மீள் பார்வையிட வேண்டும்.

டாக்டர் அம்பேத்கர் 1946இல் எழுதிய 'பாகிஸ்தான் குறித்த சிந்தனைகள்'[8] *(Thoughts on Pakistan)* புத்தகத்தில் 'இந்து தேசியம்' என்ற சொல்லைப் பயன்படுத்துகிறார். இந்தியாவின் பிரிவினைக்கு ஆதரவான, எதிரான வாதங்களைச் சமரசமின்றி அலசும் புத்தகம் இது. இந்து, முஸ்லிம் யாருடனும் தன்னை அடையாளப்படுத்திக் கொள்ளாமல் இரு தரப்பினரிடையே ஆழமாக வேரூன்றியிருந்த கசப்புணர்வை, அவநம்பிக்கையை அம்பேத்கர் இதில் குறிப்பிட்டார். இவர்களுக்கிடையிலான மோதலின் தாக்கம் பிரிட்டிஷ் ராஜ்ஜியத்திலிருந்து தன்னை விடுவித்துக்கொண்ட இந்தியாவின் நிர்வாகத்திலும் ராணுவத்திலும் அரசியல் தளத்திலும் ஏற்படுத்தக்கூடிய விளைவுகளையும் துல்லியமாகச் சுட்டிக்காட்டினார். பல்வேறு நிர்வாக அமைப்புகளில் தாங்கள் கணிசமான பிரதிநிதித்துவத்தைப் பெறவும் அரசியல்ரீதியாகக் குறிப்பிட்ட சலுகைகளை ஈட்டவும் முஸ்லிம்கள் விடாப்பிடியாகவும் முரட்டுத்தனமாகவும் செயல்பட்டனர் என்று அம்பேத்கர் பதிவு செய்திருந்தார். அதேநேரம் பெரும்பான்மை ஆதிக்க சக்தியான இந்துக்களின் முன்னெடுப்புகளுக்கான எதிர்வினைதான் முஸ்லிம்களின் இத்தகைய கோரிக்கை என்பதை சாவர்கரை மேற்கோள்காட்டி வாதிட்டார். பிரிட்டிஷாரின் பிரித்தாளும் சூழ்ச்சியின் மீது மட்டும் அம்பேத்கர் பழி சுமத்தவில்லை. (அதுவும் ஒரு காரணம் என்பதையும் அவர் மறுக்கவில்லை.) பிரிக்கப்படாத இந்தியாவில் சமாளிக்க முடியாத அளவுக்கு ஏற்கெனவே பிளவுகள் ஆழமாக வேரோடியுள்ளன என்பதை அவர் காட்டினார். வட மேற்கு எல்லை மாகாணத்திலும் பஞ்சாபிலும் உருவாக்கப்பட்ட ராணுவ அணியினரில் பெரும்பான்மையினர் முஸ்லிம்களாக 1930இல் இருந்ததற்கான ஆதாரத்தை அதிகாரப்பூர்வமான ஆவணங்கள் வழி நிறுவினார். அதன் பிறகு ராணுவத்தில் இணைக்கப்பட்டவர்களின் சமூகப் பின்னணியை பிரிட்டிஷார் வெளியிடவில்லை என்பதையும் கண்டறிந்தார். பாகிஸ்தானில் ராணுவத்துக்கு உச்சபட்ச அதிகாரம் அளிக்கும் திட்டத்தைத் தீட்டியது பிரிட்டிஷ் அரசுதான். சுதந்திரப் போராட்டத்தில் இந்து

தேசியவாத சக்திகளை எதிர்கொள்வதற்கான முயற்சியாகவும் இது இருக்கலாம்.

தன்னுடைய மற்ற புத்தகங்களைப் போலவே இந்தப் புத்தகத்திலும் காந்தியின் அரசியல் பாணியைக் கடுமையாக அம்பேத்கர் விமர்சித்திருந்தார். குறிப்பாக உண்ணாவிரதம், மவுனவிரதம் மூலமாக எதிர்ப்பை சாத்வீகமாக வெளிப்படுத்துவது, தனிநபர் வசீகரம் மீது அதீதநம்பிக்கை கொண்டிருப்பது போன்ற காந்தியின் அணுகுமுறைக்கு அம்பேத்கர் ஆட்சேபனை தெரிவித்தார். கிலாபத் இயக்கத்துக்கு ஆதரவு தெரிவித்ததன் மூலமாகக் காங்கிரஸில் முஸ்லிம்களை காந்தி இணைத்ததை அம்பேத்கர் விமர்சித்தார். அனைத்துக்கும் மேலாக, பிரிவினைக்கு முந்தைய இந்தியாவில் நிலவிய 'இந்து-முஸ்லிம் பிரச்சினை'யை இந்தப் புத்தகம் அழுத்தந்திருத்தமாகக் குறிப்பிட்டது. இந்திய தேசிய காங்கிரஸ் கட்சிக்கு உள்ளேயும் வெளியிலும் 'அகண்ட பாரதம்' என்னும் பிரிக்கப்படாத இந்து தேசத்தை சிருஷ்டிக்கும் கனவு கண்டு அது குறித்துப் பேசிய, எழுதிய இந்து தேசியவாதிகள் இருந்தனர். அவர்களைப் பொறுத்தவரை இந்து ராஜ்ஜியத்துக்கு அடிபணிந்து முஸ்லிம்களும் கிறிஸ்தவர்களும் வாழ வேண்டும். இந்தப் பார்வைக்கு எதிர்வினையாக முஸ்லிம் தலைவர்கள் அரசாங்கத்தில் பிரதிநிதித்துவம் கோரி ஆக்ரோஷமாகத் தங்களது கோரிக்கைகளை முன்மொழிந்தார்கள். இத்தகைய சூழ்நிலையில் பிரிவினை தவிர்த்து வேறெந்த மாற்று யோசனையும் உதவாது என்ற சூழ்நிலை உருவானதாக அம்பேத்கர் கருதினார்.

புதிய இந்தியாவின் வடமேற்கு மற்றும் கிழக்கு எல்லையோரப் பிராந்தியத்தின் பெரும் பகுதிகளையும் அங்கு வாழ்ந்த பெருவாரியான மக்களையும் பாகிஸ்தானுக்கு விட்டுக்கொடுத்த பின்பும் இந்தியா பெரும் எண்ணிக்கையில் முஸ்லிம் மக்களைத் தக்கவைத்திருந்தது. தனது மிகப்பெரிய இரண்டு சமஸ்தானங்கள் தொடர்பாக முரண்பட்ட கொள்கையை இந்தியா கொண்டிருந்ததாக எனது தந்தை சொன்னது நினைவிருக்கிறது. இந்திய ஒன்றியத்திலேயே நீடிக்க காஷ்மீரின் இந்து மன்னர் முடிவெடுத்தபோது அதன் மக்கள்தொகையில் பெரும்பான்மையாக இருந்த முஸ்லிம் சமூகத்தினருக்குப் பொது வாக்கெடுப்பு மறுக்கப்பட்டது. இதனால் இந்தியாவிலேயே காஷ்மீர் தக்கவைக்கப்பட்டது. ஆனால், ஹைதராபாத் நிஜாம் இந்த முடிவை எதிர்த்தபோது இந்திய ராணுவம் அவரது ரஜாக்கர் படைக்கு எதிராக ஏவப்பட்டது. அந்தத் தாக்குதலின் வழியாக இந்தியாவின் ஆளுகைக்குள் ஹைதராபாத் வலுக்கட்டாயமாகக் கொண்டுவரப்பட்டது. இந்திய ராணுவ நடவடிக்கையால் 1948இல் ஹைதராபாத்தில் கொல்லப்பட்ட ஆயிரக்கணக்கான

அப்பாவி முஸ்லிம்கள் பற்றி யாரும் வாய் திறப்பதில்லை. நிஜாம் மற்றும் அவரது ரஜாக்கர் போராளிகளிடமிருந்து மராட்வாடாக்கள் விடுதலை அடைந்ததற்கான நினைவேந்தல் ஆண்டுதோறும் செப்டம்பர் 17ஆம் தேதி அன்று மராட்வாடாவின் தலைநகரமான அவுரங்காபாத்தில் நடைபெறும். அங்கு வசித்தவரை அந்தக் கூட்டங்களில் கலந்துகொண்டிருக்கிறேன். ஆனால், ஒரு முறைகூட அதில் முஸ்லிம்கள் படுகொலை செய்யப்பட்டது குறித்து ஒருவரும் பேசி நான் கேட்டதில்லை. 'தி டிஸ்ட்ரக்ஷன் ஆஃப் ஹைதராபாத்' (*The Destruction of Hyderabad*)[9] புத்தகத்தில் உரிய ஆதாரங்களுடன் இது குறித்து ஏ.ஜி. நூரானி எழுதியுள்ளார். அம்பேத்கர் சுட்டிக்காட்டிய இந்து தேசியம் இதுபோன்ற பலவிதமான மவுனங்களை நெடுங்காலமாக மேற்கொண்டு வருகிறது. இத்தகைய மவுனம் முஸ்லிம்கள் மத்தியிலான மனக்கசப்புக்கு நீர்ப் பாய்ச்சுகிறது. அடிப்படைவாத உணர்வுகளை ஊட்டி வளர்க்கக்கூடிய கசப்பு இது. அவுரங்காபாத் போன்ற நகரங்களைச் சேர்ந்த குடிமக்களிடம் இன்று அது வெளிப்படையாகவே தெரிகிறது.

இந்துத்துவ தேசியம் எதிர் சமயச் சார்பின்மை

இந்தியா ஒரு சமயச் சார்பற்ற ஜனநாயகக் குடியரசு என்று நமது அரசமைப்பு பிரகடனம் செய்துள்ளது. முஸ்லிம்களும் கிறிஸ்தவர்களும் 'சிறுபான்மை'யாக அங்கீகரிக்கப்படுகிறார்கள். பிற மதக் குழுக்களைப் போலவே இவர்களுக்கும் தங்களுக்கெனத் தனியாகத் தனிநபர் சட்டங்களைக் கொண்டிருக்கவும் மதச் சிறுபான்மையினர் என்ற அடிப்படையில் கல்வி நிறுவனங்களை நடத்தவும் உரிமை உள்ளது. சீக்கியர்களும் சமணர்களும் பௌத்தர்களும்கூடச் சிறுபான்மையினர்தான். ஆனால் அவர்களும் இந்து சமயத்தைச் சேர்ந்த பிரிவினராகவே கருதப்படுகிறார்கள். இவர்கள் அனைவரிடமும் இருந்து வேறுபட்டவர்கள் பாரசீகர்கள்.

பிரிவினைக்குப் பிறகு இந்திய வாழ் முஸ்லிம்களுக்குச் சில உத்தரவாதங்கள் தேவைப்பட்டன. மவுலானாக்கள் அத்தகைய கோரிக்கையை முன்வைத்ததால் அல்ல. பாகிஸ்தான் போல முஸ்லிம் நாடாக இல்லாமல் இந்தியா சமயச் சார்பற்ற நாடாகத் திகழவிருக்கிறது என்பதைச் சொல்ல வேண்டியிருந்தது. அந்தச் சமயத்திலும் இந்து ராஷ்டிரம் கோரும் குரல்கள் இந்திய தேசிய காங்கிரஸுக்குள்ளே ஒலித்துக்கொண்டிருந்ததும் இதற்குக் காரணம். அன்றைய தேதியில் இந்து தேசத்தைக் கட்டமைக்க வலுவாகக் குரல் எழுப்பிய ஆர்எஸ்எஸ் அமைப்பு காந்தியின் படுகொலையை அடுத்து தடை செய்யப்பட்டது.

ஆனால் 1977இல் அவசரநிலைப் பிரகடனத்தை இந்திரா காந்தி விலக்கிக்கொண்ட பிறகு ஆர்எஸ்எஸ் மீண்டும் சட்டப்படி செயல்பட அங்கீகாரம் பெற்றது. முற்போக்கு சிந்தனை கொண்டவ ராகவும் 'சமயச் சார்பின்மை' என்ற சொல்லுக்கான வேறொரு பொருளையும் நன்குணர்ந்தவராகவும் நேரு இருந்ததால் அரசும் மதமும் தனித்தனியாக இருக்க வேண்டியதை வலியுறுத்தினார். ஒதுக்குதலையும் படிநிலைகளையும் பின்பற்றும் சாதியத்தைப் புனிதப்படுத்துவதாக இந்து மதம் இருப்பதால் அதிகம் ஒதுக்கப் படும் பிரிவினருக்கு ஆதரவாகச் சில நடவடிக்கைகளை அவர் எடுக்க வேண்டி வந்தது.

நாளடைவில் அரசியல் மீது மதம் ஆதிக்கம் செலுத்தத் தொடங்கியது . இப்போதெல்லாம் பெருவாரியான இந்தியர் களுக்கு ஜனநாயகம் என்பது தேர்தல் அரசியலை மட்டுமே குறிக்கிறது என்று 'இந்தியா என்கிற கருத்தாக்கம்'[10] *(The Idea of India)* புத்தகத்தில் சுனில் கில்னானி வாதிட்டார். நாடு விடுதலை அடைந்த பிறகு தேர்தல் என்பதே கோலாகலமான பண்டிகையாக இந்தியர்களால் கொண்டாடப்படுகிறது. பெரிய அதிகாரத்தையோ பணத்தையோ ஈட்ட முடியாத மிகச் சாதாரண பதவிக்கான சங்கத் தேர்தல் நடந்தால்கூட அதிலும் தீவிரமாகப் பங்கேற்பதைக் காண்பது இந்தியாவுக்கு வெளியே வளர்ந்த எனக்கு விசித்திரமாகப்பட்டது. அப்படியிருக்க அரசியல் தேர்தல்கள் வாக்கு வங்கிக்கான போட்டியாகப் பார்க்கப்படுவதில் ஆச்சரியமில்லை. இதனால் வேட்பாளர்கள் நெற்றியில் பெரிய சிவப்புத் திலகம் சூடி, கடவுளர்களைத் துணைக்கு அழைத்துக் கொண்டு பிரச்சாரத்தில் ஈடுபடுவதைப் பார்க்கமுடிகிறது. இதுபோக அத்தனை கட்சிக்காரர்களும் தேர்தல் வெற்றிக்குச் சாமியார்களிடம் ஆசீர்வாதம் வாங்குவதும் சகஜமாகிவிட்டது.

விடுதலை அடைந்து எழுபது ஆண்டுகளைக் கடந்த பிறகும் அரசமைப்புப்படி ஜனநாயக சமயச்சார்பற்ற நாடாக மாறிய பிறகும் இந்து தேசியம் உயிர்ப்புடன் நலமாக நிலைபெற்றுள்ளது. அது ஏதோ ஆர்எஸ்எஸ் மாதிரி மதவாத அமைப்பில் மட்டும் நங்கூரமிட்டிருக்கவில்லை. ஆழமான குறைகளைக் கொண்ட நமது ஜனநாயக அமைப்பில் அதன் நிறுவனங்களின் ஜனநாயகத் தன்மை காலப்போக்கில் அரிக்கப்பட்டிருக்கிறது.

சமயச் சார்பற்ற நிறுவனங்களுக்குள் மதம் எவ்வாறு ஊடுருவுகிறது என்பதை நேரடியாகக் கண்டிருக்கிறேன். அவுரங்காபாத்தில் ஆசிரியையாகப் பணியாற்றிய காலத்தில் பல்கலைக்கழக மாணவிகள் விடுதிக் காப்பாளராகவும் இருந்தபோது அந்தச் சம்பவங்கள் நிகழ்ந்தன. முதல் சம்பவம்

1989இல் நிகழ்ந்தது. பிள்ளையார் சதுர்த்தி சமயத்தில் விநாயகர் சிலையை விடுதியின் முகப்பில் நிர்மாணிக்க மாணவிகள் ஆசைப்பட்டனர். (இந்த வழக்கம் ஏற்கெனவே மகாராஷ்டிராவில் பல கல்லூரிகளில் இருந்து வந்தது.) சமயச் சார்பற்ற இந்திய அரசின் நிதியில் நடத்தப்படும் பொது நிறுவன விடுதி என்பதை மாணவிகளை அழைத்து விளக்கினேன். வெவ்வேறு நம்பிக்கைகளை உடைய மாணவிகள் அங்குத் தங்கியிருப்பதையும் நினைவுப்படுத்தினேன். உடனிருப்பவர்கள் ஆட்சேபனை தெரிவிக்காத பட்சத்தில் தங்களது அறைகளில் விநாயகர் சிலையைத் தாராளமாக மாணவிகள் வைத்துக்கொள்ளலாம் என்றேன். சிறிய தயக்கத்துடன் நான் சொன்னதை மாணவிகள் ஏற்றனர். யாரும் எதிர்ப்புத் தெரிவிக்கவில்லை. பிறகு 2000இல் நான் மீண்டும் காப்பாளராகச் சென்றபோது விடுதியின் பொது இடத்தில் விநாயகர் சிலையை நிர்மாணிக்கும் வழக்கம் அங்குக் காலூன்றிவிட்டிருந்தது. அத்தகைய சூழலில் வழிபாடு, விருந்து, கொண்டாட்டத்துக்கென யாரையும் கட்டாயப்படுத்தி நிதி வசூலிக்கக்கூடாது என்று மட்டுமே என்னால் எச்சரிக்க முடிந்தது. விருப்பப்பட்டு யாரேனும் நன்கொடை கொடுத்தால் மட்டுமே ஏற்க வேண்டும் என்றும் அறிவுறுத்தினேன். தலித் மாணவர்கள் சிலர் பிறகு என்னைச் சந்தித்து இதற்காக நன்றி தெரிவித்தனர்.

இப்படியாக, நாடு விடுதலை அடைந்த குதூகலம் அடங்கியதுமே இந்து பெரும்பான்மையியம் இந்தியாவின் பொதுவாழ்க்கையில் வியாபிக்கத் தொடங்கியது. அதிலும் மோடி தலைமையிலான பாஜக அரசு மே 2014இல் ஆட்சியைப் பிடித்ததும் இந்தப் போக்கு மேலும் அமைப்பு ரீதியாக வேரூன்றப் பட்டது. முஸ்லிம்கள் பொதுவெளியில் குறிவைக்கப்படுகிறார்கள். தலித்துகளும் குறிவைக்கப்பட்டாலும் தலித் வெறுப்புப் பிரசங்கம் ஒப்பீட்டளவில் அதிகம் நடைபெறுவதில்லை. அதற்குப் பதில் இந்து மதத்துக்குட்பட்டவர்கள்தான் தலித்துகள் (பவுத்தத்தைத் தழுவினாலும்) என்னும் பாவனை வலுப்பெற்று வருகிறது. மாட்டிறைச்சிக்குத் தடை, கால்நடை வியாபாரிகள் மீது கும்பல் கொலைவெறித் தாக்குதல், மதம் கடந்த கலப்பு மணங்கள் நிகழும்போதெல்லாம் அவற்றுக்கு 'லவ் ஜிகாத்', 'கர் வாப்சி' போன்ற முத்திரைகளைக் குத்தி வன்முறையைத் தூண்டுதல் போன்றவை சேர்ந்து முஸ்லிம்களை எதற்கெடுத்தாலும் தாக்குபவர்கள் தப்பித்துக் கொள்ளக்கூடிய சூழலை உருவாக்கி விட்டன. இப்படியாக, சமயச் சார்பற்ற இந்தியாவின் குடிமக்களான முஸ்லிம்களுக்கு எதிராகப் போர்வெறியும் பகைமை உணர்வும் உருவாகியிருக்கின்றன.

இந்துத்துவம், இந்து மதம், யுத்தம்

நவீன இந்து தேசத்தை உருவாக்கத் துடிக்கும் தீவிரப் போக்குக் கொண்ட இந்து மதத்தைக் குறிக்கும் விதமாக 'இந்துத்துவம்' என்னும் சொல்லாடலை வி.டி. சாவர்க்கர் வார்த்தார். பெருவாரியான இந்தியர்களின் தனிப்பட்ட நம்பிக்கையாக இந்து மதம் நீடிப்பதாகவே நாம் புரிந்துகொள்கிறோம். வலதுசாரி அரசியலர்களோ இந்து மதத்தையும் இந்துத்துவத்தையும் ஒன்றிணைக்கும் முயற்சியில் தீவிரமாக ஈடுபட்டிருக்கிறார்கள். பாகிஸ்தானுக்கும் இந்திய முஸ்லிம் குடிமக்களுக்கும் எதிராக யுத்த வெறியைத் தூண்டிவிடவும் தேசியவாதிகளை உணர்ச்சிவசப்பட வைக்கவும் இந்துத்துவம் என்னவெல்லாம் செய்கிறது என்பதை மேலே பார்த்தோம். இருந்தாலும், இந்து ராஷ்டிரத்தை நிறுவ அண்மையில் எடுக்கப்பட்டுவரும் இந்துத்துவ நடவடிக்கைகள் குறித்து நான் இதுவரை பேசவில்லை. இந்துக்கள், முஸ்லிம்கள், மாணவர்கள், பெண்கள் மற்றும் பொதுமக்களால் பரவலாக எதிர்க்கப்பட்ட தேசியக் குடிமக்கள் பதிவேடு, காஷ்மீரில் சட்டப் பிரிவு 370 சிறப்புரிமை ரத்து விவகாரம், குடியுரிமைச் சட்டத் திருத்தச் சிக்கல் ஆகியவற்றைப் பற்றிப் பேச வேண்டியுள்ளது.

சாதாரண இந்துக்களைக் கவர இந்துத்துவத் திட்டம் முனைகிறது. இன்று ஆளும் பாஜக கட்சியும் அதன் தொண்டர்களும் பரப்புவது தாங்கள் நம்பிக்கை வைத்திருக்கும் இந்து மதத்தை அல்ல என்றே சில இந்துக்கள் சொல்கின்றனர். ஆனால், யுத்தம் குறித்து இந்துமதப் புனித நூல்கள் என்ன சொல்கின்றன? நவீனக் கருத்தியலான தேசியம் குறித்து அவற்றில் எதுவும் இருக்க வாய்ப்பில்லை. ஆனால், நீதிமன்றத்தில் இந்துக்கள் சத்திய பிரமாணம் எடுக்கப் பயன்படும் பகவத் கீதைக்கு வருவோம். மகாபாரதக் கதையாடலின் ஒரு பகுதியான இதில் தனது நெருங்கிய உறவினர்களுக்கு எதிராகப் போர்த் தொடுக்கத் தயங்கும் அர்ஜுனனுக்குக் கிருஷ்ணன் உபதேசம் அளிப்பார். அப்போது அவருக்கு என்ன சொல்லப்பட்டது? தர்மத்திற்காகப் போர் புரிவதில் தவறேதுமில்லை. அதன் விளைவுகளிலிருந்து விலகியிருக்க வேண்டும். அதனால் விளையும் பலனை எதிர்பார்த்திருக்கக் கூடாது. எதிரியைக் கொல்வது பாவமாகாது. ஏனெனில் கொல்லப்படுவது உடல்தான் அன்றி ஆன்மா அல்ல. சத்திரியரின் தர்மம் சண்டையிடுவதே.[11]

> *30. பாரதா! எல்லாருடைய உடல்களிலும் உள்ள இந்த ஆத்மா கொல்ல முடியாதது, நிரந்தரமானது. எனவே நீ எந்த உயிரின் பொருட்டும் வருந்துதல் வேண்டாம்!*

31. ஸ்வதர்மத்தைக் கருதியும் நீ நடுங்க வேண்டாம். தர்ம யுத்தத்தைக் காட்டிலும் உயர்ந்ததொரு நன்மை சத்திரியர்களுக்கு இல்லை.

32. அத்தகைய தர்ம யுத்தம் தானே வருவதென்பது, திறந்து கிடக்கும் சொர்க்க வாசல் போன்றது. இத்தகைய போர் கிடைக்கப் பெறும் சத்திரியர்கள் மகிழ்ச்சி அடைவார்கள்.

33. நீ இந்தத் தர்ம யுத்தத்தை நடத்தாமல் விடுவாயானால் அதனால் ஸ்வதர்மத்தையும் புகழையும் கொன்று பாவத்தை அடைவாய்.

34. அனைவரும் உன்னைப் பற்றி எப்போதும் இகழ்ந்து பேசுவார்கள். பலரால் போற்றப்பட்ட ஒருவன் இகழப் படுவது மரணத்தைக் காட்டிலும் இழிவானது.

ஒரு இளவரசனுக்கு, அதிலும் சத்திரிய ஆணுக்கு அளிக்கப்பட்ட அறிவுரை இது. இந்துக்களுக்கான கருத்து என்று எடுத்துக்கொண்டால் பிறப்பின் அடிப்படையில் விதிக்கப்பட்ட கடமையைப் பலனை எதிர்பாராமல் செய்ய வேண்டும் என்பதே (குறைந்தது இந்தப் பிறவியில் எதிர்பார்க்கக் கூடாது). அதிலும் இங்கு நிகழ்ந்தது அந்நிய எதிரியுடனோ, படையெடுப்பாளருடனோ, அடக்கி ஒடுக்குபவருடனோ நடந்த போர் அல்ல. ஒரே குடும்பத்துக்குள் நிகழ்ந்த யுத்தம் இது. அனைத்து மதங்களைப் போலவே இந்து மதப் புனித நூல்களும் ஆதிகாலத்தில் எழுதப்பட்டவை. நவீன யுகத்தில் நிகழ்ந்த போர்களின் இலக்குகளோ சாக்குகளோ அவற்றுக்குப் பொருந்தாது என்பது உண்மைதான். கீதை பலனை எதிர்பார்க்காமல் கடமையைச் செய்ய அர்ஜுனனுக்கு உபதேசித்தது. அதுவே அனைத்து இந்துக்கள் என்று வரும்போது அவரவர் சமூக அடுக்கில், சாதிய, பாலின பிரிவுக்கு விதிக்கப்பட்ட கடமையாற்ற வலியுறுத்துகிறது.

அப்படிப்பட்ட கீதை யுத்த வெறி பிடித்த இன்றைய இந்து தேசியவாதிகளுக்கு என்ன உபதேசம் செய்யும்? இன்றைய தேதியில், 'எதிரி' என்பவர் முஸ்லிமாக அடையாளம் காணப்படு கிறார். அது பாகிஸ்தான் முஸ்லிமோ அல்லது இந்திய முஸ்லிமோ (குறிப்பாகச் சொல்வதானால் முஸ்லிம் ஆண்கள்) அவர்கள் மீது தொடர்ந்து பசுவதை குற்றம் சுமத்தப்படுகிறது. அல்லது 'லவ் ஜிகாத்' செய்பவர்கள் என்றோ பயங்கரவாதிகள் என்றோ முத்திரை குத்தப்படுகிறார்கள். அதன் பின் முஸ்லிம் களைத் தாக்குவது என்பதே இந்துக்களின் மதச்சடங்காக மாறி விடுகிறது. 'கடமையைச் செய்; பலனை எதிர்பார்க்காதே' என்ற கீதை

உபதேசம்தான் இந்தியர்களின் ஆன்மிகமாக முன்வைக்கப்பட்டது. அது பிரிட்டிஷாரின் பொருள்முதல்வாதத்துக்கு நேரெதிரானதாகக் கருதப்பட்டது. அதனால் பிரிட்டன் 'கடைக்காரர்களின் தேசம்' என்றுகூடத் தூற்றப்பட்டது. இத்தகைய பார்வையை வலுவாகப் பதிவு செய்த இந்திய இலக்கியங்களும் உள்ளன. அவற்றில் ஒன்று, பக்கிம் சந்திர சட்டோபாத்யாயா எழுதிய, 'ஆனந்த மடம்' நாவல். பிரிட்டிஷாருக்கு எதிராக இந்து தேசியம் வெடித்தெழுந்த வங்காளப் பிரிவினை 1905இல் நிகழ்வற்கு முன்பே 1882இல் இந்த நாவல் எழுதப்பட்டுவிட்டது. இந்த நாவலில் தேசபக்திப் பாடலான 'வந்தே மாதரம்' முக்கிய இடம் வகித்தது. இந்தப் பாடலை 'ஜன கண மன'வுக்குப் பதில் தேசிய கீதமாக அறிவிக்க வேண்டுமென இந்துத்துவ சக்திகள் கூறுகிறார்கள். அதேவேளையில் இந்தப் பாடலுக்குக் கொடுக்கும் முக்கியத்துவத்தை ஏனோ அது இடம்பெற்ற நாவலுக்கு இந்துத்துவவாதிகள் தருவதில்லை. இத்தனைக்கும் 'ஆனந்த மடம்' நாவல் இந்து தேசியத்தைத்தான் சிருஷ்டிக்க விரும்பியது. ஆனால், அதில் முஸ்லிம்கள் எதிரிகளாகப் புனையப்படவில்லை என்பதால் இந்துத்துவவாதிகள் நாவலை முன்னிலைப்படுத்த விரும்பவில்லை போலும். இந்துப் போராளிக் குழு ஒன்று வீரதீரச் செயல்களில் ஈடுபடுவதாகக் கதை நகர்கிறது. அதிலும் குழுவின் தலைவர்கள் அத்தனை பேரும் பிராமணர்களாகவும் சத்திரியர்களாகவும் சித்தரிக்கப்பட்டிருக்கிறார்கள். கதைக்கு நடுவே முஸ்லிம்களும், சீக்கியர்களும், கிறிஸ்தவர்களும் வந்துபோனாலும் அவர்களது கதாபாத்திரங்கள் தனித்துத் தெரியும்படி இல்லை. அதிலும் இந்து தலைமைக்குக் கீழ் பிரிட்டிஷ் ஆட்சிக்கு எதிராக எல்லோரும் ஒன்றுகூடி விடுதலைக்குப் போராடுவதாக எழுதப்பட்டுள்ளது. நாவல் காண விரும்பும் கற்பனை இந்தியாவில் இந்து (இரு பிறப்பாளர்களான பிராமண இந்து என்று வாசியுங்கள்) தலைமைக்கு எந்தவித ஆட்சேபணையும் இல்லை.

இந்த நாவலின் ஆங்கில மொழிபெயர்ப்புக்கு முன்னுரை எழுதியவர் பசந்தா குமார் ராய். இவர் 'சுயநலமற்ற போராளிகள்' என்ற இந்து முன்மாதிரியைப் பற்றிக் குறிப்பிடுகிறார். இந்த முன்மாதிரியின் கூறுகளை ஆர்எஸ்எஸ், பாஜகவின் அரசியலைப் பின்தொடர்பவர்களால் எளிதில் புரிந்து கொள்ள முடியும். மேலும், கணவன் – மனைவி பந்தத்துக்குப் புகழாரம் சூட்டும் விதமாக நாவலில், உயர் சாதியைச் சேர்ந்த உயர்ந்த உள்ளம் படைத்த மனைவி தனது கணவனின் வாழ்நாள் கனவுக்காக அடிபணிந்து நடப்பதாகப் புனையப்பட்டுள்ளது. கணவனோ தன்னுடைய உயர்ந்த நோக்கத்தை அடையத்

தனது குடும்பப் பொறுப்புகளிலிருந்து விலகிக்கொள்வதைப் போற்றுகிறது. ஆண் போல வேடம் தரித்துப் பராக்கிரமம் மிக்க செயல்களில் ஈடுபடும் பெண் கதாபாத்திரமும் நாவலில் இடம்பெற்றுள்ளது. கடைசியில் மனைவியாக விளங்குவதே தனது உண்மையான அடையாளம் என்று அந்தப் பெண் ஒப்புக்கொள்கிறாள். போர்க்குணமிக்க படைவீரனான தனது கணவனுக்குப் பாரமாக இருக்கலாகாது எனக் கருதி தானும் விஷத்தை அருந்திவிட்டுத் தனது குழந்தைக்கும் கொடுப்பாள் உத்தம மனைவி என்கிறது கதை. பெண்ணாசை என்பதும் தனது மனைவி, குழந்தை மீதான 'அதீத'ப் பற்றுதலும்கூட ஆணைப் பலவீனப்படுத்திவிடும் என்றும் நாவல் சொல்கிறது. தாடி வளர்த்த சாமியார் ஒருவரும் மையக் கதாபாத்திரமாக வலம் வருகிறார். பிராமணத் துறவியான அவர் ஞானம், போர்த் தந்திரம் ஆகியவற்றின் ஊற்றுக்கண்ணாகத் திகழ்கிறார். பதுங்கி யிருக்கும் போராளிகளுக்குத் தனது ஆசிரமத்தில் தங்க இடமும் சாத்வீக உணவும் அளிக்கிறார்.

இந்திய (இந்து என்று வாசிக்கவும்) ஆண்கள் பலவீன மானவர்கள், சோம்பேறிகள், கோழைகள், ஆண்மையற்றவர்கள் என்கிற மேற்குலகின் கிழக்கத்தியச் சித்தரிப்புக்குப் பதிலடி யாக இந்த நாவல் புனையப்பட்டது. இதில் பாரதத் தாயின் குழந்தைகள் என அழைக்கப்படும் இரு பிறப்பாளர்களை (பிராமண) விடுதலை வீரர்கள் பிரிட்டிஷாரைப் போரில் தோற்கடிக்கிறார்கள். இதுபோகக் கதை நெடுகச் சாதிய நெடி பல இடங்களில் வீசிக்கொண்டே இருக்கிறது. கதைப்படி 'சிப்பாய்கள்'தான் தேசத் துரோகிகள். ஏழைப் பறையர்களும் முஸ்லிம்களும்தான் சிப்பாய்களாக இடம்பெறுகின்றனர். அவர்கள் பிரிட்டிஷ் படையினருடன் கைகோர்த்து தேசத்துக்குத் துரோகம் இழைக்கின்றனர். ஒரு கட்டத்தில் நாட்டில் பஞ்சம் தலைவிரித்தாடுகிறது. அப்போது தாழ்த்தப்பட்ட சாதியினரும் காட்டுவாசிகளும் காட்டுமிராண்டித்தனமாக நடந்து கொள்கிறார்கள். இப்படிக் கதை நெடுகப் பல சங்கதிகள் போகிற போக்கில் தூவப்படுகின்றன. நாவலின் மைய நீரோட்டம் உயர் சாதி இந்துப் போராளியின் சாகசத்தைச் சித்தரிப்பதுதான். பலனை எதிர்பாராமல் கடமையைச் செய்யும் அவர் பாரதத் தாயின் உண்மையான தவப்புதல்வனாக உருவெடுக்கிறார்.

"உனது குடும்பங்களை நீ துறந்தாய். ஆனாலும் அன்பு, பாசத்தைவிட்டு உன்னால் விலக முடிந்ததா?... அனைத்து ஆசாபாசங்களுக்கும் அப்பாற்பட்டவராக இருப்பதுபோலப் பாசாங்கு செய்ய முடியாது."[12]

‘ஆனந்த மடம்’ நாவலை வாசித்தபோது ஒன்று நன்றாகப் புரிந்தது. இந்துத்துவ அரசியலின் சாராம்சமான வெறுப்புப் பேச்சுக்கும் ஆண்மை முறுக்குக்கும் பின்னால் இருப்பது ஒருவிதமான தாழ்வு மனப்பான்மை மட்டுமே. (பிரிட்டிஷுடன் தங்களை ஒப்பிட்டுக்கொண்டு உருவான தாழ்வு மனப்பான்மை அது). விடுதலைப் போரில் எது வேண்டுமானாலும் சீர்குலையலாம்; ஆனால் தந்தைவழிச் சமூகக் கட்டமைப்பும் சாதிய அடையாளம் குறித்த விழிப்புணர்வும் கொண்ட இந்துக் குடும்பத்தின் புனிதம் காக்கப்பட வேண்டும்.

ஆர்எஸ்எஸ், இந்து மகாசபா பின்னாளில் விஸ்வ இந்து பரிஷத் போன்ற இந்து அடிப்படைவாத அமைப்புகளின் முக்கியக் கொள்கை முஸ்லிம்களுக்கு எதிரான விரோதம்தான். இதில் 1905இல் வங்காளப் பிரிவினை நேர்ந்தபோது முஸ்லிம்கள் ஆதிக்கம் செலுத்தும் மாகாணம் உருவாகிவிடுமோ என்ற அச்சத்தில்தான் இத்தகைய இந்துத்துவ சக்திகள் வலுப்பெறத் தொடங்கின. பிறகு தீவிரப் போராட்டங்களுக்குப் பிறகு 1911இல் வங்கம் இணைக்கப்பட்டது. பிரிட்டிஷார் முன்மொழிந்த சுயாட்சித் திட்டங்கள் மற்றும் நிர்வாக மறுசீரமைப்பில் தங்களுக்கான அரசியல் பிரதிநிதித்துவத்தை முஸ்லிம்கள் கோரத் தொடங்கிய பிறகு அவர்கள் எதிரிகளாகத் திட்டவட்டமாகத் தீர்மானிக்கப்பட்டனர். இதற்கு முன்பும் இந்து–முஸ்லிம் மோதல்களும் மதக் கலவரங்களும் அவ்வப்போது நிகழ்ந்துள்ளன. ஆனால், அவற்றைத் தூண்டியது பிரிட்டிஷ் கொள்கைகள்தாம் என்ற வாதத்தில் ஓரளவு சாரம் இருக்கிறது.

இன்றைய தேதியில் இந்துத்துவம் சொல்லும் சேதி கூடுதல் சிக்கலானது. இந்துக்கள் அமைதியை நேசிப்பவர்கள். ஏனெனில் நாம் வேறெந்த நாட்டின் மீதும் இதுவரை படையெடுத்ததில்லை. ஆனால், ‘போலிச் சமயச் சார்பற்றவர்கள்’ நமது எதிரிகளிடம் (நாட்டுக்குள்ளும் வெளியிலும் உள்ள முஸ்லிம்கள் என வாசிக்கவும்) நட்பு பாராட்டுகின்றனர்; இவர்களிடமிருந்து தன்னைத் தற்காத்துக்கொள்ளப் புதிய போராளியான இந்துமதம் தீவிரமாகப் போராடும். விலக்குதலை அடிநாதமாகக் கொண்ட தேசியம் இங்கு முட்டுக்கொடுத்து நிற்பதைப் பார்க்கிறோம். ஆகவேதான் நாஜிக்களுடன் இவர்களை ஒப்பிடுவது சரி என்றே தோன்றுகிறது. ஏனெனில் இவர்களது தேசியவாதம் சில குடிமக்கள் மற்றவர்களைவிடவும் தாழ்ந்தவர்கள் என வரையறுக்கிறது. இத்தகைய தேசியவாதத்தைச் சட்டமாக்கும் நோக்கத்துக்கு எதிராக 2019இல் வெடித்ததுதான் குடியுரிமைச் சட்டத் திருத்தத்துக்கு எதிரான போராட்டம். தேசம் குறித்து வேறு சில பார்வைகள் இருக்கவே செய்கின்றன. பன்மைத்துவம்

கொண்டதாக மட்டுமல்லாமல் ஏற்றத்தாழ்களும் நிறைந்த ஒரு நாட்டின் தேசியவாதத்தில் நாடு குறித்த பல பார்வைகள் இருப்பது சகஜம்தான். அதேபோலப் பல்வேறு தேசபக்திப் போராட்டங்களுக்கும் உரிமை அளிக்கப்பட வேண்டும்.

ஆனால், 2018ஆம் ஆண்டின் தொடக்கத்தில் நிகழ்ந்தது வேறொரு சம்பவம். தங்களது வீரத்துக்கும் ராணுவ பலத்துக்கும் சாட்சியாகத் தலித் மக்கள் வரலாற்று யுத்தம் ஒன்றைக் கொண்டாடும் தருணம் தலித்துகளுக்கு எதிராக வன்முறையைக் கட்டவிழ்ப்பதற்கான சந்தர்ப்பமாக மாற்றப்பட்டது. அதுமட்டுமின்றி அந்த நிகழ்வுக்குப் பின்னால் அரசியல் சூழ்ச்சி இருப்பதாகப் பழிசுமத்தப்பட்டது. அதையடுத்து தேசியத்தின் பெயரால் கைதுகள் அரங்கேறின. பூனா அருகே பீமா நதியோரம் உள்ள கோரேகான் கிராமத்தில் 2018ஆம் ஆண்டு ஜனவரி 1 அன்று ஆயிரக்கணக்கான தலித் மக்கள் கூடினர். பூனாவில் சர்வாதிகாரம் செலுத்திய பேஷ்வாக்களை எதிர்த்து மகர் சமூகத்தினரில் சிலரும் பிற தாழ்த்தப்பட்ட சமூகப் பிரிவைச் சேர்ந்த சிப்பாய்களும் பிரிட்டிஷ் படைகளுடன் இணைந்து தொடுத்த வரலாற்றுப் போரை நினைவுகூரும் விதமாக ஒருங்கிணைக்கப்பட்ட கூட்டம் அது. காலனிய காலத்தில் பூனாவில் கோலோச்சிய பிராமண பேஷ்வா ஆட்சியில் சாதியப் படிநிலை தூக்கிப்பிடிக்கப்பட்டது. தலித் சமூகத்தினர் தீண்டத்தகாதவர்களாக நிந்திக்கப்பட்டுச் சித்திரவதை செய்யப்பட்டனர். இந்நிலையில் பீமா–கோரேகான் போரை பேஷ்வா ஆட்சியின் வீழ்ச்சிக்கான தொடக்கமாகத் தலித்துகள் கருதுகின்றனர். அந்தப் போரில் உயிர் நீத்த தலித்துகள் தியாகிகளாகப் போற்றப்படுகின்றனர். 1927இல் பீமா–கோரேகான் நினைவுச் சின்னத்தை டாக்டர் அம்பேத்கர் பார்வையிட்டு வரலாற்றை நினைவூட்டினார். அன்றிருந்து அந்தப் பகுதி தலித்துகளுக்கு வரலாற்று முக்கியத்துவம் வாய்ந்த தலமாக மாறியது. ஆனால், பிரிட்டிஷாருடன் கைகோத்துச் சண்டையிட்டதால் அவர்களுக்கு 'தேசத்துரோகி' பட்டம் கட்டப்பட்டது. இந்நிலையில் 2018 ஜனவரி முதல் நாளன்று பீமா கோரேகான் யுத்தத்தின் 200ஆவது ஆண்டு என்பதால் வழக்கத்தைவிடவும் கோரேகானில் மக்கள் திரள் கூடுதலாக இருந்தது. இந்தச் சந்தர்ப்பத்தைக் கலவரமாக மாற்றும் நோக்கத்தில் இரண்டு பிராமணர்கள் செயல்பட்டனர். அவர்கள் இன்றுவரை கைது செய்யப்படவில்லை. அதற்கு எதிர்வினை ஆற்றிய தலித் மக்களில் பலர் கைது செய்யப்பட்டனர். ஆனால், அந்தச் சம்பவம் நடந்த சில மாதங்களுக்குப் பிறகு வரிசையாகப் பல இடதுசாரி சமூகப் போராளிகள் மீது குற்றப்பத்திரிகை தாக்கல் செய்யப்பட்டு, கைது செய்து சிறையில் அடைக்கப்பட்டனர்.[13]

தேசத்தைக் கட்டமைக்கும் வரலாற்றில் பல அடுக்குகள் இருக்கக்கூடும் என்பதும் அது தொடர்பான நிகழ்வுகள் வெவ்வேறு சமூகப் பிரிவினருக்கு பல்வேறு அர்த்தங்களைக் கொடுக்கக்கூடும் என்பதும் 2018 ஜனவரியில் நிகழ்ந்த பீமா-கோரேகான் கூட்டத்துக்குப் பிறகு பொது விவாதத்துக்கு வந்தது. குடியுரிமை குறித்த கருத்தியல் இத்தகைய வெவ்வேறு கதையாடல்களை அங்கீகரித்து மதித்து உள்ளடங்கியதாக இருத்தல் அவசியம். ஆனால், ஆளும் மத்திய அரசு இந்து ராஜ்ஜியத்தைப் புகுத்துவதில் மட்டுமே தீவிரம் காட்டுகிறது. பிரிவினையை ஒட்டி வெடித்த வன்முறை, கசப்புணர்வு ஆகியவற்றின் பின்னணியில்தான் இந்தியாவுக்கு சமயச் சார்பற்ற அடையாளம் பெரும்பாடுபட்டு கவனத்துடன் அணிவிக்கப்பட்டதை நாம் முதலில் நினைவில் கொள்ள வேண்டும். இரண்டாவதாக, சமகாலத்தில் உருவெடுக்கும் சவால்களைத் திறந்த மனத்துடன் விவாதிக்கும் பக்குவத்தை வளர்த்துக்கொண்டால் சமயச் சார்பின்மை நிலைத்திருக்கும். விளிம்பு நிலையைச் சேர்ந்த, நெடுங்காலமாக அடக்கப்பட்ட குரல்களுக்கும் நாம் செவிசாய்க்க வேண்டும். 1950இல் இந்திய ஒன்றியம் பின்பற்றத் தொடங்கிய அரசமைப்பு இவ்விரு கொள்கைகளுக்கும் உரிய இடம் கொடுத்துள்ளது. ஆகவே, நமது சமயச் சார்பற்ற நிறுவனங்களை பாதுகாத்தல் என்பது இவற்றை அடித்தளத்திலிருந்து மீண்டும் கட்டியெழுப்புவதாகும்.

அரசமைப்பைக் காத்தல் என்பதை இந்தியா எனும் தேசத்தைப் போராடி மீட்டெடுத்து நிர்மாணித்த தாய், தந்தையர்களின் தொலைநோக்குப் பார்வையைக் காத்தல் என்றே புரிந்துகொள்ள வேண்டும். அனைத்தையும் இறுகப்பற்றி ஒன்று சேர்த்து நிறுத்தும் கட்டடச் சாரம் நமது ஜனநாயக நிறுவனங்கள்தான். நமது பாரம்பரியம் என்பது ஒற்றைக் கல்லால் செதுக்கப்பட்ட சிற்பம் அல்ல. கடந்த காலத்தில் கண்டடைந்த புத்திக்கூர்மையைப் பயன்படுத்தித் தற்காலப் பிரச்சினைகளை எதிர்கொண்டு அன்றாட நடத்தைகளால் அவை செதுக்கப்படுகின்றன. இந்தியக் குடிமகளாக, அதிலும் ஒரு பெண் என்ற முறையில் நவீன, சமத்துவமிக்க, படைப்பாற்றல் நிறைந்த வளமான இந்தியா வேண்டுமென ஆசைப்படுகிறேன். நமது பூமியின் செழிப்பான இயற்கை வளத்துடன், சூழலியலுடன் இயைந்து நமது தேசத்தின் ஒவ்வொரு பெண்ணுக்கும் ஆணுக்கும் குழந்தைக்குமான மாண்பு உறுதிசெய்யப்பட வேண்டும்.

அந்த இந்தியா நிச்சயமாக இந்து ராஷ்டிரம் அல்ல.

பின்குறிப்புகள்

1. 'Pulwama Terror Attack Preceded by "Massive Intelligence Failure", Finds CRPF Report', https://thewire.in/security, September 6, 2019.

2. 'Urban upper–castes driving Hindutva nationalism have little representation among Pulwama's slain jawans', https://caravanmagazine.in/caste/, February 21, 2019.

3. 'The Daily Fix: By attacking "internal enemies", Modi government is channeling repressive regimes', https://scroll.in/, March 6, 2019.

4. 'Indian and Pakistani students at Oxford say "No" to war', https://timesofindia.indiatimes.com/world/south–asia, March 5, 2019.

5. There are many references. Two recent books, one from the US and one from India, are: Laura Sjoberg, *Gendering Global Conflict: Toward a Feminist Theory of War* (New York: Columbia University Press), 2016, and Ritu Menon (ed.), No Woman's Land: Women from Pakistan, India and Bangladesh Write on the Partition of India (New Delhi: Women Unlimited), 2004, 2017. Hindutva, Hindu Rashtra & War Hysteria 81

6. See note in Chapter 1.

7. See Charu Gupta, 'The Icon of Mother in Late Colonial North India: "Bharat Mata", "Matri Bhasha" and "Gau Mata"', *Economic & Political Weekly*, November 10–16, 2001.

8. *Thoughts on Pakistan* was first published in 1946. It appears in Volume 8 of his Writings and Speeches, published by the Government of Maharashtra, 1990, 2014.

9. A.J. Noorani, *The Destruction of Hyderabad* (New Delhi: Tulika Books), 2013.

10. Sunil Khilnani, *The Idea of India* (New Delhi: Penguin India), 2004.

11. I used the Internet, *looking up the Bhagvad Gita*; the quotes are from an English translation by Aurobindo Ghose. This is also available in print, edited by Anirban Roy, Shri Aurobindo Ashram Trust, Pondicherry.

12. Bankim Chandra Chattopadhyay, *Anandmath*, translated with an introduction by Basanta Koomar Roy, who says that the novel rejuvenated the Bengali language.

13. See, for example, Anand Teltumbde, *Hindutva and Dalits: Perspectives for Understanding Communal Praxis* (New Delhi: Sage India), 2020.

3

இந்து மதமும் பிற மதங்களும்

இந்தப் புத்தகத்தின் முதல் இயலிலிருந்து ஒரு விஷயத்தை அடிக்கோடிட்டு எழுதிவருகிறேன். ஆளும் பாஜக கடந்த முப்பது ஆண்டுகளுக்கு மேலாகத் தூக்கிப் பிடிக்கும் இந்து மதத்தின் தீவிரமான, முரட்டுத்தனமான வடிவத்தில் வெளிப்படும் அரசியலாக்கப்பட்ட இந்து மதத்தை மட்டுமே நான் எதிர்க்கவில்லை என்பதுதான் அது. நவீன இந்தியாவில் அன்றாடம் கடைப்பிடிக்கப் பட்டுவரும் சாதியப் படிநிலையும் ஆணாதிக்கமும் முயங்கிய இந்து மதத்தையும் சேர்த்துத்தான் நிராகரிக்கிறேன். தினந்தோறும் நம்மைத் திகிலூட்டும் குரூரமான இந்துத்துவத்துக்கு அடித்தளமாக விளங்குவது விலக்குதலையும் படிநிலையையும் நியாயப்படுத்தும் இந்து மதம்தான். அத்தகைய மதத்தைத்தான் பெருவாரியான இந்தியர்கள் வரித்துக்கொண்டிருக்கிறார்கள்.

நான் ஒரு நாத்திகர் என்பதை ஏற்கெனவே சொல்லியிருக்கிறேன். ஆனால் தீவிரமான நாத்திகர் இல்லை. இந்துக்கள் உட்பட உண்மையிலேயே மத நம்பிக்கை கொண்ட பலரை நான் மதிக்கவே செய்கிறேன். அவர்களுடைய இடத்திலிருந்து அவர்கள் நம்பிக்கையைப் புரிந்துகொள்ளவும் முயல்கிறேன். இது தவிர லாரெட்டோ என்னும் தீவிர கிறிஸ்தவ ரோமானிய கத்தோலிக்க மகளிர் பள்ளியில் இரண்டாண்டுகள் தங்கிப் படித்திருந்தாலும் மதமாற்றம் குறித்த எண்ணம் எனக்கு ஏற்பட்ட தில்லை. நான் கேம்பிரிட்ஜ் பல்கலைக்கழக

மாணவியாக இருந்தபோது யூதர்கள் சிலர் நெருங்கிய நண்பர்களாகக் கிடைத்தார்கள். அவர்களுடன் உரையாடுகையில் இந்துக் குடும்பங்களுக்கும் யூதக் குடும்பங்களுக்கும் இடையில் நிறைய ஒற்றுமை இருப்பதாகப் பேசிக்கொண்டதுண்டு. எனது அண்ணன் சுதிர் ஒருகாலத்தில் இஸ்லாத்தைத் தழுவும் எண்ணத்திலிருந்தான். அப்படி அவன் சொல்லியபோது வீட்டில் ஒருவர்கூட அதைப் பொருட்படுத்தவில்லை. அவனுடைய அத்தை பையன் கிறிஸ்தவராக மாறவிருப்பதாகத் தெரிவித்தபோது அவனது பெற்றோரும் உறவினரும் அலறிவிட்டனர்.

இதற்கிடையில் இந்த அத்தியாயத்தில் நான் வலியுறுத்த நினைக்கும் இரண்டு சேதிகள் உள்ளன. ஒன்று, நான் புரிந்துகொண்டவரை மற்ற மதங்களில் மண வாழ்க்கை, குடும்பம் என வரும்போது ஆணாதிக்கச் சிந்தனை வேரூன்றியிருந்தாலும் இந்து மதத்தைத் தவிர மற்ற மதங்களில் கடவுளுக்கு முன்னால் எல்லா மனிதர்களும் சமம் என்கிற கருத்து நிலவுகிறது. உலகப் பொது நெறிமுறையாக அவை கருதப்படவும், தனிமனித ஒழுக்கத்தை வார்த்தெடுக்கவும், அனைவரும் சமம் என்கிற நம்பிக்கையே ஆதாரமாக இருந்துள்ளது.

இரண்டாவதாக, தற்போது இந்துத்துவம் எடுத்திருக்கும் புதிய அவதாரம் மற்ற மதங்களை எப்படிப் பார்க்கிறது என்பது குறித்தது. அதிலும் இந்து ராஷ்டிரத்தை உருவாக்கும் திட்டத்தைத் துரிதப்படுத்தும் மத்திய அரசு பிற சமயங்களைச் சேர்ந்த இந்தியக் குடிமக்களை எவ்வாறு கையாள நினைக்கிறது என்பதைக் கவனப்படுத்த விரும்புகிறேன். இது பாஜகவின் புதிய திட்டம் அல்ல. ஆர்எஸ்எஸ், அதன் சகோதர அமைப்புகள் வெளியீடுகளில் 1920களிலிருந்து இதற்கான அடிப்படைக் கூறுகளைக் காணலாம்.

அனைத்து மதங்களும் அடிப்படையில் ஆணாதிக்கத்தைத் தூக்கிப் பிடிப்பவைதான். ஆணாதிக்கச் சமூகக் கட்டமைப்பின் மீது எழுப்பப்பட்ட நெறிகளைக் கொண்டுதான் அவை உருவாக்கப்பட்டன. தந்தைவழிச் சமூகம் என்று பொருள்படும் *Patriarchy* என்ற சொல்லை மானுடவியல் கோணத்திலிருந்து பெண்ணிய அறிஞர்கள் பிரித்தெடுத்து நவீனச் சமூகத்துடன் அதைப் பொருத்திப் பார்த்த பிறகு அச்சொல்லுக்கான பொருள் அண்மைக் காலத்தில் ஓரளவு மாறிவிட்டது. குடும்பம் அல்லது வீடு அல்லது இனக்குழுவின் **ஆண் தலைவனைக்** குறிக்கும் *(Patriarchy)* சொல்லாகத்தான் அது ஆரம்பக் காலத்தில் இருந்தது. ஆண் மைய அமைப்பைச் சுட்டுவதாக அதன் அசல் பொருள் இருந்தது. இன்றைய சூழலில், *Patriarchy* என்பது ஒருவிதமான சமூக அமைப்பைக் குறிக்கும் சொல்லாடலாக மாறிவிட்டது.

அரசியல் தலைமையில், ஒழுக்கக் கோட்பாட்டில், சமூக அந்தஸ்தில், சொத்து விவகாரத்தில் கட்டுக்கடங்காத அதிகாரமும் ஆதிக்கமும் செலுத்தும் ஆண்களுக்கான சொல்லாக, அதாவது ஆணாதிக்கச் சமூக அமைப்பைக் குறிப்பதாகக் கருதப்படுகிறது. குடும்பத்தையும் குலத்தையும் தாண்டி ஒட்டுமொத்த சமூகத்துக்கும் பொருந்தக் கூடியதாக அச்சொல்லாடல் மாறியிருக்கிறது.

இந்து மதம்: குடும்பத்தின் பிம்பத்தில் சமூகம்

சமகால இந்தியாவில் ஆணாதிக்க நோக்கில் உறவுமுறை களையும் விழுமியங்களையும் கட்டிக்காக்கும் மையச் சமூக நிறுவனமாக விளங்குவது குடும்ப அமைப்புதான். நவீனக் காலத்தில் மற்ற மதங்களைச் சேர்ந்தவர்களைக் காட்டிலும் இந்துக் குடும்பங்கள் இப்படித்தான் உள்ளன. கூட்டுக் குடும்பம், தனிக் குடும்பம் இரண்டுக்கும் இது பொருந்தும். குடும்பத்துக்கு வெளியே பணியிடத்திலும் சிவில் சமூகத்திலும் அரசியல் தளத்திலும்கூடக் குடும்பத்தில் பேணப்படும் உறவுமுறைக்கான அணுகுமுறையைத்தான் கையாளுகிறார்கள். இந்தி மொழியில் அரசாங்கத்தை, 'சர்க்கார் எனது தந்தை' என்றழைப்பது வழக்கம். காலனி காலத்தில் பிரிட்டிஷ் அரசைக் குறிக்கவே இப்படிச் சொல்லப்பட்டது. விடுதலை அடைந்த இந்தியாவில் மக்களால் தேர்ந்தெடுக்கப்பட்ட அரசாங்கத்தையும் குறிக்கும் சொல்லாக அது மாறிப்போனது. (சங்கப் பரிவார் அமைப்புகள் இதேபோன்று கருதப்படுகின்றன. அதில் ஆர்எஸ்எஸ் தந்தை ஸ்தானத்தில் வைத்துப் பார்க்கப்படுகிறது.) இந்தக் கண்ணோட்டம் மக்களை மூளைச்சலவை செய்துவிட்டது. அதிலும் ஏழை மக்கள் நிலம் மீதும், நீர் மீதும், இயற்கை வளங்கள் மீதும் தங்களுக்கு இருக்கும் உரிமைகளை அரசு நலத் திட்டங்களாக அறிவிக்கையில் அரசைத் தந்தை ஸ்தானத்தில் வைத்து அடிபணிந்தே ஏற்றுக் கொள்கின்றனர். கண்ணியமாக வாழும் உரிமைகூடத் தங்களுக்கு இயல்பாக இருப்பதாக அவர்கள் எண்ணாதபடி அரசு எனும் குடும்ப அமைப்புப் பார்த்துக் கொள்கிறது.

நமது கல்வி நிறுவனங்களும் குடும்பத்தின் மொழியையும் கோட்பாட்டையும்தான் பிரயோகிக்கின்றன. மகளிரியல் வகுப்பு களில் எனது மாணவர்களிடம் நான் ஒரு எடுத்துக்காட்டைக் கூறுவதுண்டு. "ஒரு மாணவன் தனது வகுப்பில் படிக்கும் சக மாணவியிடம் முறைகேடாக நடந்துகொள்கிறான் எனில் அவனது சகோதரியிடம் இப்படி யாரேனும் நடந்துகொண்டால் அவனுக்கு எப்படி இருக்கும் என்றுதான் உடனடியாகக் கேட்கப்படும். மாறாக, எல்லாப் பெண்களுக்கும் அவன் மரியாதை கொடுக்க வேண்டியது அவசியம் என்பதால் அவனது நடத்தை ஏற்றுக்கொள்ளத்தக்கதல்ல என்றோ, அவனைப் போலவே

அந்தப் பெண்ணும் கல்லூரி மாணவர் என்றோ அவனிடம் சொல்லப்படுவதில்லை. இங்கே சம்பந்தமே இல்லாமல் அவனது சகோதரி குறித்த பேச்சு எதற்காக வர வேண்டும்?" இப்படி மாணவர்களிடம் கலந்துரையாடுவேன். ஆகமொத்தம் இரத்த சம்பந்தப்பட்ட குடும்பம் அல்லது சாதியம் எனும் பெரிய குடும்ப அமைப்புதான் ஒப்பீட்டுக்கு எடுத்தாளப்படுகிறது.

அம்பேத்கர் மிகச்சரியாகச் சுட்டிக்காட்டியது போல,

> "பொதுக் கருத்துக்கான வாய்ப்பே இல்லாதபடி சாதி செய்துவிட்டது. ஒரு இந்துவுக்குப் பொது என்பதே அவரது சாதிதான். தனது சாதிக்கு மட்டுமே அவர் பொறுப்புடன் நடந்துகொள்ள வேண்டும். அவரது விசுவாசம் அவரது சாதிக்கு மட்டுமே கட்டுப்பட்டது. நன்னடத்தை சாதியால் நிரம்பியது. ஒழுக்கம் சாதிக்கு உட்பட்டது."

இந்துச் சமூகம் சாதிய ஆணாதிக்க அமைப்பாக ஒழுங்கமைக்கப்பட்டது எனச் சொல்ல இதுவும் ஒரு காரணம். அனைத்து உறவுமுறைகளும் ஆண் மையக் குடும்ப அமைப்புக்கு உட்பட்ட உறவுமுறைகளின் மாதிரியைக் கொண்டே இங்குப் பார்க்கப்படுகின்றன. குடும்ப வட்டத்தைவிடவும் பெரிய அமைப்பு இந்து நெறி உலகில் அங்கீகரிக்கப்படுகிறது என்றால் அது சாதி மட்டுமே. ஆகவே இங்குக் குடும்பத் தலைவர் அந்தந்தச் சாதியின் மூத்த ஆணாக இருப்பது வழக்கம். இங்குச் சட்டம் என்பதே சாதிப் பஞ்சாயத்தின் சட்டம்தான். அந்தச் சட்டம், சிறுவனுக்கும் சிறுமிக்கும் இடையில், இளைஞனுக்கும் யுவதிக்கும் இடையில் பாகுபாடு காட்டும். வயது முதிர்ந்த பெண்களைக் கொண்டே இந்த விதிகளை வற்புறுத்தும். ஏனெனில் அந்த மூதாட்டிகள் ஆண்களுடன் தாங்கள் பேணும் உறவுமுறையின் வழியாகவே அதிகாரமடைய முடியும்.

ஜூடாயிஸம், கிறிஸ்தவம், இஸ்லாம் போன்ற ஆபிரகாமிய மதங்கள் இதுபோன்ற அம்சங்களில் வேறுபடுகின்றன. ஆபிரகாம் வழி என்பது ஓரிறைக் கொள்கையை அதாவது ஆணாகப்பட்ட ஒற்றைக் கடவுளை மட்டும் குறிப்பதல்ல. ஆபிரகாம், மோசஸ், ஏசுநாதர், முகமது நபிகள் என்பதாகச் சமூகத்துக்கும் மனித குலத்தும் பரம பிதாவாக, தந்தை ஸ்வரூபமாக விளங்குபவர்கள் அவர்கள். பழைய ஏற்பாட்டில் இடம்பெற்ற இறைத்தூதர்கள் மூன்று மதங்களாலும் ஏற்றுக்கொள்ளப்பட்டவர்கள். முகமது பைகம்பருக்கு முன்னர் தோன்றிய இறைத்தூதர்களையும் இஸ்லாம் ஏற்றுக்கொள்கிறது. அவருக்குப் பின்பு எந்த இறைத் தூதரும் வரமாட்டார் என்கிறது. ஆகையால் ஒட்டுமொத்த மனித குலத்துக்கான நன்னெறி, பொதுமறை ஆகியவற்றைப்

பேசுவதற்கான இடம் இந்த மதங்களில் உள்ளது. கடைசியில் இவையும் ஆண் மைய அறநெறிகளே என்பது வேறு விஷயம். மறுபுறம் இந்து மதத்தில் தர்மம் உள்ளது. அந்தத் தர்மத்தை நிர்ணயிப்பது ஒருவரது சமூக அந்தஸ்தும் பாலினமும்தான். சட்டத்துக்கு முன் அனைவரும் சமம் என்கிற நவீன முற்போக்கு ஜனநாயகக் கொள்கை, கடவுளுக்கு முன் எல்லா ஆண்களும் (ஆம், ஆண்கள்தான்) சமம் என்கிற மதங்களின் சிந்தனையிலிருந்து உதித்ததே. இந்து மதத்தில் பிராமணனுக்கான தர்மமும் சூத்திரருக்கான தர்மமும் ஒன்றல்ல. ஏனெனில் பிறருக்குச் சேவை செய்வதற்கே சூத்திரர் பிறப்பெடுக்கிறார். தலித்தோ பஞ்சமர். தீட்டு என்று மதத்தால் நிந்திக்கப்பட்ட பணிகளைச் சமூகத்துக்குச் செய்யக் கடமைப்பட்டவர் அவர். ஆகவேதான் நமது முற்போக்கு ஜனநாயகக் கொள்கைகள் ஏட்டுக் கல்வியாக மட்டுமே நீடிக்கின்றன. அவை நமது இதயங்களுக்குள் நுழைவதில்லை. இந்துக்கள் தங்களது சாதிக்குள்ளேயே மணமுடிப்பது போன்ற அகமண முறையை இந்தியாவிலும் தெற்காசியாவிலும் வாழும் முஸ்லிம்களும் சீக்கியர்களும் கிறிஸ்தவர்களும் பொதுவாகப் பின்பற்றுகின்றனர். ஆனால், அவர்களது மதங்கள் இத்தகைய மணமுறைக்கு ஒப்புதல் அளிக்கவில்லை. காலப்போக்கில் சமூக நடைமுறையாகவே அவர்கள் இதைப் பின்பற்றத் தொடங்கியிருக்கிறார்கள்.

இந்து ராஷ்டிரத்தை நிறுவப் பெரும்பான்மை இந்துக்களைத் திரட்டும் திட்டத்தில் இந்துத்துவம் தீவிரமாகச் செயலாற்றி வருகிறது. இதனால் பிற மதங்களின் மீதான பகைமையுணர்வு முன்பைக்காட்டிலும் பன்மடங்கு அதிகரித்துள்ளது. நவீன இந்தியாவின் தொடக்கக் காலத்தில் இந்து மதத்தில் சகிப்புத் தன்மைக்கும் சகிப்பின்மைக்கும் இடையில் உறவு இருந்தது. பிற மதங்கள் குறித்து ஓரளவு திறந்த மனப்பான்மையும் ஒத்திசைந்து செயல்படும் விருப்பமும் காணப்பட்டன. அதேநேரம் மதமாற்றத்தை ஒருபோதும் இந்து மதம் ஆதரித்ததில்லை. ஏனெனில் இந்து மதத்தை யாரும் தழுவ முடியாது. நீங்கள் இந்துவாகவே பிறக்க வேண்டும். அப்படியெனில் உங்களுடைய சாதி உங்களது பிறப்பிலேயே தீர்மானிக்கப்பட்டுவிடுகிறது. இந்து மதத்தின் இத்தகைய அம்சத்தினாலேயே இந்துக்களின் எண்ணிக்கை குறைவது குறித்த ஆதங்கம் எப்போதுமே நிலவியிருக்கிறது. அதிலும் தலித்துகள் கிறிஸ்தவத்துக்கோ இஸ்லாத்துக்கோ மதம் மாறும் ஆபத்து என்றுமே நீடித்திருக்கிறது. ஒரு இந்து, தீட்டின் காரணமாகவோ, திருமணத்தின் வழியாகவோ, மதம் மாறியோ தனது 'சாதியை இழக்க' நேரிடும். அதுவே இந்து மதத்துக்குள் புதியவர்களின் வருகையை நினைத்துக்கூடப் பார்க்க முடியாது. வந்தால் எந்தச் சாதியில் அவர்களை

இணைப்பது? கர்வாப்சி அல்லது மதம் திரும்புதல் என்பது அண்மையில் மதம் மாறியவர்களுக்கு எளிது. ஏனெனில் எந்தச் சாதியை விட்டுப் பிரிந்து சென்று மதம் மாறினார்களோ அதே சாதியில் பழையபடி அவர்களைக் கச்சிதமாகப் பொருத்தி விடலாம்.

கிறிஸ்தவத்துடனான என்னுடைய அனுபவம்

இளம் பிராயத்தில் கிறிஸ்தவத்தின் நீதி நெறிகள் எனக்கு அறிமுகமாயின. பதினொரு வயதில் சிம்லாவில் உள்ள கத்தோலிக்க கான்வெண்ட் உறைவிடப் பள்ளியில் சேர்க்கப்பட்டேன். சமயக் கருத்துக்கள் பசுமரத்தாணி போல மனதில் பதியக்கூடிய வயது அது. ஞாயிற்றுக்கிழமைகளில் இலத்தின் மொழியில் நடைபெறும் திருப்பலியில் நாங்கள் கட்டாயம் பங்கேற்க வேண்டும். அது முடிந்த பிறகு சிற்றாலயத்தில் அமர்ந்து ஜபமாலை சொல்ல வேண்டும். கிறிஸ்தவரல்லாத சிறுமிகள் அவரவர் சமய நூல்களை எடுத்துவர அனுமதிக்கப்பட்டனர். துதிப் பாடல்களைப் பாடுவோம், இடையிடையே எது சரி, எது தவறு என்பதும் போதிக்கப்படும். ரோமானியக் கத்தோலிக்க முறைப்படி அவ்வப்போது தூய கன்னி மேரியின் நாமம் உச்சரிக்கப்படும். இறைவன் கருணை மிக்கவர், அவரைக் காட்டிலும் மேரி மாதா நம்முடைய பலவீனங்களையும் பாவங்களையும் புரிந்துவைத்திருப்பவர். அவர் நம்மிடம் கோருவதெல்லாம் விசுவாசம் மட்டுமே. சிற்றாலயத்தில் பலவிதமான ஓவியங்களும் காணப்பட்டன. சுவரோவியமாகச் சிலுவை தீட்டப்பட்டிருந்தது. ஏசுநாதர் சிலுவையில் அறையப்பட்டபோது நிகழ்ந்த சம்பவங்கள் சுவர் நெடுகச் சித்தரிக்கப்பட்டிருந்தன. பிரமாதமான கதைகள் பல கொண்டதுதான் விவிலியம். அத்தகைய கதைகள்தாம் எங்களை மயக்கின. தவிர எங்களை மதமாற்றும் முயற்சிகள் எதுவும் நடைபெறவில்லை. எங்கள் பள்ளியில் இந்து, முஸ்லிம், சீக்கியச் சிறுமிகள் படித்தனர். தங்கும் அறையில் அவரவருக்கான அலமாரியில் தங்களுக்கு விருப்பமான கடவுளர் படங்களையோ உருவங்களையோ வைத்து வழிபட அனுமதிக்கப்பட்ட தாகவே எனக்கு நினைவிருக்கிறது. இருந்தாலும் அப்படியான படங்களையோ உருவங்களையோ நான் வீட்டிலிருந்து விடுதிக்கு எடுத்துச் சென்றதில்லை.

குட்டை முடியுடன் கூடிய சீக்கியச் சிறுமி, மகாராஷ்டிரச் சிறுமி, முஸ்லிம் சிறுமி என மூன்று நெருங்கிய தோழிகள் அப்போது எனக்கு இருந்தனர். அதிலும் அந்த மகாராஷ்டிரச் சிறுமியின் தந்தை ராஜ்புத் பரம்பரையைச் சேர்ந்தவர், தாய் மராத்தியர். அவர் துணிந்து வீட்டை விட்டு வெளியேறி

மணமுடித்தார். ஆனால், இதையெல்லாம் அவள் ஒருபோதும் எங்களிடம் சொன்னதில்லை. இவர்கள் மூவரைத் தவிர என்னை விட இரண்டு வயது மூத்த ரோமானிய கத்தோலிக்கத் தோழி ஒருத்தியும் கிடைத்தாள். அவளுடன் மட்டுமே இன்றுவரை தொடர்பில் இருக்கிறேன். ரோமானிய கத்தோலிக்கக் கிறிஸ்தவத்தின் சாரம் எங்கள் மீது அடர்த்தியாகப் பொழியப்பட்டதால் அதன் தாக்கமும் எங்கள் மீது வலுவாகவே காணப்பட்டது. எதுவும் ஆழமாகப் பதிந்துவிடும் வயதென்பதால் எங்களுடன் படித்த சில சிறுமிகள் கன்னியாஸ்திரியாகப் போவதாகப் பகிரங்கமாக அறிவித்தனர். அதற்கு முதலில் அவர்கள் கிறிஸ்தவத்துக்கு மதம் மாற வேண்டும் என்பதையே அவர்கள் யோசிக்கவில்லை.

நான் படித்த லாரெடோ கான்வென்ட் பள்ளிகள் மற்றும் கல்லூரிகள் குழுமம் வங்கத்தை மையப்படுத்திய கல்வி நிறுவனம். அங்குக் கோடைக்காலக் குட்டி விடுமுறை தவிர இந்தியாவின் பல்வேறு பிராந்தியங்களில் வெவ்வேறு விதமாகக் கொண்டாடப்படும் நவராத்திரி பண்டிகைக்கென விடுமுறையும் அளிக்கப்பட்டது. அந்தப் பருவத்தில் நவராத்திரி பண்டிகை பற்றி எனக்கு எதுவும் தெரியாது. உடன்படித்த பெரும்பாலான மாணவிகள் விடுமுறைக்கு வீடு திரும்பிவிடுவார்கள். என்னுடைய குடும்பம் வெளிநாட்டில் இருந்ததாலும், ஒன்பது நாள் விடுமுறைக்கு அவ்வளவு தொலைவு செல்ல முடியாது என்பதாலும், நான் பள்ளி விடுதியிலேயே தங்கிவிடுவது வாடிக்கை. அந்தச் சமயத்தில் தியான முகாம் நடைபெறுவது வழக்கம். விருப்பமுள்ளவர்கள் அதில் பங்கேற்கலாம். பாடப் புத்தகங்களுக்கு அப்பாற்பட்ட வாசிப்புப் பழக்கம் அப்போதுதான் எனக்குள் துளிர்விட்டது.

கிறிஸ்தவத்தின் மூலமாக எனக்குக் கிடைத்த இவற்றையெல்லாம் நான் பெரிதும் மதிக்கிறேன். வாழ்க்கையின் பிற்பாதியில் கோயில்கள், புத்த விகாரங்கள், குருத்துவாராக்கள், மசூதிகள், தேவாலயங்கள் போன்ற வழிபாட்டுத் தலங்களில் ஆன்மிக அனுபவங்கள் பெற ஆரம்பித்தேன். இங்கிலாந்தில் படித்துக்கொண்டிருந்த சமயத்தில் ஒருமுறை கடந்த கால நினைவொன்று சட்டென்று குறுக்கிட்டது. அந்த நினைவலையில் ஏதோ ஒரு கோயிலின் சற்றே ஈரமான கல் படிக்கட்டுகள் தோன்றியது. அந்தப் படிக்கட்டுகளில் மலர்கள் தூவப்பட்டிருந்தன, மணியோசையும் ஒலித்தது. ஆனால், கடவுளின் உருவம் எதுவும் தென்படவில்லை. ஆன்மிகத் தலங்கள் பல எழில் கொஞ்சும் பகுதிகளில் வீற்றிருக்கின்றன. நாத்திகரானாலும் அமானுஷ்ய உணர்வுகளும் எனக்கு ஏற்பட்டிருக்கின்றன.

நான் படித்தது கிறிஸ்தவத்தில் தோய்ந்த கல்வி நிறுவனம் என்றாலும் இந்துக்களை மதம் மாற்றும் நிறுவனமாக அதை நான் ஒருபோதும் கண்டதில்லை. மாறாகக் கிறிஸ்தவத்தின் பல முகங்களை அறிந்துகொள்ளவும் அதிலும் ரோமானிய கத்தோலிக்க நம்பிக்கையை ஆழமாகப் புரிந்துகொள்ளவும் எனக்கு அப்பள்ளி உதவியது. நான் பெற்ற கல்வியில் செழுமை வாய்ந்த பகுதியாகவே இதை நான் கருதுகிறேன். கிறிஸ்தவர்களின் தினசரி மத அனுஷ்டானங்களில் எதுவும் என் மீது திணிக்கப்பட்டதாக எனக்கு நினைவில்லை. என்னை விடவும் மரபார்ந்த இந்துக் குடும்பத்திலிருந்து வந்த சிறுமிகள்கூட எத்தகைய நெருக்கடியை யும் உணர்ந்ததாகத் தெரியவில்லை.

இந்து மதத்தைப் போலன்றி மதமாற்றம் செய்வதை முதன்மையான கடமையாகக் கொண்டது கிறிஸ்தவம். இந்தியாவின் காலனி வரலாற்றில் ஒரு பாகம் மதமாற்றம்தானே. கிறிஸ்தவ மிஷனரிகள் பள்ளிகளைத் திறந்து அவற்றில் ஆரம்பத்தில் ‘கீழ்நிலை’ சாதிகளைச் சேர்ந்த குழந்தைகளைச் சேர்த்தன. அக்குழந்தைகள் கல்வி பெறுவதற்கான வாய்ப்பு அப்போதுதான் உருவானது. அதேநேரம் ‘தீண்டத்தகாத’ குழந்தைகள் தங்களது பிள்ளைகளுடன் சேர்ந்து கல்வி பெறுவதைக் காணச் சகிக்காமல் உயர்த்தப்பட்ட சாதியினர் மிரட்டியபோது சில மிஷனரி பள்ளிகள் ‘தீண்டத்தகாத’ குழந்தைகளுக்குக் கல்விக் கதவை மூடின என்பதும் நாம் அறிந்ததே. இந்தியாவில் நிறுவப்பட்ட கிறிஸ்தவ மிஷன்களும் அரசு நிர்வாகமும் பிராமணிய நிறுவனங்களுடனும் பிராமணப் பூசாரிகளுடனும் பிராமண அறிஞர்களுடனும் எந்நேரமும் கலந்துபேசி அவர்களுடன் சமரசம் செய்தபடியே இருந்தன. இந்தியாவில் பொதுவாகக் காணப்படும் கிறிஸ்தவத்தின் முகம் இதுவே. உலக வரலாற்றில் வன்முறையான ஆனால், அச்சமூட்டக்கூடிய கிறிஸ்தவம் இருந்துள்ளது.

இந்து மதம், இந்துத்துவம், கிறிஸ்தவம்

இந்துத்துவ தேசியவாதம் தலைதூக்கியிருக்கும் இக்கால கட்டத்தில் தொண்டு காரியங்களில் ஈடுபடும் கிறிஸ்தவர்கள் சந்தேகக் கண்கொண்டு பார்க்கப்படுகிறார்கள். ஏழை இந்துக் களை, குறிப்பாகப் பழங்குடியினரையும் தலித்துகளையும் மதம் மாற்றுவதாகக் குற்றம் சாட்டப்படுகிறார்கள். இதுவே அவர்களது முதன்மையான ரகசிய வேலையாக ஜோடிக்கப்படு கிறது. இந்தியாவில் கிறிஸ்தவ தேவாலயத்தின் அமைப்புகள், அதிலும் மிஷினரிகளால் நடத்தப்படும் மருத்துவமனை களும் பள்ளிக்கூடங்களும் இன்றும் அநேகம் உள்ளன. 19ஆம்

நூற்றாண்டின் சமூகச் சீர்திருத்தவாதிகளான ஜோதிராவ் புலே தொடங்கி மகாதேவ் கோவிந்த ரானடே வரை பலரும் கிறிஸ்தவ மிஷனரிகளுடன் கைகோர்த்துத்தான் மாற்றுச் சிந்தனைகளைப் பரப்பினார்கள், கல்வியில் சீர்திருத்தங்களை நடைமுறைப்படுத்தினார்கள். மருத்துவச் சேவைகளையும் சமூகத்துக்குக் கொண்டு சேர்க்க கிறிஸ்தவ மிஷனரிகளின் உதவி அவர்களுக்குத் தேவைப்பட்டது. ஜோதிராவ் புலே முன்மொழிந்த 'நிர்மிக்' (படைத்தவர்) கருத்தியல் ஆபிரகாமிய இறைக்கோட்பாட்டின் தாக்கத்தினால் உருவகிக்கப்பட்டதே. 'நிர்மிக்' முன்பாக அனைத்து மனிதர்களும் சமம் என்பது ஆபிரகாமியக் கோட்பாட்டின் பிரதிபலிப்புதான். அதேபோன்று பண்டித ராமாபாயின் எழுத்துக்களிலும் கிறிஸ்தவ மதக் கருத்துக்கள் அரவணைக்கப்பட்டன. ஏனெனில் ராமாபாயின் சிறுவயதில் இந்து மத தர்மத்தை மீறித்தான் அவருக்கு சமஸ்கிருத நூல்களை அவருடைய தந்தை கற்பித்தார். குழந்தைப் பருவத்தில் அடைந்த துன்பங்கள் பின்னாளில் அவரை வலிமை மிகுந்த சமூகச் சீர்திருத்தவாதியாக மாற்றின. ஒருகட்டத்தில் கிறிஸ்தவத்தை அவர் தழுவினார். அதேநேரம் கிறிஸ்தவ நம்பிக்கை யிலும் அவருக்குச் சில சிக்கல்கள் இருக்கவே செய்தன (அவரது கடிதத் தொகுப்பின் மூலமாக இது தெரியவந்துள்ளது). தன்னுடன் தொடர்பிலிருந்த கன்னியாஸ்திரிகளிடம் தனது சந்தேகங்களை எழுப்பி வாக்குவாதத்தில் ஈடுபட்டார்.

இருபதாம் நூற்றாண்டின் இறுதியில் தொடங்கி இருபத்தியோராம் நூற்றாண்டில் நிலைபெற்றுவிட்ட இந்துத்துவச் சித்தாந்தத்தின் முன்னோடிகளான வைதீகப் பிராமணர்கள் பண்டித ராமாபாயிடம் காட்டிய எதிர்ப்பு மகாதேவ் கோவிந்த ரானடே அவரை விட்டுப் பிரியச்செய்தது. மார்ட்டின் கிராமர் முன்மொழிந்ததுபோல் இன்று நிலை கொண்டிருக்கும் இந்துத்துவத்தை 'அரசியல் இந்து மதம்' என்றே அழைக்க விழைகிறேன். அடிப்படைவாதிகள் தங்களது மதத்தின் ஆதரவாளர்களை ஒருங்கிணைக்கும் எத்தனிப்பில் மற்ற மதங்களை மற்றமையாகக் கட்டமைக்கும் போக்கு இதில் எதிரொலிக்கிறது. அப்படிப் பார்க்கையில் இஸ்லாம், கிறிஸ்தவம், இந்து மதம் என்கிற ரீதியில் பௌத்த மதத்தைக்கூட எதிரியாக முன்னிறுத்தும் நோக்கம் தலைதூக்கியுள்ளது. ஆக, தற்காலச் சூழலில் மதமாற்றம் செய்யத் துடிக்கும் சித்தாந்தம் ஒன்று உண்டென்றால் அது இந்துத்துவம்தானே அன்றி இந்து மதம் அல்ல. பன்மைத்துவம் நிறைந்த இந்நாட்டில் பல்வேறு இந்துமத வழிபாட்டு முறைகளைப் பின்பற்றும் இந்துக்கள் வாழ்கின்றனர். அவர்கள் அத்தனை பேரையும் ஒற்றைக் கலாச்சார இந்து அடையாளத்துக்குள் கொண்டுவர 'அரசியல் இந்து மதம்'

துடிப்பதைக் காண்கிறோம். அதில் முஸ்லிம்கள் நடத்திய தாக்குதலால் கடந்த காலத்தில் இந்து மதம் பாதிக்கப்பட்டதாகவும் தற்காலத்திலும் அத்தகைய அபாயத்தில் இருப்பதுபோலவும் நம்ப வைக்கும் முயற்சி முன்னிலை வகிக்கிறது.

இந்துத்துவமும் முஸ்லிம்களை எதிரிகளாகக் கட்டமைப்பதும்

முஸ்லிம்களை இவ்வாறு எதிரிகளாக உருவகிக்க வரலாற்றுத் திரிப்பு அவசியமாகிறது. மேலும் சமகாலத்தில் வாழ்ந்துவரும் முஸ்லிம் சமூகத்தினர் இகழ்ச்சிக்குரியவர்கள், ஆபத்தானவர்கள், கீழ்மையானவர்கள் என்கிற கருத்தாக்கத்தைக் கட்டமைக்க வேண்டியுள்ளது. முஸ்லிம்கள் குறித்துக் கட்டமைக்கப்படும் இத்தகைய பிம்பம் பல நேரங்களில் முன்னுக்குப்பின் முரணாக இருப்பது கவனித்தால் தெரியும். ஆனால், ஆளும் பாஜக தலைவர்களின் பேச்சில்; வாட்ஸ் அப், ட்விட்டர், ஃபேஸ்புக் உள்ளிட்ட சமூக ஊடகங்களில் போலிச் செய்திகள் பரப்பவே சம்பளம் கொடுத்து வேலைக்கு அமர்த்தப்பட்டிருக்கும் ட்ரால்களின் பதிவுகளிலும்; ஏழைக் குழந்தைகளுக்கு ஆர்எஸ்எஸ்ஸும் அதன் சகோதர அமைப்புகளும் நடத்தும் பள்ளிகளின் பாடத்திட்டத்திலும் முஸ்லிம்களின் மக்கள்தொகை பன்மடங்கு பெருகி வருவதாகப் பரப்பப்படு கிறது. 'நாம் ஐவர் நமக்கு இருபத்து ஐவர்' போன்ற வாசகங்கள் மூலம் முஸ்லிம் ஆண்கள் நான்கு மனைவிகள்வரை மணமுடிக்க அனுமதிக்கப்படுவதால் ஒவ்வொரு மனைவியும் ஏகப்பட்ட பிள்ளைகளை ஈன்றெடுப்பதாகப் பரப்புரை செய்யப்படுகிறது. இது தர்க்கத்துக்கும் உண்மைக்கும் புறம்பானது. ஒருதார மணம் மட்டுமே அனுமதிக்கும் சட்டம் இந்து ஆண்களின் மனத்தில் எத்தகைய பொறாமைத் தீயை மூட்டியுள்ளது என்பதை இத்தகைய பொய்ப் பரப்புரை மூலம் புரிந்துகொள்ளலாம். இந்துக்கள் பின்பற்றுவதாகக் கருதப்படும் வழக்கத்தைச் சுட்டும் 'நாம் இருவர் நமக்கிருவர்' என்ற வாசகத்திற்கு முரணாக முஸ்லிம்களின் வழக்கம் குறித்து 'நாம் ஐவர், நமக்கு இருபத்து ஐவர்' வாசகம் பரப்புரை செய்யப்படுகிறது. இதுபோக இந்து இளம்பெண்களை முஸ்லிம்களாக மதமாற்றும் சதித்திட்டத்துடன் முஸ்லிம் ஆண்கள் மயக்கி 'லவ் ஜிகாத்' செய்துவருவதாகவும் பரப்பப்படுகிறது. அப்படி மணமுடித்துவிட்டு, பிறகு முஸ்லிம் ஆண்கள் முத்தலாக் சொல்லி அவர்களை நிர்க்கதியாக்கிவிடுவார்கள். அந்தக் கொடுமையிலிருந்து இந்துப் பெண்கள் பாதுகாக்கப்பட வேண்டும் என்றும் நம்பவைக்கப்படுகிறது.

முஸ்லிம் ஆண்கள் மாட்டிறைச்சி சாப்பிடக்கூடியவர்கள் என்பதால் நமது கோமாதாவைக் கொல்லும் பாவிகள் அவர்கள்; அண்டைவீட்டாராக இருந்துவிட்டால் தொடர்ச்சியாக மாமிசம்

சமைத்துத் தொல்லை கொடுப்பார்கள் (பெருவாரியான இந்துக்கள் மாமிசம் உண்பவர்கள்தான் என்பது பற்றியெல்லாம் பேச்சே கிடையாது). இதில் வருடத்துக்கு ஒருமுறை பக்ரீத் கொண்டாடுகிறேன் என்கிற பெயரில் வசிப்பிடத்துக்கே ஆடுகளை இழுத்து வந்து கொடூரமாக வெட்டிக் கொல்வார்கள். இப்படி முஸ்லிம்களை எதிரிகளாகப் புனையும் போக்கு அப்பட்டமாகச் செய்யப்படுகிறது. 1920களிலேயே வெளிவந்த ஆர்எஸ்எஸ் வெளியீடுகளில் இதனைக் காணலாம். அன்றாடத்தில் சாதி, மொழி, பிராந்திய வேறுபாடுகளில் உழன்று கொண்டிருக்கும் இந்துக்களை ஒற்றைக் குடையின் கீழ் கொண்டுவர அவர்கள் முயல்கிறார்கள். 'வேற்றுமையில் ஒற்றுமை' என்பதற்கு மாற்றாக 'வேற்றுமைக்கு எதிரான ஒற்றுமை' என்பதாக இந்நாட்களில் பரப்பு நிகழ்ந்து வருகிறது. அதிலும் 2014க்குப் பிறகு 'எதிரான ஒற்றுமை' என்கிற போக்கு புதிய உயரத்தை எட்டிவிட்டது. இதில் முஸ்லிம்களுக்கு எதிராகத் தூண்டிவிடப்படும் வன்முறைகளுக்குத் தண்டனையிலிருந்து விலக்களித்தல் என்பது புதிய எல்லையைத் தொட்டுவிட்டது.

இந்து மதம் என்பதாக இன்று கொண்டாடப்படுவது பிராமணியமும் ஆணாதிக்கமும் முயங்கிய வடிவமாகவே உள்ளது. ஆனாலும் முஸ்லீம்களுக்கு எதிரான வன்முறை வெறியாட்டங்களில் மகளிர் குழுக்களும் துடிப்புடன் களமாடுவதைக் காண முடிகிறது. இதற்குச் சரியான உதாரணம் 90களில் அத்வானி மேற்கொண்ட ரத யாத்திரையை ஒட்டிய சம்பவம். ரத யாத்திரையில் அச்சு அசலாக ராமர் தேரோட்டுவது போன்ற சிலைகள் வடிக்கப்பட்டு அவை லாரிகள் மூலம் வட இந்திய மாநிலங்களில் ஊர்வலமாகக் கொண்டு செல்லப்பட்டன. அயோத்தியில் ராமர் கோயிலை மீண்டும் கட்ட வேண்டும் என்ற பிரச்சாரம் அதில் முன்னெடுக்கப்பட்டது. ஏனெனில் அயோத்தியில் ராமர் வீற்றிருந்த அரண்மனையைத் தகர்த்து விட்டுப் பாபர் மசூதியை முகலாய மன்னர் பாபர் கட்டியதாகப் பரப்புரை செய்யப்பட்டது. ஆனால், ராம ராஜ்ஜியத்தின் தலைநகரம் அயோத்தி என்பதே புராணக்கதை. அப்படி இருந்தும் பாபர் மசூதி இருந்த இடத்தில்தான் வரலாற்றுப்படி ராமர் கோயில் இருந்ததாக இந்துத்துவ ஆதரவாளர்கள் வாதிட்டனர். ரத யாத்திரை நிகழ்ந்த பிறகு ஆங்காங்கே மதக் கலவரம் மூண்டது. இறுதியாக 1992 டிசம்பர் 6ஆம் தேதி பாபர் மசூதி தகர்ப்பில் அது உச்சத்தை அடைந்தது. காவல்துறை, சர்வதேச தொலைக்காட்சி ஊடகங்களின் முன்னிலையில் கையில் வேல் கம்பும் அரிவாளும் ஏந்திய கூட்டம் பாபர் மசூதி தகர்ப்பில் ஈடுபட்டது.

மசூதியை இடித்துவிட்டு ராமர் கோயில் கட்டுவதற்கான 'கர சேவகர்கள்' படையில் பெண்களும் இடம்பெற்றிருந்தனர். அதில் சிலர் நெடுந்தூரம் பயணம் செய்து மசூதியை வந்தடைந்தவர்கள். ஆர்எஸ்எஸ் உள்ளிட்ட வலதுசாரி அமைப்புகளின் பெண் பிரமுகர்களும் அந்தக் குழுவில் அங்கம் வகித்தனர். அவர்கள் ஆர்ப்பரித்து வன்முறைக் கும்பலை உசுப்பேற்றினர். கடவுள் ராமனை அவமதித்தவர்களைப் பழிக்குப்பழி வாங்குவதன் மூலம் தங்களது ஆண்மையை நிரூபிக்கும்படி ஆவேசமாகப் பேசினார் சாத்வி ரிதம்பரா. அப்போது அவர் பேச்சைக் கேட்டு நாடி நரம்பெல்லாம் முறுக்கேறிக் களமிறங்கிய பெண்களும் ஆண்களும் அநேகர். சாதி மறுப்பாளரான (பிராமணர் அல்லாத) எனது நண்பரின் தாய் என்னிடம் தனது மகனுடைய கொள்கைக்கு நேரெதிராகத் தான் செயல்படுவதற்கான காரணத்தை உணர்வெழுச்சியுடன் விளக்கிய விதம் இப்போது ஞாபகத்துக்கு வருகிறது. கர சேவகராக மாறி "அயோத்தி புனித பூமியில் அங்கப் பிரதட்சிணம் செய்து அந்த மணலை உடலெங்கும் பூசிக் கொள்ள விரும்புகிறேன்" என்றார் அவர்.

2002 பிப்ரவரி முதல் மார்ச் வரை குஜராத்தில் நடந்த வன்முறை வெறியாட்டம், தீவைப்புச் சம்பவங்கள், முஸ்லிம் களைப் படுகொலை செய்தல் ஆகியவற்றில் பெண்களும் ஈடுபட்டனர் என்பதைக் களத்திலிருந்து வந்த செய்திகள் கூறுகின்றன. தலித்துகளும் பழங்குடியினர் பலரும்கூட அந்தக் கலவரத்தில் ஈடுபட்டிருந்தனர். 'மற்றமையைக் கட்டமைக்கும் அரசியல்' தன் இலக்கை வெற்றிகரமாக அடைந்ததற்கான எடுத்துக்காட்டு இதுவே.

பெண் வெறுப்பும் ஆணாதிக்கமும் வெளிப்படையாகக் கூட்டணி வைத்திருக்கும் இந்துத்துவத் திட்டத்துக்குப் பெண்கள் விலைபோனது எப்படி? அதுவும் இந்துத்துவத்தின் பெயரில் வன்முறைத் தாக்குதலில் இறங்கும் அளவுக்குப் பெண்கள் சென்றது ஏன்? ஆர்எஸ்எஸ்ஸையும் அதன் 'சகோதரி' அமைப்பான ராஷ்டிர சேவிகா சமிதியையும் உற்று நோக்கி இந்தக் கேள்விக்கான விடையைக் கண்டறிய பெண்ணியவாதி பவுலா பக்கெத்தா[1] முயன்றார். ஆணாதிக்கக் கூக்குரலுக்குப் பெண்களிடமிருந்து வெளிப்படும் 'பிறழ் உணர்வாக' மட்டும் இதைப் பக்கெத்தா கருதவில்லை. ஏதோ ஆண்களின் கொள்கைப் பிடிப்புக்கும் அவர்களது சாதிய கோஷ்டிகளுக்கும் பெண்கள் துணைபோவதாக மட்டும் இதைப் பார்க்க முடியாது. ஆர்எஸ்எஸ் விடுக்கும் அழைப்பு உயர் சாதியினரை மட்டுமல்ல அதிக

எண்ணிக்கையிலான இடைச்சாதியினரையும், பகுஜன்களையும், இதர பிற்படுத்தப்பட்ட சாதியினரையும்கூட[2]ச் சேர்த்தே கவர்ந்திழுக்கிறது. வலதுசாரி அமைப்புகளின் செயல்பாடு களிலும் பரப்புரைகளிலும் வன்முறைத் தாக்குதல்களிலும் பங்கேற்கும் முடிவைப் பெண்கள் ஒருவிதமான 'உறுதிப்பாட்டுடன் ஏதோவொரு ஆதாயத்துக்காக அறிந்தே' தேர்வு செய்கிறார்கள்.

பக்கெத்தா சுட்டிக்காட்டவில்லை எனினும் இங்கு வேறொன்றை நான் பேச விரும்புகிறேன். ராஷ்டிரிய சேவிகா சமிதியில் இணையும் பெண்கள் கல்யாணம் செய்துகொள்ளும்படி ஊக்குவிக்கப்படுகிறார்கள். ஏனெனில் ஆர்எஸ்எஸின் ஆண் பிரச்சாரகர்களின் ஆதர்சமாகப் பிரம்மச்சரியம் கருதப்படுவதால் திருமணமாகாத பெண்கள் ஆண்களின் சுய ஒழுக்கத்துக்கு ஆபத்து ஏற்படுத்தக் கூடியவர்களாகப் பார்க்கப்படுகிறார்கள். தனது கணவர், குழந்தைகளின் தேவைகளைப் பூர்த்தி செய்வதே மணமான பெண்ணின் வாழ்க்கையின் கடமை. அதுவே ராஷ்டிரிய சேவிகா சமிதி பெண்களுக்குப் பரிந்துரைக்கும் வாழ்க்கை முறை.

ராஷ்டிரிய சேவிகா சமிதியின் நிறுவனரான லட்சுமிபாய் கேல்கர்கூட ஆரம்பத்தில் திருமணமாகாத இளம் பெண்ணாகவே சங்கப் பரிவாரின் செயல்பாடுகளில் துடிப்புடன் ஈடுபட்டார். பின்னாளில், மனைவியை இழந்த, இரு குழந்தைகளுக்குத் தகப்பனான புருஷோத்தம் கேல்கரை மணந்தார். இருப்பினும் பிரபல இந்துத்துவச் செயற்பாட்டாளர்களில் ஒருசில பெண் துறவிகளும் இருக்கவே செய்கிறார்கள். பாபர் மசூதி தகர்ப்புக்கான வெறுப்புப் பிரசாரத்தின் பிரதான பேச்சாளரான ரித்தம்பரா, 2008 மலேகான் குண்டுவெடிப்பு வழக்கின் முக்கியக் குற்றவாளியான பிரக்யா தாகூர் ஆகியோர் பெண் துறவிகள்தாம். ஆனாலும் கலவரத்தில் முழுவீச்சில் ஈடுபட்ட சமிதியின் பெண் உறுப்பினர்களில் பெரும்பாலானோர் திருமணமானவர்களே. ஆர்எஸ்எஸ் கருத்தாடலில் இந்துப் பெண்கள் அபூர்வமாகவே மனைவிமார்களாக விளிக்கப்படுவ தாக பக்கெத்தா அவதானிக்கிறார். ஏனெனில் பெரும்பாலும் பெண்களைச் சங்கத்தின் ஆண் உறுப்பினர்கள் 'சகோதரிகள்' என்றும் பொதுவாகவே 'தாய்மார்கள்' என்றுதாம் அழைப்பதை வழக்கமாகக் கொண்டிருக்கிறார்கள்.

முஸ்லிம் ஆண்களைப் பல அடுக்குகளில் எதிரிகளாகவும், காம வெறியர்களாகவும், பயங்கரவாதிகளாகவும் சித்தரிப்பதையே ஆர்எஸ்எஸ் வழக்கமாகக் கொண்டிருப்பது பற்றி ஏற்கெனவே பேசினோம். ஆர்எஸ்எஸ்ஸின் இந்தக் கதையாடல் பல அடுக்கு களைக் கொண்டது. பல்வேறு பிரசுரங்களையும் கொள்கைப்

பிரகடனங்களையும் ஆதாரமாக வைத்து இத்தகைய கருத்தாடலின் செயல்முறைகள், நோக்கங்கள் குறித்துப் பக்கெத்தா அலசி ஆராய்ந்துள்ளார்.

"தனது சொல்லாடலை உயர் சாதியினருக்கும் அண்மைக் காலங்களில் மேல்நோக்கி நகர்ந்துவரும் தாழ்ந்த நிலையில் உள்ள சாதியினருக்கும் நன்கு அறிமுகமான வகையில் முன்வைப்பதற்காகக் கூடியவரையிலும் பிராமணியக் குறியீடுகளையும் குறிப்பான்களையும் ஆர்எஸ்எஸ் பயன்படுத்துகிறது. தனது சொல்லாடல்களுக்குப் பின் உள்ள அரசியலை மறைத்துக்கொள்ளவும் அவற்றுக்குத் தார்மிக அங்கீகாரம் வழங்கவும் அதன் மூலம் அனைவரின் ஒப்புதலைப் பெறவும் அது இப்படிச் செய்கிறது... உண்மையின் மீது அல்ல, உணர்வுகளைத் தூண்டிவிடுவதி லேயே ஆர்எஸ்எஸ் சித்தாந்திகள் அதிக கவனம் செலுத்துகிறார்கள் (அழுத்தம் என்னுடையது). இந்தக் காரணத்தினாலும், இந்தச் சொல்லாடல் கால ஓட்டத்தில் தொடர்ந்து பரிணமித்து வருவதாலும் முன்னுக்குப்பின் முரணான கூற்றுகளையும் படிமங்களையும் இது எளிதாக உள்வாங்கிக்கொள்கிறது."

என்கிறார் பக்கெத்தா.

இந்தக் கருத்தாடலில் முஸ்லிம் பெண்கள் அபலைகளாக வும் இஸ்லாமிய விதிமுறைகளாலும் கட்டமைப்பாலும் ஒடுக்கப்படுபவர்களாகவும் சித்தரிக்கப்படுகிறார்கள். அவர்கள் முக்காடு அணிய வற்புறுத்தப்படுவதாகவும், பலதார மணத்தால் துன்புறுத்தப்படுவதாகவும், முஸ்லிம் தனிநபர் சட்டத்துக்குள் சிக்கித் தவிப்பதாகவும், முஸ்லிம் மக்கள்தொகையைப் பெருக்கப் பிள்ளை பிரசவிக்கும் இயந்திரமாக மட்டுமே நடத்தப்படுவ தாகவும் பொதுச் சமூகத்தில் நம்ப வைக்கப்படுகிறது. பாலியல் ரீதியாகவும் இன அடிப்படையிலும் முஸ்லிம் பெண்களைச் சொந்தமாக்கிக் கொள்ளக்கூடிய பண்டங்கள் என்பதாக ஆர்எஸ்எஸ் கருத்தாடல் உருவகிக்கிறது.

இந்துத்துவமும் கிறிஸ்தவமும்

இந்தியச் சிறுபான்மையினர்களில் கிறிஸ்தவர்களின் எண்ணிக்கை குறைவுதான் என்றாலும் அத்தனை இந்தியர்களை யும் கிறிஸ்தவர்களாக அவர்கள் மதமாற்றம் செய்யக்கூடும் என்கிற அச்ச உணர்வு விதைக்கப்படுகிறது (நாட்டின் மொத்த மக்கள்தொகையில் 2.3 சதவீதம் மட்டுமே இருக்கும் கிறிஸ்தவர்கள் மீதான இத்தகைய அச்சம் மிகைப்படுத்தப்பட்டது). சுகாதாரத்

துறையிலும் கல்விப் புலத்திலும் பழங்குடியினருடனும் தலித்துகளுடன் இணைந்து செயலாற்றும் மிஷனரிகள் குறிவைக்கப்படுகின்றன. தேவாலயங்கள் தாக்கப்படுகின்றன. கிறிஸ்தவர்களை எப்போதுமே சந்தேகக் கண்ணோட்டத்துடன் பார்க்கும்படி இந்துத்துவவாதிகள் தூண்டிவிடுகின்றனர். 2018இல் கிறிஸ்துமஸ் பண்டிகை நேரத்தில் பல தேவாலயங்கள் தாக்கப்பட்டன. இப்படிப் பிற சமயப் பண்டிகைகளிலும் கொண்டாட்டங்களிலும் தலையிடும் இழிவான பண்பை இந்துத்துவம் பின்பற்றி வருகிறது. ஆனால் எதிர்பாராதவிதமாக 2019இல், 'அன்பையும் அமைதியையும் போதிக்கும் கிறிஸ்துமஸ் பண்டிகை வாழ்த்துக்கள்' என்ற வாசகத்தை இந்துத்துவ ஆதரவாளர்கள் பலர் வாட்ஸ் அப் குழுக்களில் பகிர்ந்தனர். முந்தைய ஆண்டுக்கு நேர்மாறான போக்கு திடீரெனத் துளிர்விட்டதை நான் கவனித்துப் பொதுவாக அதை வரவேற்றேன். ஆனால் இதிலும் கவலைதரும் கோணம் இருந்தது. முஸ்லிம்களை எதிரியாகக் கட்டமைத்துத் தனிமைப்படுத்தும் வேலை போதிய அளவு நடைபெற்றுவிட்டதால் கிறிஸ்தவர்களுடன் கொண்டாட்டத்தில் கலந்துகொள்ளலாம் என அவர்கள் கருதியதாகத் தோன்றியது.

இந்துத்துவச் சேனைகள் பரப்பும் அச்ச உணர்வுக்கும் பொய்மைக்கும் வாழ்த்துகளுக்கும்கூட அரசியல் நோக்கங்கள் உண்டு. அதுபோகப் பிற மதத்தினர் பற்றி இந்துக்களிடையே பொதுவாக நிலவும் ஜோடனைகளின் மேல் கூடுதலான கதைகளையும் கட்டிவிடுவார்கள். ரொட்டித் துண்டுகளைக் கிணற்றில் கொட்டி நீரைத் 'தீட்டாக்கும்' வேலையைக் கிறிஸ்தவர்கள் செய்கிறார்கள் என்கிற கதையைக் குழந்தைப் பருவத்தில் கேட்டிருக்கிறேன். இந்துச் சட்டகத்துக்கு வெளியே உள்ள எவருடன் தொடர்புகொண்டாலும் தீட்டாகிவிடும் என்கிறது இந்துத்துவம் (இந்து மதத்துக்குள்ளும் விலக்கப்பட்டவர்களுக்கும் இதுவே சொல்லப்படுகிறது). மற்றமை குறித்து இந்துத்துவம் கொண்டிருக்கும் விசித்திரமான அச்சம் இது. சாதி இந்துக்கள் அன்றாடம் கடைப்பிடிக்கும் சில நம்பிக்கைகளோடு சம்மந்தப்படவை இவை. உதாரணத்துக்கு, தீட்டு பற்றி எனது தாய் கொண்டிருந்த நம்பிக்கையைச் சொல்லலாம். கிறிஸ்தவர்களும் மாட்டிறைச்சி உண்ணக்கூடியவர்களே. ஆனாலும் இந்தியாவில் அவர்களது எண்ணிக்கை குறைவென்பதால் மாமிசப் பண்டங்களின் வியாபாரச் சந்தையைத் தீர்மானிக்கும் சக்தியாக அவர்கள் இல்லை. ஆகவே மதம் மாற்றுவதில் அவர்கள் கொண்டிருக்கும் நாட்டமும், அவர்களது இருப்பே தீட்டென்பதாகச் சாதி இந்துவால் பார்க்கப்படுவதும் சேர்ந்து கிறிஸ்தவர்கள் குறித்த எச்சரிக்கை உணர்வை இந்துக்களிடம்

ஏற்படுத்துகின்றன. இந்து மதத்திலிருந்து கிளை பிரிந்து சென்றவர்கள் என்கிற வகையில் சீக்கியர்களும் சமணர்களும் பரந்துபட்ட இந்து சமூகத்தைச் சேர்ந்தவர்களாகவே கருதப்படுகிறார்கள். பார்சி மக்களும் எண்ணிக்கையில் குறைவானவர்களே. பெருநகரங்களில் மட்டுமே பெரும்பாலும் வசிக்கும் இம்மக்களும் ஆங்காங்கே தொண்டு நிறுவனங்களை நடத்திவருகிறார்கள். ஆனால், அவர்கள் மதம் மாற்ற முயல்வதில்லை என்பதால் அவர்கள் ஆற்றும் நற்செயல்கள் போற்றுதலுக்குரியவையாகக் கருதப்படுகின்றன. இன்றைய தேதியில் பிராமணர்களில் பலர் மாமிசம் சாப்பிடுவதைப் பார்க்க முடிகிறது. தீட்டுத் தொடர்பான நம்பிக்கைகளும் கட்டுப்பாடுகளும் அவர்களுக்கு வசதியாகத் தளர்த்தப்பட்டுவிடுகின்றன. எது மாறினாலும் தீட்டாக நிந்திக்கப்பட்ட மற்றமைகள் மீது ஆழமாக வேரூன்றிய வெறுப்பில் மட்டும் மாற்றமில்லை.

மாதவிடாய் நாட்களில் இருக்கும் பெண்களும் குழந்தை பிரசவித்த தாய்மார்களும்கூடத் தீட்டை உருவாக்கும் மற்றமையாகவே கருதப்படுகின்றனர். மாதவிடாயின்போது சமைக்கும் பெண்கள் அடுத்த ஜென்மத்தில் பெட்டை நாயாகப் பிறப்பார்கள் என்று சாமியார் ஒருவர் பிதற்றியதைக் கண்டு நாம் நகைத்திருக்கலாம். ஆனால், அவரது பேச்சைக் கேட்ட அவருடைய அறக்கட்டளை நடத்தும் மகளிர் கல்லூரியின் நிர்வாகம் அக்கல்லூரி மாணவிகள் தங்களது உள்ளாடையை அவிழ்த்து மாதவிடாய் நாட்களில் கல்லூரி வரவில்லை என்று நிரூபிக்க வற்புறுத்தியது.[3] ஆழ்மனத்தில் உறைந்திருக்கும் இந்துப் புத்தியைக் கிளறிவிட்டுப் பெண்களின் அந்தரங்கத்தின் மீதும் சுயத்தின் மீதும் அத்துமீறும்படி ஆக்ரோஷமாக இந்துத்துவம் சொல்கிறது. இத்தகைய உணர்ச்சிக்குவியலில் நிலையற்றதன்மையும் அக முரண்பாடுகளும் எட்டிப் பார்க்கும்போது இந்துத்துவாதிகளின் பிளவுபடுத்தும் முழக்கங்களால் அது கூர்மை பெறுகிறது. பாகுபாட்டில் வேரூன்றிய இந்து மதத்திலிருந்து தனக்கான ஆதாரத்தை இந்துத்துவம் கண்டடைகிறது என்பதை இந்த இடத்தில் மீண்டும் வலியுறுத்த வேண்டியிருக்கிறது.

வரலாற்றை மாற்றி எழுத வேண்டிய அவசியம்

இன்றுபோலப் பண்டைய இந்தியாவில் இந்துச் ‘சமூகம்’ இருந்திருக்கவில்லை என்பதைத் தனது ஆராய்ச்சிகளின்[4] மூலமாக வரலாற்றாசிரியர் ரொமிலா தாப்பர் நமக்கு நினைவுபடுத்துகிறார். மாறாகப் பல்வேறு இனக்குழுக்கள் விதவிதமான சிறுதெய்வங்களை வழிபட்டுத் தங்களுக்குள் இணக்கமாக வாழ்ந்து வந்தனர் என்கிறார். இதற்கிடையில் வேத

நூல்களின்படி வைதீக மரபைப் பின்பற்றிய பிராமணர்களின் சிறிய கூட்டமும் இருந்தது. இவர்களைத் தவிர்த்துப் பலவிதமான பவுத்தர்களும் சமணர்களும் அஜீவிகர்கள் எனும் நாத்திகர்களும் வாழ்ந்து வந்தனர். சிரமணர்கள் என்றழைக்கப்பட்ட இவர்கள் பிராமணியத்தின் அடிப்படைகளையும் வேத மரபின் சுருதி, ஸ்மிருதிகளையும் ஏற்க மறுத்தனர். பிராமணர்களுக்கு இடையிலும் பல்வேறு உட்பிரிவுகள் காணப்பட்டன. அவர்களிலும் சிலர் மட்டுமே வைதிக மரபைப் பின்பற்றினர். மீதமுள்ளவர்கள் 'தொடக்கக் காலப் பிராமணியத்துக்குப் பலவிதங்களிலும் எதிரான' சாக்தம் உள்ளிட்ட சில பிரிவுகளின் நம்பிக்கைகளை ஏற்றுக்கொண்டனர். ஹரப்பா நாகரிகத்தின்போது பெண் தெய்வமான சக்தி வழிபாடு மையப்படுத்தப்பட்டது என்றும் ரொமிலா தாப்பர் சுட்டிக்காட்டுகிறார்.

"துணைக் கண்டத்துக்கான அடையாளமாகப் பிராமணியம் உருவெடுத்தது சமயச் சடங்குகளின் வாயிலாகவும் சமஸ்கிருதம் எனும் பொது மொழி மூலமாகவும்தான்" என்று ரோமிலா தாப்பர் விளக்குகிறார். ஆனாலும் சமஸ்கிருதம் மேட்டுக் குடியினர் மத்தியில் மட்டுமே புழங்கியது. பொது ஆண்டின் முதல் ஆயிரம் ஆண்டுகளில் பிராமணர்கள் அரசியல் அதிகாரத்தைப் பெற்றனர். அவர்களுக்கு நிலங்களும் கொடுக்கப்படவே நிலப்பிரபுக்களாக மாறினார்கள். ஆனாலும் தங்களது அதிகாரத்தை நிலைநாட்ட உள்ளூரில் அதிகாரம் படைத்தவர்களுடன் அவர்கள் சமரசம் செய்துகொள்ள வேண்டியிருந்தது. ஆகையால் சில சிறுதெய்வங்கள் முக்கியத்துவம் பெற்றன. பலதரப்பட்ட உள்ளூர்வாசிகளைப் புனித யாத்திரைகள் இணைத்தன. இப்படியாக முதல் புத்தாயிரத்தின் இறுதியில் பிராமணியம் தனது ஆதிக்கத்தை நிலைநாட்டியது. மறுமுனையில் பவுத்த மதம் உள்ளிட்ட சிரமண மரபுகள் இந்தியாவிலிருந்து வெளியேற்றப்பட்டன அல்லது இனக்குழுக்கள் சாதிகளாகப் பிளவுபட்டுச் சாதிய படிநிலைக்குள் உள்ளிழுக்கப்பட்டன.

இரண்டாம் புத்தாயிரத்தின் தொடக்கத்தில் இந்தியாவின் பல்வேறு பகுதிகளில் தோன்றிய பக்தி இயக்கத்தைக் குறித்து ரொமிலா தாப்பர் பேசுகையில் சைவ, வைணவ மரபுகளின் புராண காலகட்டம் உதித்த விதத்தைக் கவனப்படுத்துகிறார். இந்தப் புராணப் பாரம்பரியத்தில் வந்தவர்கள் பலர் சாதியத்தை எதிர்த்தனர். இறைவனின் பார்வையில் எல்லாப் பக்தர்களும் சமம் என்று வாதிட்டனர். முஸ்லிம் படையெடுப்பு நடைபெறுவதற்கு முன்புவரை இந்துச் சமூகம் என்ற கற்பிதம் உருவெடுக்கவில்லை என்பதே ரொமிலா தாப்பரின் முக்கிய வாதம். அப்போதும் பிராமணியம் நிலவியது. அது சாதியப்

படிநிலைகளை வழிமொழிந்தது. ஆனாலும் அந்த அமைப்பு அனைத்து இடங்களிலும் சீராக இறுகிப் போனநிலையில் இல்லை.

காஞ்சா அய்லைய்யாவின் ஆய்வுடன் ரொமிலா தாப்பரின் இந்தக் கோணம் பொருந்திப்போகிறது. தங்களது கடவுளர்களையும், வேலையுடனும் பருவகாலத்துடனும் தொடர்புடைய தங்களது சடங்குகளையும், தங்கள் இனத்தைச் சேர்ந்த உழைக்கும் மக்களின் பாரம்பரியத்தையும் உற்று நோக்கும்போதுதான், இந்து மதச் சாதிய அமைப்புக்கு அப்பாற்பட்ட கைவினைஞர் சாதியத்தைச் சேர்ந்தவர்தான் என்ற புரிதலுக்கு வந்ததாகக் காஞ்சா அய்லைய்யா விளக்குகிறார்.[5] காஞ்சா அய்லைய்யாவினுடைய இந்தக் கூற்று கற்பனாவாதமாகத் தோன்றினாலும் உழைப்பைத் தரக் குறைவாகப் படிநிலைப்படுத்தும் இந்து சாதியச் சமூகத்தில் உழைப்பின் மதிப்பையும் மாண்பையும் அவரது வாதம் மீட்டெடுக்கவே செய்கிறது. தங்களை இந்துவென அழைத்துக் கொள்பவர்கள் தரிசிக்கும் கடவுளர்கள், அவர்கள் கொண்டாடும் பண்டிகைகள், ஆற்றும் சடங்குகள் என ஒவ்வொன்றுக்கும் அநேக மூலாதாரங்கள் இந்திய வரலாற்றில் காணக் கிடைக்கின்றன. உதாரணத்துக்கு, ஆதிக்கம் செலுத்தும் பிராமணியப் புனைவில் ஒரு அரக்கனின் வீழ்ச்சியானது பண்டிகையாகக் கொண்டாடப்படுவது ஒடுக்கப்பட்ட மற்றொரு சமூகப் பிரிவின் பார்வையில் முற்றிலும் வேறொரு நாளாக அது அனுசரிக்கப்படுவதாகக் காணலாம். ஆனால், இவற்றையெல்லாம் மூடி மறைத்து ஒற்றைப் பிராமணியக் கலாச்சாரத்தை எல்லோர் மீதும் திணிக்கும் முயற்சி முன்னெடுக்கப்பட்டுவருகிறது. இப்போதுதான் அதற்கான எதிர்ப்பும் எழுந்துள்ளது.

தசரா கொண்டாட்டத்தில் நிறைவடையும் ஒன்பது நாள் நவராத்திரி பண்டிகை இதற்கு நல்ல எடுத்துக்காட்டு. இந்தப் பண்டிகை மகாராஷ்டிராவில் கொண்டாடப்படும் விதத்தில் ஒற்றைக் கலாச்சாரப் போக்கு வழக்கத்துக்கு மாறாகச் சமீப காலமாகத் தலைதூக்கியுள்ளது. இல்லங்களில் தனிப்பட்ட முறையில் மட்டுமே நவராத்திரி கொண்டாடப்பட்டுவந்தது. எங்களைப் போன்ற சந்திரசேனிய காயஸ்த பிரபு (சகபி) சாதியினரில் ஒரு குடும்பத்தைச் சேர்ந்த மூன்று அல்லது நான்கு தலைமுறையினர் கூடி அம்பாபாய் பெண் தெய்வத்தைத் தொழுவோம். மகாராஷ்டிரத்தின் பிற பகுதிகளில் மகாதேவி என்று அந்த அம்மன் அழைக்கப்படுகிறார். இவ்வாறு தனிப்பட்ட முறையில் கொண்டாடப்பட்டு வந்த இந்தப் பண்டிகை சமீப காலமாகப் பொது விழாவாக ஒருவிதமான காட்சிப் பொருளாக உருமாறியுள்ளது. விநாயகர் சதுர்த்தியின்போது

பிள்ளையார் சிலைகளை ஊர்வலமாகக் கொண்டு சென்று பொது விழா எடுப்பதுபோல அம்மன் சிலையைப் பொது இடத்தில் காட்சிப்படுத்தும் முறை புதிதாகத் தலையெடுத்துள்ளது. உண்மையில், பிரிட்டிஷ் ஆட்சிக் காலத்தில் இந்து மதப் பண்பாட்டைக் கொண்டாட பால கங்காதர திலகர் தொடங்கி வைத்ததே இந்த விநாயகர் ஊர்வலம். சிறுநகரங்களில் பிள்ளையார் சதுர்த்திக்காக வேயப்பட்ட பந்தல்கள் பிரிக்கப்படாமல் அதையடுத்து இரு வாரங்களில் வரும் தசரா கொண்டாட்டத்தில் அம்மனை அலங்கரிக்கப் பயன்படுத்தப்படுகின்றன. இப்படித் தனிப்பட்ட வழிபாட்டு முறை பொதுவெளிக்குக் கொண்டு வரப்பட்டு வணிகமயமாக்கப்படுவது இந்து மதத்தின் புதிய அவதாரம்.

இந்து மதத்துடனான என்னுடைய உறவை இன்று எழுதுகையில் மத வழிபாட்டு முறைகளில் ஏற்பட்டிருக்கும் மாற்றங்களைக் கலவையான உணர்வுகளோடு கவனிக்கிறேன். இறை நம்பிக்கை அற்றவளாக நான் இருந்தபோதும், நவராத்திரியை முன்னிட்டு ஒன்பது நாட்கள் விரதம் அனுசரித்து இரவு மட்டுமே உணவருந்தி (சில நேரம் பழங்களை மட்டுமே சாப்பிட்டு), தேவியைத் தரிசிக்கச் செருப்பணியாத பாதங்களில் கோயிலுக்கு நடந்தே சென்ற அவுரங்காபாத் பெண்களையும் சிறுமிகளையும் அவர்களது பக்திக்காக நான் மதிக்கவே செய்திருக்கிறேன். தாய்வழிப் பெண் தெய்வத்தைப் போற்ற, பூமியின் வளத்தைக் கொண்டாட அப்பெண்கள் தங்களுக்குத் தாங்களே விதித்துக் கொண்ட கறாரான விரதம் என்னுடைய பெண்ணிய நோக்கில் ஒருவிதத்தில் விட்டு விடுதலையாகும் செயலாகவே பட்டது. நிச்சயமாக ஆகச்சிறந்த கணவரைத் துதிபாட ஆணாதிக்கச் சூரியனையும் சந்திரனையும் கடுமையான விரதம் அனுசரித்து வழிபடுவதைக் காட்டிலும் இது எவ்வளவோ மேல். அதுவுமில்லாமல் அம்மனுக்காக விரதம் இருக்கும் சிறுமிகள் மத்தியில் ஒருவிதமான தோழமை உணர்வு மலர்வதை நான் கவனித்திருக்கிறேன். வாரம் ஒருநாள் அல்லது மாதம் இருமுறை மேற்கொள்ளப்படும் விரதங்கள் பொதுவாகத் தனிப்பட்ட முறையில் அனுசரிக்கப்படுகின்றன.

மராத்தியிலும் பிற இந்திய மொழிகளிலும்கூட 'இன்றைக்கு என்னுடைய செவ்வாய்க்கிழமை' என்று சொல்லும் வழக்கம் உள்ளது. ஏனெனில் செவ்வாய்க்கிழமை என்றாலே விரதம் அனுசரிக்கும் நாள் என்கிற நம்பிக்கை இங்கு நிலவுகிறது. இதன் தொடர்ச்சியாகவே இந்துக் குடும்பங்களில் பெண்கள், சில நேரம் சிறுமிகளும் அவர்களது வீட்டு ஆண்கள் திருப்தியாகச் சாப்பிட்ட பிறகே பசியாறும் வழக்கமும் நீடிக்கிறது. குடும்பத்தினர்

சேர்ந்து உண்பது இந்துக் கலாச்சாரத்தில் இல்லை. மறுபக்கத்தில் கிறிஸ்தவ, முஸ்லிம் வீடுகளில் உணவு நேரம் என்பது அனைவரும் ஒன்றுகூடுவதற்கான வேளையாக மதிக்கப்படு கிறது. நோன்பிருத்தல்கூட அப்படியொரு கூட்டு நிகழ்வாகவே அனுசரிக்கப்படுகிறது. இதற்கு நேர்மாறாக, சாதியப் பாகுபாட்டைக் கடைப்பிடிப்பதும் பெண்களை அடிமைப்படுத்துவதும்தான் இந்து மதத்தின் அன்றாட நடைமுறையாகும். இதுவே 'பன்மைத்துவம்' நிறைந்த இந்து மதத்தின் சிறப்பு என்றுகூடச் சில நேரம் கொண்டாடப்படுகிறது. அதாவது, தான் விருப்பப் பட்ட கடவுளை வணங்கவும் விரதம் அனுசரிக்கும் நாளைத் தேர்வு செய்யவும் உரிமை உள்ளதாம்.

பொதுச் சமூகத்தில் சகஜமாகப் பழகுவதற்கான வாய்ப்பாக வும் மதம் அமைகிறது. இந்த விஷயத்திலும் இந்து மதத்தில் சாதியம் குறுக்கே வந்துவிடுகிறது. புனித யாத்திரைகள் நிமித்தமாகப் பயணங்களை இந்து மதம் அனுமதிக்கிறது. அதிலும் குறிப்பிட்ட சாதியினருக்கு, அவரவர் உணவு விருப்பத்திற்கு ஏற்ப ஆன்மிகச் சுற்றுலாப் பயணத் திட்டங்கள் பல வணிக ரீதியாக இன்று வந்துவிட்டன. பாரம்பரியமும் நவீனமும் கலப்பதில் எனக்கு எந்த ஆட்சேபணையும் இல்லை. அதிலும் இளம் பெண்களின் நடமாட்டத்தில் கடுமையான கட்டுப்பாடுகளை விதித்த பாரம்பரியம் தளர்த்தப்படுவதில் மகிழ்ச்சியே. ஆனாலும் இன்றும் 'கர்வா சவுத்' போன்ற ஆணாதிக்கச் சடங்குகள்தான் இந்தியக் கலாச்சாரத்தின் ஆகச்சிறந்த முன்னுதாரணங்களாகப் போற்றப்படுகின்றன. முன்பெல்லாம் வட இந்தியாவில் மட்டுமே கொண்டாடப்பட்டுவந்த இந்தப் பண்டிகை செப்டம்பர்முதல் அக்டோபர்வரையிலான கார்த்திகை மாதத்தில் அனுசரிக்கப் படுவது வழக்கம். கணவரின் ஆரோக்கியத்துக்கும் நீண்ட ஆயுளுக்கும் மனைவிமார்கள் தியாகம் செய்யச் சொல்லும் ஆணாதிக்கத் திருமண முறையைப் போற்றி மனைவிமார்கள் கடுமையான விரதம் இருப்பதுதான் இதன் தாத்பரியம். ஆக, அகில இந்தியாவுக்கான மதமாக இந்து மதத்தைச் சித்தரிக்க இந்துத்துவம் மெனக்கெடுவதற்குக் காரணம் சாதியத்தையும் ஆணாதிக்கத்தையும் திணிப்பதற்காகத்தான். சந்தையும் வணிகமயமான ஊடகங்களும் இந்துத்துவத்தின் இந்த நோக்கத்தைத் தங்களது நாட்டுப்பற்றை வெளிப்படுத்துவதற் கான வாய்ப்பாகவே உணர்வுப்பொங்க ஏற்றுக்கொண்டுள்ளன. இதனாலேயே உயர் சாதிப் பெண்கள் (இப்போதெல்லாம் அலங்காரம் செய்துகொண்ட ஆண்களும்) அலங்கரித்துக் கொண்டு ஆடம்பரமான சூழலில் இந்து (பிராமண என்று வாசிக்கவும்) மத வழிபாட்டில் ஈடுபடுவதுபோன்ற காட்சிகள் அடிக்கடி ஊடகங்களில் காட்டப்படுகின்றன.

சுதந்திரப் போராட்டத் தலைவர்களும், இந்தியத் தேசிய காங்கிரசும், முற்போக்கு வரலாற்றாசிரியர்களும் தங்கள் பங்குக்கு எளிமைப்படுத்தப்பட்ட விளக்கங்களை முன்வைத்து விட்டார்கள். பல நூற்றாண்டுகளாக இந்துக்களும் முஸ்லிம்களும் ஒற்றுமையாகக் கூடிவாழ்ந்ததாக அவர்கள் வலியுறுத்திக் கூறினார்கள். அதன் மூலம் நம்மை அடக்கி ஆண்ட பிரிட்டிஷ் ஏகாதிபத்தியத்துக்கு எதிராக மட்டுமே போராட வேண்டும் என்ற உணர்வைத் தூண்டினர். இத்தகைய விளக்கம், மத்திய காலத்தில் ஆண்ட எல்லா மன்னர்களைப் போலவே கொடுங்கோல் ஆட்சி புரிந்து வன்முறையில் ஈடுபட்ட இஸ்லாமிய மன்னர்களின் செயல்களை மூடிமறைத்துவிட்டது. நிலங்களை ஆக்கிரமிப்பதும் வளங்களைக் கொள்ளையடிப்பதும்தான் இஸ்லாமிய மன்னர்களின் குறிக்கோளாக இருந்ததே தவிர இஸ்லாத்தைப் பரப்புவதல்ல. கோயில்களும் கொள்ளை அடிக்கப்பட்டனவே என்றால் ஆமாம் உண்மைதான். அப்படிப் பார்த்தால் இந்து மன்னர்களும் அதற்கு முன்பே பவுத்த மடாலயங்களைக் கொள்ளை அடித்தவர்கள்தாம்.

ஒடுக்கப்பட்ட சாதியினரை உய்விக்கப் போராடிய ஜோதிராவ் புலே உள்ளிட்ட தாழ்த்தப்பட்ட சாதி இந்து சீர்திருத்தவாதிகள் பிரிட்டிஷ் ஆட்சியை ஆதரித்தனர். இது, இந்த வாதங்களையும் ஒருதலைப்பட்சமான தன்மையையும் மேலும் குழப்பியது. தீண்டத்தகாதவர்களுக்கும் சூத்திரர்களுக்கும் சாதியச் சமூகம் கல்வி மறுத்தபோது அதற்கான கதவைப் பிரிட்டிஷார் திறந்து வைத்தனர் என்பதால் புலே போன்றவர்கள் பிரிட்டிஷ் ஆட்சியை ஆதரித்தார்கள். பாலினப் பாகுபாடும் சாதியப் படிநிலையும் கூட்டுச்சதியில் ஈடுபட்டதை அந்தக் காலத்திலேயே புலே தெள்ளத் தெளிவாகப் புரிந்து வைத்திருந்தார் என்பதை இங்குச் சொல்லியாக வேண்டும். ஆகவேதான் ஒடுக்கப்பட்ட மக்களைக் குறிக்க சூத்திரர்கள்– ஆதிச் சூத்திரர்கள் என்னும் சொல்லைப் பயன்படுத்தும்போதே சர்வஸ்த்ரீ-புருஷ் என்ற சொல்லை அனைத்துப் பெண்களுக்கும் ஆண்களுக்கும் சேர்த்து மனித குலத்தைக் குறிக்க உருவாக்கினார்.[6] கல்விக்காகப் பிரிட்டிஷாருடன் சமரசம் செய்துகொண்டதாக புலேவை விமர்சிக்கும் சில நவீன உயர் சாதி முற்போக்காளர்களும் இடதுசாரி களும் இருக்கவே செய்கிறார்கள். ஆனால், பிரிட்டிஷாரின் ஏகாதிபத்திய உள்நோக்கம் தொடர்பாக புலேவுக்குத் துளி அளவும் மயக்கமில்லை என்பது அவரது எழுத்தின் மூலம் நன்கு விளங்குகிறது.

இதுபோன்ற விமர்சனம்தான், ஒடுக்கப்பட்டோருக்குத் தனித்தொகுதி கேட்டுப் பிரிட்டிஷாருடன் பேச்சுவார்த்தை நடத்தியதற்காக டாக்டர் அம்பேத்கர் மீதும் முன்வைக்கப்பட்டது.

இந்துச் சமூகம் என்பதே சாதியச் சமூகம்தான். ஆகவேதான் ‘ஒன்றிணைந்த’ இந்து மதத்தை முன்னிறுத்தும் முயற்சியில் சாதி என்னும் நிதர்சனத்தைப் பூசி மெழுகி முஸ்லிம்களைப் பிரதான எதிரியாகக் கட்டமைக்க இந்துத்துவம் துடிக்கிறது. அதேநேரத்தில் இந்து ஒழுங்கு என்பதே பிராமணிய ஒழுங்குமுறைதான். அந்தப் பிராமணிய ஒழுங்குமுறையைப் பாதுகாக்க வேண்டுமானால் சாதிய அமைப்பும் அதன் படிநிலையும் கட்டுக்குலையாமல் பாதுகாக்கப்பட வேண்டும்.

இந்த நிதர்சனத்தை புரட்டிப் போட காந்தியடிகள் முயன்றபோது அது சிக்கலாகிப்போனது. அவர் முஸ்லிம்களுக்கு எதிரான மதவாதத்தை எதிர்த்தார். இருப்பினும் இந்துச் சமூகத்தின் கட்டுக் குலையாமல் நீடிக்க ஆசைப்பட்டார். சாதி அமைப்பு அப்படியே இருக்கட்டும், தீண்டாமையை மட்டும் கைவிடுவோம் என்றார். மறுபுறம், ‘சாதியை அழித்தொழிக்கும் வழி’ நூலில் சாதி நீடிக்கும்வரை தீண்டாமையை ஒழிக்க முடியாது என்பதைத் திட்டவட்டமாக டாக்டர் அம்பேத்கர் விளக்கினார். இரு தலைவர்களும் இந்தியாவில் மதத்தின் முக்கியத்துவத்தை நன்கு அறிந்திருந்தனர். அதேபோல இருவருமே சமயச்சார்பற்ற தேசத்தை உருவாக்கும் கொள்கையில் அர்ப்பணிப்புடன் செயலாற்றினர். இந்துக்கள் (உயர் சாதி இந்துக்கள் என்று வாசிக்கவும்) தங்களைச் சுய சுத்திகரிப்பு செய்துகொள்ளும் உத்தியைக் காந்தியடிகள் கையில் எடுத்தார். அதன்படி தீட்டு என்றும் தலித் சமூகத்தினருக்கு விதிக்கப்பட்டதென்றும் பிரிக்கப்பட்ட வேலைகளைத் தானாக முன்வந்து இந்துக்கள் செய்யும்படி காந்தியடிகள் அழைப்பு விடுத்தார். இதன் மூலம் சாதி அடிப்படையிலான தொழில் பாகுபாட்டை மாற்றாமல் சீர்திருத்தம் செய்ய காந்தி முயன்றார். டாக்டர் அம்பேத்கர் இலட்சக்கணக்கான தலித் மக்களுடன் சேர்ந்து பவுத்தத்தைத் தழுவினார். எல்லா தலித் மக்களையும் பவுத்தத்தை ஏற்க அழைப்பு விடுத்தார். ஆனால், அதையடுத்து விரைவிலேயே அம்பேத்கர் காலமானார். இரு தலைவர்களுமே 20ஆம் நூற்றாண்டின் தொடக்கத்தில் வெடித்த இந்து–முஸ்லிம் மோதல்களைக் கண்டு மனம் வெம்பினர். இருவருமே வேறு வழியின்றிப் பிரிவினைக்கு ஒப்புக்கொண்டனர்.

காந்தியடிகள் டாக்டர் அம்பேத்கர் என்கிற வாதங்களில் எனக்குத் தனிப்பட்ட முறையில் வருத்தம் ஏதுமில்லை. இருவரையும் வாதித்து அவர்களுக்கு இடையில் இணக்கத்தைக் கண்டறிய முயல்பவர்கள் பற்றியும் எனக்குப் பிரச்சினை இல்லை.நான் அம்பேத்கரைத்தான் ஆதரிக்கிறேன்.அரசியல் மற்றும் சமூக நிதர்சனங்களுக்கும் தாங்கள் ஆழமாக நம்பியவற்றுக்கும்

இடையில் சமநிலை பேண காந்தி, அம்பேத்கர் இருவருமே முயன்றனர். பெருந்தலைவர்களிடம்கூட நிலைத்தன்மை எதிர்பார்க்கலாகாது என்பதை வயது முதிர்ச்சி புரியவைத்து விட்டது. அதேநேரம் சிக்கலான தன்மைகொண்ட நேர்மை என்னும் பண்பை நான் அங்கீகரிக்கவும் வியக்கவும் செய்கிறேன்.

அவுரங்காபாத்தின் கூட்டுக் கலாச்சாரம்

1979இலிருந்து முப்பதாண்டு காலம் அவுரங்காபாத்தில் வசித்தபோது இஸ்லாத்துடனும் முஸ்லிம் கலாச்சாரத்துடனும் அறிமுகமும் அனுபவமும் கிடைத்தன. மராட்வாடாவின் தலைநகரமான அவுரங்காபாத் தற்போது 10 இலட்சத்துக்கும் அதிகமானோருக்கான வசிப்பிடமாக மாறியுள்ளது. மராத்தி மொழி பேசும் மக்களைக் கொண்ட முற்கால ஹைதராபாத் மாகாணத்தின் பகுதி இது. 1950களில் இங்கு வசித்தவர்களில் 40 சதவீதத்தினர் முஸ்லிம்களே. இப்போதோ 30 சதவீதமாக அது குறைந்துள்ளது. ஆனாலும் இன்றும் இந்நகரில் முஸ்லிம் மக்களின் எண்ணிக்கை அதிகம். மகாராஷ்டிர தலித் மக்களின் சராசரி எண்ணிக்கையைக் காட்டிலும் இங்குச் சற்றுக் கூடுதலாகவே தலித் மக்கள் வாழ்ந்து வருகின்றனர். பல்வேறு கல்லூரிகளை நிறுவ அவுரங்காபாத்தையே டாக்டர் அம்பேத்கர் தேர்ந்தெடுத்தார். இதன் பொருட்டு அவுரங்காபாத்தில் கல்வி நிலையங்கள் பலவற்றைக் கட்டியெழுப்ப 54 ஏக்கர் நிலப் பரப்பை ஹைதராபாத் நிஜாம் அம்பேத்கருக்கு வழங்கினார்.

மத்திய கால இஸ்லாமியக் கட்டிடக் கலை இன்றுவரை அவுரங்காபாத்தின் முக்கிய அம்சமாகத் திகழ்கிறது. நுழைவாயில் நகரமாகப் பழைய அவுரங்காபாத் விளங்கியது. காலா தர்வாஜா, தில்லி நுழைவாயில், முகமது தர்வாஜா, ரோஷன் நுழைவாயில், மகாய் நுழைவாயில் ஆகிய அங்குள்ள நுழைவாயில்களின் பெயர்கள் நான் அங்கு வாழ்ந்த நாட்களின் நினைவலைகளைக் கிளர்த்துகின்றது. நாங்கள் மராட்வாடா பல்கலைக்கழக (பிறகு டாக்டர் பாபாசாகேப் அம்பேத்கர் மராட்வாடா பல்கலைக் கழகம் என்று பெயர் மாற்றப்பட்டது) வளாகத்தில்தான் நெடுங்காலம் வசித்தோம். நகரத்தின் அதிமுக்கியத்துவம் வாய்ந்த நினைவுச் சின்னங்கள் சில அங்கு நடைதூரத்தில் இருந்தன. தனது மனைவியின் சமாதியைச் சுற்றிலும் அவுரங்கசீப் கட்டிய பிபி–கா–மக்பாரா நினைவுச் சின்னம் அங்குதான் இருந்தது. தாஜ்மஹாலைப் பிரதி எடுத்ததுபோலக் கட்டப்பட்ட நினைவுச்சின்னம் இது. ஆனால், தாஜ்மஹாலின் எழிலோ பளிங்குக் கற்களோ இதில் இல்லை. இருப்பினும் அவுரங்காபாத் மக்களின் மனம் கவர்ந்த கட்டிடமாக பிபி–கா–மக்பாரா நினைவுச் சின்னம்

இன்றுவரை திகழ்கிறது. அதேபோன்று அவுரங்காபாத்துக்கு நீர் வரத்தை உண்டாக்க 17ஆம் நூற்றாண்டில் மாலிக் அம்பர் ஆட்சிக் காலத்தில் விஸ்தாரமாக உருவாக்கப்பட்ட நீர்நிலைகளும் கால்வாய்களும் இன்றும் செயல்பட்டுக்கொண்டிருக்கின்றன. ஆனால், பிரபலமான பான் சக்கி என்னும் நீரிறை எந்திரம் செயலிழந்துவிட்டது, இப்போதெல்லாம் அங்குக் கோதுமை மாவு அரைக்கப்படுவதில்லை. அவுரங்காபாத்தின் பழங்காலக் கட்டடங்களில் பல அரசாங்க அலுவலகங்களாக உருமாறி விட்டன. இஸ்லாமியப் பண்பாட்டின் பண்புடன் ஒட்டுமொத்த நகரமும் மிளிர்வதைக் காணலாம். கோயில்களும் இருக்கவே செய்கின்றன. அவை பழைய நகரத்தின் மையத்தில் அமைந்துள்ளன. நாங்கள் அவுரங்காபாத்தில் வசித்தபோது மூன்று புதிய கோயில்களேனும் கட்டப்பட்டதாக நினைவு. அதில் ஒன்று சிவன் கோயில், இரண்டு விநாயகர் கோயில்கள். மூன்றுமே பெரிதாகவும் விசாலமாகவும் தங்களது இருப்பை ஊருக்கே உரக்கச் சொல்லும் விதமாகக் கட்டப்பட்டிருந்தன.

அவுரங்காபாத்தின் அங்கமான தக்கினி உருது மொழியில் கவிதைகள் படைத்துவந்த பிரசித்தி பெற்ற உருதுக் கவிஞர்கள் அநேகர் இம்மண்ணின் மைந்தர்கள். என் கணவர் துளசி பராப் அவர்களது கவிதைகளில் சிலவற்றை மராத்தியில் மொழிபெயர்த்ததால் இத்தகைய கவிகளில் சிலரை அறிந்து கொண்டேன்.

மும்பையிலிருந்து மகாராஷ்டிராவின் கிராமப்புறங்கள் வரை சிவசேனா கட்சி விரிவுபடுத்தப்பட்டதைத் தொடர்ந்து 1988இல் மதக் கலவரம் வெடித்தது. அதன் பிறகு அவுரங்காபாத்தின் சமூக நிலவியலில் ஏற்பட்ட மாற்றங்களுக்கு நான் சாட்சியாக இருந்தேன். அதுவரை மற்ற பிரிவு மக்கள் வாழும் பகுதியில் கலந்து சகஜமாக வாழ்ந்து வந்த முஸ்லிம் குடும்பங்கள் பல தங்களது வீடுகளை அவசர அவசரமாக விற்றுவிட்டு முஸ்லிம்கள் நிறைந்த காலனிகளுக்கு இடம்பெயர்ந்தனர். அப்படிச் சென்றவர்களில் எங்களுடைய நண்பர்கள் சிலரும் இருந்தனர். இந்துக்கள் சிலரும் குடிபெயர்ந்தனர். எங்கள் கண்முன்னே மத ரீதியாக ஊர் இரண்டாகப் பிளவுபட்டது. இப்போது முஸ்லிம் குடியிருப்புகள், இந்துக் குடியிருப்புகள், தலித் குடியிருப்புகள் எனத் தனித்தனியாகப் பிரிக்கப்பட்டிருக்கின்றன. சிட்கோ எனப்படும் நகர தொழிற்துறை வளர்ச்சி நகராட்சிக் கழகம் மூலம் 90களில் புதிய அவுரங்காபாத்தை உருவாக்கியபோதும் இந்துக்கள் அதிக எண்ணிக்கையில் வீற்றிருக்கும் பகுதிகளுக்கு வெளியேதான் முஸ்லிம்கள் குடியமர்த்தப்பட்டார்கள். இங்கு மத்திய வர்க்க குடும்பங்களைச் சேர்ந்த பட்டியலின மக்கள்

அப்பட்டமாக ஒதுக்கப்படாவிட்டாலும் பெரும்பாலான தலித்துகள் தங்களது சாதியினர் அதிகம் இருக்கும் இடத்தில் மட்டுமே வசித்து வருவதைக் காணலாம்.

கடந்த பல ஆண்டுகளில் முஸ்லிம் சமூகத்தினர் மாநகராட்சியால் முற்றிலுமாகப் புறக்கணிக்கப்படுகிறார்கள். அவர்களது குடியிருப்புப் பகுதிகளை ஒட்டிய சாலைகள் பராமரிப்பின்றிக் குண்டும் குழியுமாகக் கிடப்பதையும், குப்பை அகற்றும் மாநகராட்சி லாரிகள் சாவகாசமாக வருவதையும், செயலிழந்து கிடக்கும் அரசையும் பார்த்தாலே இது எளிதில் விளங்கும். ஆனால், அண்மைக் காலமாகக் குப்பைக் கூளங்களை அகற்றுதல், தூய்மையான தண்ணீர் வசதி அளித்தல், நகரப்புறச் சாலைகள் பராமரிப்பு போன்ற அடிப்படை நகரப் பணிகள் அனைத்து இடங்களிலும் ஒழுங்கற்றுப்போனதால் முஸ்லிம்களுக்கும் தலித்துகளுக்கும் எதிராகத் தொடுக்கப்படும் பாகுபாடு வெளிப்படையாகத் தெரிவதில்லை.

முஸ்லிம்கள் மீதான தாக்குதல் அண்மைக் காலமாக இந்தியாவில் அதிகரித்துவருகிறது. குறிப்பாக, 2014 பொதுத் தேர்தலுக்குப் பிறகு அதிலும் 2019இல் மீண்டும் பாஜகவும் நரேந்திர மோடியும் ஆட்சியைக் கைப்பற்றியதிலிருந்து முஸ்லிம்களின் நிலைமை படுமோசமாகிப்போனது. அவுரங்காபாத்தில் வசித்தபோது இந்துப் பெரும்பான்மை இந்தியா தனது முஸ்லிம் மக்களை எவ்வளவு கொடூரமாக நடத்தும் என்பதைக் கண்கூடாகப் பார்த்தவள் நான். ஒட்டுமொத்த நாட்டிலும் நடைமுறைப்படுத்தக்கூடிய மாதிரிச் செயல்முறையை இங்கு நான் பார்த்தேன். முதலாவதாக, அரசின் தந்திரப்பூர்வமான ஆதரவுடன் அரங்கேற்றப்படும் இந்து–முஸ்லிம் கலவரத்தின் வரலாறு. இதற்குப் பின்னால் மவுனமான ஒடுக்குதல் என்கிற வன்முறையும் ஒளிந்துள்ளது. மற்றொன்று வெறுப்பை உமிழும் விதமாகத் திடீர் திடீரென வெடிக்கும் கலவரங்களின் மூலம் சிறுபான்மையினர் தங்களைத் தற்காத்துக்கொள்ள ஒன்று திரள வேண்டிய கட்டாயத்தை உண்டாக்குதல். இதனூடாக ‘அடிப்படைவாத’ இஸ்லாத்தை நோக்கி நகரச் சில இளைஞர்களும் (யுவதிகளும்கூட) தன்னை அறியாமல் நிர்ப்பந்திக்கப்படுகிறார்கள். இவ்வாறு அவர்கள் பாதை மாறும்போது அவர்கள் மீதான சந்தேகம் சமூகத்தில் வலுக்கிறது. இதன்மூலம் இஸ்லாமிய இளைஞர்களை வேவு பார்க்கும் வேலை போலீஸாருக்குக் கொடுக்கப்படுகிறது. இதன் விளைவாக முஸ்லிம் இளைஞர்கள் அன்றாடம் காவல்துறை அராஜகத்திற்கு உள்ளாகிறார்கள்.

அவுரங்காபாத் ஒன்றும் பெண்களுக்கு விரோதமான நகரம் இல்லை. நான் பல்கலைக்கழகத்தில் விரிவுரையாளராகப்

பணியாற்றத் தொடங்கிய நாட்களில் பெருநகரப் பணக்கார வீட்டு முஸ்லிம் மாணவிகள் புர்கா அணிந்தபடி பல்கலைக்கழக வளாகத்துக்குள் வருவார்கள். வகுப்பறைக்குள் நுழைந்ததும் புர்காவை அவிழ்த்துவிடுவார்கள். மறுபுறம் உக்கிரமான வெயிலிலிருந்தும் தூசியிலிருந்தும் ஆண்களின் காமப் பார்வையிலிருந்தும் தப்பிக்கத் தங்களது முகத்தையும் சிரத்தையும் முக்காடு போட்டு மறைத்துக்கொண்டு மொபட் ஓட்டும், பேருந்தில் பயணம் செல்லும் பெண்கள் பலரை சகஜமாகப் பார்க்கலாம். இப்படிச் செல்லக்கூடியவர்கள் பெரும்பாலும் இந்துப் பெண்களே. பல கல்லூரிகளைக் கொண்ட கல்வித் தலமாக அவுரங்காபாத் விளங்குவதால் பொது இடங்களில் இங்கு அதிக எண்ணிக்கையில் இளம் பெண்களைக் காணலாம். அதிலும் அண்மைக் காலமாக முழு ஹிஜாப் அணிந்தபடி இரு சக்கர வாகனம் ஓட்டும் இளம் முஸ்லிம் பெண்கள் அதிகம் பேர் அடிக்கடி கண்ணில் படுகிறார்கள். மதங்களையும் தலைமுறைகளையும் கடந்து தங்களது பாரம்பரியத்துடன் சமரசம் செய்துகொண்டு தங்களுக்கான விடுதலையில் ஒரு பங்கை இப்பெண்கள் கைப்பற்றியிருக்கிறார்கள். இந்தியாவின் சிறு நகரங்களில் நடந்தேறும் மாற்றங்களுக்கான உதாரணம் இது.

சர்வதேசச் சுற்றுலாத் தலமான அஜந்தா, எல்லோரா குகைகளுக்கு அருகில் அவுரங்காபாத் அமைந்திருப்பதால் எங்களது பல்கலைக்கழகத்துக்குப் பின்புறத்திலேயே சில பவுத்தக் குகைகள் அமைந்திருக்கின்றன. ஆகவே தலித்துகளின் புனிதத் தலமாக அப்பகுதி மாறியது. ஒவ்வொரு புத்த பூர்ணிமாவின் போதும் (மே மாதம் வரும் பௌர்ணமி) நூற்றுக்கணக்கான நவ பவுத்த பக்தர்கள் இங்கு வருவது வழக்கம். 1956ஆம் ஆண்டில் தசரா காலத்தில் டாக்டர் பாபாசாகேப் அம்பேதர் பவுத்தத்தைத் தழுவியதை நினைவுகூரும் விதமாகவும் தலித் மக்கள் இங்கு வருகை தருவதை வழக்கப்படுத்திக்கொண்டார்கள். மராட்வாடா பல்கலைக்கழகத்துக்கு டாக்டர் பாபாசாகேப் அம்பேத்கர் மராட்வாடா பல்கலைக்கழகம் என 1994இல் பெயர் மாற்றம் செய்யப்பட்டதிலிருந்து தங்களது நெடுநாள் கோரிக்கை நிறைவேற்றப்பட்டதைப் பாராட்டி ஆண்டுதோறும் ஜனவரி 14ஆம் தேதி பல்கலைக்கழகத்தின் நுழைவாயிலுக்கு முன்பாக தலித்துகள் கூடுவதும் வழக்கம்.

மொத்தத்தில் பவுத்த யாத்திரிகர்களுக்கு நட்புக் கரம் நீட்டக்கூடியதாக இந்நகரம் விளங்குகிறது. ஈகை திருநாளை முன்னிட்டு ஈத்காக் மைதானத்தில் முஸ்லிம் சமூகத்தினர் கூடுவதற்கும் வரவேற்பு அளிக்கவே செய்கிறது. இதற்கு நேர்மாறாக, மும்பையில் சிவாஜி பூங்காவில் உள்ள டாக்டர் அம்பேத்கரின்

நினைவிடமான 'சைத்ய பூமி'யில் தலித்துகள் கூடுவது (இந்து) சமூக ஒழுங்குக்குக் குந்தகம் விளைவிக்கும் நடவடிக்கையாகவே கருதப்படுகிறது. 1956 டிசம்பர் 6 அன்று டாக்டர் அம்பேத்கர் மறைந்த பிறகு சைத்ய பூமியில்தான் நல்லடக்கம் செய்யப்பட்டார். இந்நிலையில் அண்மைக் காலத்தில் அவுரங்காபாத்திலும் சமூக நல்லிணக்கத்துக்கு எதிரான சமிஞ்சைகள் எதிரொலிக்கத் தொடங்கியுள்ளன. குறிப்பாக முஸ்லிம்கள் தங்களது பண்பாட்டை வெளிப்படுத்தும் விதமாகப் பொது இடங்களில் திரள்வது பிடிக்காமல் முணுமுணுக்கும் மத்தியத்தர வர்க்க இந்துக்களின் எண்ணிக்கை நாளுக்கு நாள் அதிகரித்துவருகிறது. நெருக்கமாகப் பின்னப்பட்ட பண்பாட்டுக் கலவை எனும் தறியின் முடிச்சு அவிழத் தொடங்கிவிட்டது. அதை அக்கு அக்காகக் கிழித்தெறிவதற் கான முயற்சிகள் கூடிய விரைவில் முடுக்கிவிடப்படும் அபாயமும் நம் கண்முன் உள்ளது.

இந்துத்துவமும் பவுத்தமும்: நாட்காட்டி அரசியல்

இந்துத்துவத்தைப் பொருத்தவரை முஸ்லிம்கள் வெளி யிலிருக்கும் மற்றமை. தலித்துகளோ உள்ளிருக்கும் மற்றமை. சதுர்வர்ணப் படிநிலையின் சமத்துவமின்மையால் கீழே தள்ளப்பட்டு வெளியில் நிறுத்தப்பட்டவர்கள் இவர்கள். தலித்துகள் பவுத்தத்துக்கு மதம் மாறினாலும் இந்த விதியில் மாற்றமில்லை. மற்றமைப்படுத்துதல் என்பது அன்றாடத்தில் மீண்டும் மீண்டும் வலியுறுத்தப்படுகிறது. கல்வி நிலையங்களிலும் பணியிடங்களிலும் அந்தப் பாகுபாடு எதிரொலித்துக் கொண்டே இருக்கிறது. கலவரத்துக்கான எச்சரிக்கை விடுக்கப்பட்டுக் கொண்டே இருக்கிறது. எச்சரிக்கைக்கு உயிரூட்ட அவ்வப்போது கலவரம் அரங்கேற்றப்படவும் செய்கிறது. சட்டத்தின் மூலமா கவும் அதை நடைமுறைப்படுத்துவதற்கான வழிமுறையாலும் பாகுபாடு நிலைநாட்டப்படுகிறது. இறுதியாகக் கலாச்சாரத்தைக் கையகப்படுத்திக் கொள்வதன் மூலமும் ஏற்றத்தாழ்வு நிலை நாட்டப்படுகிறது. வேற்றுமையில் ஒற்றுமை காணும் நாடு என்று வாய்கிழியப் பேசினாலும் – புனிதங்கள், ஒவ்வாமைகள், அடையாளச் சின்னங்கள், மதிப்பிற்குரிய படிமங்கள் ஆகியவை குறித்த 'பிறரின்' நம்பிக்கைகளை அவமதிக்கும் போக்கு இங்குப் புழக்கத்தில் உள்ளது. நாட்காட்டியில் உள்ள இடத்தைக்கூட ஆக்கிரமிக்கும் அளவிற்கு இந்த விநோதமான போக்கு நீள்கிறது. இதைப் புரிந்துகொள்ள எனக்குச் சிறிது காலம் ஆயிற்று.

2019ஆம் ஆண்டில் புத்த பூர்ணிமா மே 18 அன்று அனுசரிக்கப் பட்டதைக் கேள்விப்பட்டபோது சில விசித்திரமான விஷயங்கள் புரிந்தன. 2019க்கு 45 ஆண்டுகளுக்கு முன்பு 1974இல் மே 18 அன்று

இந்தியாவின் முதல் அணு ஆயுதச் சோதனையான பொக்ரான் 1 நிகழ்த்தப்பட்டது. அந்த ஆண்டுதான் நான் இங்கிலாந்திலிருந்து இந்தியாவுக்கு நிரந்தரமாகத் திரும்பியிருந்தேன். அன்று, இந்தச் சோதனை வெற்றிகரமாக நிறைவடைந்ததை அரசாங்கத்துக்குச் சூசகமாகத் தெரிவிக்க அணு ஆயுதத் தொழில்நுட்ப வல்லுநர்கள் சொன்ன சொற்கள்: 'புத்தர் புன்னகைக்கிறார்'. எனக்குச் சந்தேகம் தட்டும்வரை இது தொடர்பாக இணையதளத்தை நான் துழாவவில்லை. பிறகு 2019இல் தேடியபோது 2019ஆம் ஆண்டைப்போலவே 1974இலிலும் புத்த பூர்ணிமா மே 18 அன்று வந்திருப்பது தெரியவந்தது. உடனடியாக, பொக்ரான் 2 நிகழ்த்தப்பட்ட தேதியையும் தேடினேன். அது 1998 மே 11 (மே 11–13வரை ஐந்து அணுகுண்டுகள் வெடிக்கப்பட்டு மூன்று நாட்களுக்குச் சோதனை மேற்கொள்ளப்பட்டது) அன்று நடத்தப் பட்டது. ஆச்சரியம், ஆச்சரியம், 1998இல் மே 11 அன்றுதான் புத்த பூர்ணிமா. இரண்டாவது முறையாக அதேநாள் தேர்வு செய்யப்பட்டதிலிருந்து எனது சந்தேகம் ஊர்ஜிதமானது. முதல் தடவை, இப்படி நடந்திருக்கக்கூடும்: அணு ஆயுதச் சோதனைக்கு மே 18ஆம் தேதி தேர்வு செய்யப்படுகிறது. இந்திரா காந்தியின் தலைமைச் செயலகத்துக்கும் குறிப்பிட்ட விஞ்ஞானிகளுக்கும் மட்டுமே அந்த விவரம் தெரியும். அப்போது நெற்றியில் சந்தனம் பூசிய இயற்பியலாளர் ஒருவர், "ஓ அன்றுதான் புத்தர் ஜெயந்தி. நாம் அறிவிக்கவிருக்கும் இறுதிச் செய்தியில் ஏன் புத்தரையும் சேர்த்துக்கொள்ளக் கூடாது?" என்று கேட்கிறார். இரண்டாவது முறை அடல் பிகாரி வாஜ்பேயின் தலைமையிலான பாஜக அரசு. இம்முறை வேண்டுமென்றே அந்தத் தேதி தேர்வு செய்யப் பட்டது. இந்நாளுக்கு ஐந்தரை ஆண்டுகளுக்கு முன்னமே டாக்டர் அம்பேத்கர் மறைந்த அல்லது மகாபரிநிர்வாணம் அடைந்த நாளான டிசம்பர் 6ஐ பாபர் மசூதி தகர்ப்புக்கு 1992இல் தேர்ந்தெடுத்தவர்கள்தானே அவர்கள்.

தேதிகளையும் நாட்காட்டியையும் வைத்து ஆடப்படும் 'இந்து–மைய' விளையாட்டுக்கு இன்னொரு உதாரணம், மராட்வாடா பல்கலைக்கழகத்துக்கு 1994இல் ஜனவரி 14 அன்று டாக்டர் பாபாசாகேப் அம்பேத்கர் மராட்வாடா என்று பெயர் மாற்றப்பட்டதாகும். சூரியனை அடிப்படையாகக் கொண்ட ஒரே இந்து மதப் பண்டிகையான மகர சங்கராந்தி இந்நாளில்தான் கொண்டாடப்படுகிறது. அவுரங்காபாத்தில் அதற்கு முன்பு இல்லாத விடுமுறை முதன்முறையாக 1994இல் வழங்கப்பட்டது. 'தங்களது' பெயர்மாற்றப் பெருமையை 'ஜெய் பீம் ஆட்கள்' தங்களுக்குள் கொண்டாடிக்கொள்ளட்டும்; இந்துக்களோ ஒருநாள் விடுமுறையில் காற்றாடி விட்டு, சுமங்கலிகள் மஞ்சள்–குங்குமம்

பூசித் தங்களது விழாவைத் தனியாகக் கொண்டாடட்டும் என்பதே இதற்குப் பின்னால் இருந்த திட்டமாகும்.

பாபாசாகேப் அம்பேத்கர் பவுத்தத்தை அறுபது ஆண்டுகளுக்கு முன்பே தழுவியபோது அவருடன் இணைந்து இலட்சக்கணக்கான தலித்துகள் பவுத்தத்தை ஏற்றனர். முதலில் மகாராஷ்டிரத்தில் தொடங்கிய இந்த எழுச்சி பிறகு பிற மாநிலங்களுக்கும் பரவியது. முதலில் மகர் சமூகத்தினர் பவுத்த மதம் மாறினர். அவர்களைப் பின்தொடர்ந்து, இதர 'தீண்டத்தகாத' சாதியினரும் மாறினர். அதற்குள் பாபாசாகேப் எதிர்பாராத விதமாகக் காலமானதால் தங்களது அடையாளத்தை நிலைநாட்ட பவுத்தம் ஏற்பது என்பதோடு நில்லாமல் சமூக மாற்றத்துக்காக பாபாசாகேப் முன்னெடுத்த பாதைக்கு விசுவாசமாக நடத்தல் என்ற சூளுரையாக அது உருவெடுத்தது. இந்து மத வறட்டுக் கோட்பாடுகளையும் சடங்குகளையும் அறிவுப்பூர்வமாக எதிர்க்கும் திட்டமாக அது மாறியது. முக்கியமாகச் சாதியப் பாகுபாட்டை நிராகரிக்கும் தன்னெழுச்சியாக அது அர்த்தம் பெற்றது. ஆனால், இத்தகைய புதிய நம்பிக்கை ஏற்புக் கொண்டாட்டங்களை இந்துச் சமூகம் நுணுக்கமாகத் தூற்றியது, சில நேரங்களில் அப்பட்டமாக ஏளனம் செய்தது. புத்த பூர்ணிமா தினத்தை அவமதிக்கும் சதித்திட்டத்தின் ஊற்றுக்கண் இங்குதான் உள்ளது.

ஒருகாலத்தில் இந்து மதத்தின் ஒரு பகுதியாகப் பார்க்கப்பட்ட பவுத்தம், சமூக ரீதியாக விளிம்புக்குத் தள்ளப்பட்டவர்கள் தங்களது சுயமரியாதையை மீட்டெடுக்கத் தனியொரு அடையாளத்தை நிலைநிறுத்திக் கொள்வதற்கான வழியாகவும் கருதப்பட்டது. சாதியச் சமூகத்தின் மேலடுக்கில் இருப்பவர்கள் இந்தச் செயல்பாடு குறித்துக் கடும் அதிருப்தி அடைகிறார்கள்.

நான் இதுவரை சுட்டிக்காட்டிய மாற்றங்கள் ஓரளவு சமயச் சார்பற்ற அரசியல் சூழலில் நிகழ்ந்தவை. அவற்றில் சில சம்பவங்கள் அடர்ந்த மேகமூட்டம்போன்ற இந்துத்துவ உள்நோக்கத்தின் விளைவு. அத்தகைய மேகங்களுக்குள் ஊடுருவ சமூகத்தில் காலூன்றிய பகுத்தறிவு எனும் கூர்மையான பார்வை நமக்கு அவசியம். பட்டியலினச் சாதியினர், பழங்குடியினருக்கான அணுகுமுறையிலிருந்து வேறுபட்ட அணுகுமுறையை முஸ்லிம்களுக்கு (சிறுபான்மையினர்) இந்திய அரசமைப்பு கொண்டிருப்பதுபோலவே இந்து–பெரும்பான்மை சமூகத்தில் 'மற்றமை' வெவ்வேறு விதங்களில் அந்தந்தச் சமூகக் குழுக்களில் வேலை செய்கிறது.

அதில் முஸ்லிம்களுக்கு எதிரான வன்முறைக்கு ஒரு சாக்கு தேவைப்படுகிறது: அது இந்துக் கோயில் சேதப்படுத்தப்பட்டதற் கான எதிர்வினையாக இருக்கலாம் அல்லது மசூதி தகர்க்கப் பட்டதற்கான பதிலடியை எதிர்பார்த்துக் காத்திருப்பதாக இருக்கலாம். கடந்த சில ஆண்டுகளில் இதுபோன்ற சாக்குகள் தேவையில்லாமல் போனதால் முஸ்லிம்களுக்கு எதிரான வன்முறை மிகக் கொடூரமானதாகவும் ஏற்றுக்கொள்ளப்பட்டதாகவும் மாறிப்போயிருக்கிறது.

மறுமுனையில், தலித்துகளுக்கு எதிரான வன்முறை சாதியச் சமூகத்தின் ஆன்மாவுக்குள் பின்னிப் பிணைந்திருக்கிறது. அதற்கு வெளிப்புறத் தூண்டுதல்கூட அவசியமில்லை. ஒரே மாதிரியான குற்றத்துக்குப் பிராமணருக்கு ஒருவகை தண்டனை, சூத்திரருக்கு வேறு விதமான தண்டனை என மனு ஸ்மிருதி விதித்துள்ளது. சூத்திரரையோ, தலித்தையோ சவர்ணர் கொன்றுவிட்டால் அது குற்றமாகவே கருதப்படாது. அதேபோன்று தலித் பெண்கள் உயர் சாதி ஆண்களின் பாலியல் இச்சைக்கான பண்டங்கள் என்பது எழுதப்படாத விதி. தலித் பெண் வன்புணர்வு செய்யப்பட்டால் அது வன்புணர்வாகவே இந்தியாவில் கருதப்படுவதில்லை. மண உறவுக்குள் நடக்கும் கட்டாய உடலுறவைப் போல அதுவும் இயல்பானதுதான்.

முஸ்லிம்களையும் தலித்துகளையும் வெவ்வேறு அடித்தளங்களில் எவ்வாறெல்லாம் நவீன இந்துச் சமூகம் மற்றமையாக உருவகப்படுத்துகிறது என்பதை நான் எடுத்துச் சொல்ல முயலும்போது வேறொன்றையும் கவனப்படுத்த முயல்கிறேன். மற்றமையாக்குவதற்குத் தனித்தனியாக வேலை செய்யும் செயல்திட்டங்கள் ஓரிடத்தில் ஒன்றிணைந்து இந்து அடையாளத்தின் தனித்துவமான குணத்தை உண்டாக்குகின்றன. அந்த அடையாளம் வேறொன்றுமில்லை; இந்துச் சமுகத்தின் அகத்திலும் புறத்திலும் விலக்குதலைக் கைக்கொள்வது மட்டுமே. விலக்குதலின் ஊடாகவே உயர்ந்த பிராமண ஆண்களும், இதர உயர் சாதி ஆண்களும் தங்கள் உயர் அந்தஸ்தை மீண்டும் நிலைநிறுத்திக் கொள்கிறார்கள். விசேஷங்களில் பங்கேற்க முடியாமல் கணவனை இழந்த கைம்பெண்ணை விலக்கி அவரது பொதுவாழ்க்கைக்கு முற்றுப்புள்ளி வைப்பதாக இருக்கட்டும்; மாதவிடாய் நாட்களில் பெண்களை அடுப்பங்கரையிலிருந்தும் கோயிலிலிருந்தும் விலக்கி வைப்பதாக இருக்கட்டும்; தலித்துகளை யும், இனப்பெருக்கம் செய்யக்கூடிய அகவையில் இருக்கும் பெண்களையும் கோயிலிலிருந்து விலக்கிவைப்பதாக இருக்கட்டும்;

விலக்குவதே அவர்களுக்குப் பிரதானம். அதன் வழியாகத்தான் தங்களது சமூக அந்தஸ்தை நிலைநாட்டிக் கொள்கிறார்கள்.

இதனால்தான் நான் ஒரு இந்துப் பெண்ணல்ல என்று என்னை அடையாளப்படுத்திக்கொள்கிறேன்.

பின்குறிப்புகள்

1. Paola Bacchetta, *Gender in the Hindu Nation: RSS Women as Ideologues* (New Delhi: Women Unlimited), 2004. I also profited from discussions with Supriya Gaikwad, whose M.Phil dissertation examines the Rashtra Sevika Samiti in Maharashtra.

2. In her (Marathi) book, *Tichi Bhakri Koni Chorli?* (Who Stole her Bhakri?), journalist–researcher Sandhya Nare–Pawar has, on the basis of extensive interviews and recordings, shown how married and unmarried women among the OBCs are heavily influenced by the preaching of self–styled gurus and godmen, whose discourses inevitably reinforce caste norms and a misogynist, not to mention anti–Muslim, set of values.

3. Swami Krushnaswarup Dasji, who made these remarks, is associated with the Swaminarayan Trust which runs a college in Bhuj; its principal and female staff allegedly forced more than 60 girls to remove their undergarments to check if they were menstruating (Press Trust of India, February 18, 2020).

4. Romila Thapar, *History and Beyond* (New Delhi: Oxford University Press), 2004, makes most of the arguments mentioned here.

5. Kancha Ilaiah Shepherd, *Post–Hindu India* (New Delhi: Sage), 2004.

6. G.P. Deshpande (tr.), *Selected Writings of Jotirao Phule*, op.cit.

4

சாதியும் சாதி மறுப்பும்

பகுதி 1: சாதியின் பல முகங்கள்: அந்தஸ்தும் அது குறித்த விழிப்புநிலையும்

இந்துச் சமூக அமைப்பின் அடிநாதமாகச் சாதியும் ஆணாதிக்கமும் எவ்வாறு விளங்குகின்றன என்பதையும் இந்தியச் சமூகத்தில் சாதி நீக்கமற நிறைந்திருப்பதையும் குறித்து முதல் மூன்று அத்தியாயங்களில் எழுதியிருந்தேன். முன்பெல்லாம் சாதி குறித்து யார் வாய் திறந்தாலும் அவர்கள் மீது சாதியவாதி என்னும் முத்திரை குத்தப்பட்டது. பாபாசாகேப் அம்பேத்கர்கூட அத்தகைய குற்றச்சாட்டை எதிர்கொள்ள நேரிட்டது. இத்தகைய போக்கில் மாறுதல் ஏற்பட்டு வருகிறது. அதற்கு முதன்மையான காரணம் தலித்துகளே. கடந்த சில தசாப்தங்களாகத் தங்களது இருப்பை நிறுவ தலித்துகள் வாதாடத் தொடங்கியதன் மூலம் சாதி நம் அனைவரையும் எப்படியெல்லாம் பாதிக்கிறது என்பதைப் பேசுவது ஏற்கப்பட்டுவருகிறது. குறிப்பாக உயர் சாதியினர் அனுபவிக்கும் கண்ணுக்குப் புலப்படாத சாதகங்களைப் பற்றிப் பேசுவது கவனம் பெற்றுள்ளது. சிறு பிராயத்தை வெளிநாட்டில் கழித்துவிட்டு இளமைக் காலம் தொட்டு இந்தியாவில் வசித்துவரும் உயர் சாதிப் பெண் என்ற முறையில் என் சொந்த அனுபவத்தை இந்த அத்தியாயத்தின் முதல் பகுதியில் பேசவிருக்கிறேன். இரண்டாவது பகுதியில், சாதி மறுப்பு இயக்கத்தில் என்னுடைய பங்கேற்பையும் சாதிய அமைப்புக்கு எதிரான போராட்டத்தில் நான் பெற்ற படிப்பினைகளையும் விவாதிக்கவிருக்கிறேன்.

மகாராஷ்டிராவின் அகமத் நகர் மாவட்டத்தைச் சேர்ந்த சங்கம்னர் தாலுகாவில்[1] 1976இலிருந்து 1979வரை வசித்தேன். சர்க்கரை ஆலைக்காகப் பெயர்போன ஊர் அது. அங்கிருந்த ஓரளவு கவுரவமான மொபசல்[2] கல்லூரியில் பணியாற்றினேன். அந்த ஊருக்கென்று வலுவான உள்ளூர் அரசியல் வரலாற்று முக்கியத்துவமும் உண்டு. கேம்பிரிட்ஜிலிருந்து நேரடியாக இப்படியொரு கிராமப்புறத்துக்கு வேலைக்கு வந்ததால் எனக்குத் தானாகவே உயர்ந்த அந்தஸ்து கிடைத்தது. பல்கலைக்கழக வளாகத்துக்குள்ளேயே இருந்த ஊழியர்கள் குடியிருப்பில் எனக்கென ஒரு வீடு ஒதுக்கித் தந்தார் கல்லூரி முதல்வர் எம்.வி. கவுன்டின்யா. இந்தக் கல்லூரியை நிறுவக் கூட்டுறவுத் திட்டத்தின் மூலம் வீடுவீடாகச் சென்று நிதி திரட்டிய முற்போக்கு பிராமணர் அவர். மேற்கு மகாராஷ்டிரத்தின் கூட்டுறவு இயக்க வரலாற்றுடன் ஒத்துப்போகக்கூடிய நிகழ்விது.

பின்னாட்களில் மகாராஷ்டிரத்தின் அறிவுஜீவிகளின் முதன்மையானவராக அறியப்பட்ட ராவ் சாகேப் கஸ்பே அன்று என்னுடைய அண்டை வீட்டார்களில் ஒருவர். கோல்வல்கர் மற்றும் ஆர்எஸ்எஸ்[3] குறித்த புத்தகம் எழுதுவதில் அப்போது அவர் மும்முரமாக ஈடுபட்டிருந்தார். மராத்தி மொழியில் எழுதப்பட்ட தலித் சுயசரிதைகளின் முன்னோடியாகக் கருதப்படும் 'பலுடா'[4] புத்தகத்தை ராவ் சாகேப் கஸ்பேயின் தாய்மாமன் தயா பவார் அப்போதுதான் வெளியிட்டிருந்தார். சொல்லப்போனால் அன்று என்னுடன் பணிபுரிந்த சக ஊழியர்களில் பலர் பிற்காலத்தில் தங்களது துறைகளில் பிரபலமடைந்தனர். நாவலாசிரியர், நாட்டுப்புறவியல் ஆய்வறிஞர், இலக்கிய விமர்சகர், மொழியியலாளர் என அங்கிருந்து உருவெடுத்தவர்கள் பலர். மராத்தி மொழி உலகின் அறிவாற்றல் பெருமக்களுடனான உரையாடல் எனக்கு இப்படித்தான் அறிமுகமானது. அப்போது எனக்கு மராத்தி மொழி அவ்வளவாகத் தெரியாது. அந்த விதத்தில் நிஜமாகவே நான் அதிர்ஷ்டசாலி. பூனாவில் இருந்தபோது யாருடனும் பழக முடியாமல் அடைபட்டுக் கிடப்பது போன்ற பீதி எனக்குள் ஏற்படவே பூனாவிலிருந்து வெளியேற வேண்டும் என்பதால் இந்த வேலைக்கு விண்ணப்பித்தேன்.

இளம் மார்க்சியராக சங்கம்னர் மக்களுடன் நான் பழகத் தொடங்கினேன். அந்தச் சிற்றூரிலிருந்த தொழிலாளர் அமைப்புகளுடனும் அவர்களது போராட்டங்களுடனும் என்னைப் பிணைத்துக்கொள்ள முயன்றேன். ஆனாலும் அங்கு நிலவிய சாதிய முரண்பாடுகள் குறித்த நுண்ணுணர்வு அப்போது எனக்கு இருக்கவில்லை. பூனாவிலிருந்து ஒரு கிராமப்புறக் கல்லூரி ஒன்றுக்கு இடம்பெயர தடாலடியாகவே முடிவெடுத்தேன். நான்

நினைத்ததைவிடவும் அல்லது எதிர்பார்த்ததைவிடவும் நல்ல முடிவாக அது மாறியது அதிர்ஷ்டம் என்றே சொல்ல வேண்டும். எல்லாவற்றையும்விட அங்குதான் துளசி பரபைச் சந்தித்து மணந்தேன். குணபி என்னும் வேளாண்மையை மையப்படுத்திய சாதிப் பிரிவைச் சேர்ந்த ஜவுளித் தொழிலாளரின் மகனான துளசி, பெருநகரவாசியின் பண்புகளைக் கொண்டவர். மும்பைவாசி. கவிஞர்.

நானும் துளசியும் 1979லிருந்து 2013வரை மகாராஷ்டிரத்தின் பின்தங்கிய பகுதியான மராட்வாடா நகருக்கு உட்பட்ட அவுரங்காபாத்தில் வாழ்ந்துவந்தோம். அங்கு வசித்தபோதுதான் நவீன இந்தியாவில் சாதி எப்படியெல்லாம் வேலை செய்கிறது என்பதை உண்மையில் புரிந்துகொள்ளத் தொடங்கினேன்.

❍

எனது குழந்தைப் பருவத்தின் பெரும்பகுதி சிங்கப்பூரிலேயே கழிந்ததால் சாதி குறித்த புரிதல் ஏற்படவே எனக்குச் சில காலமானது. கணிசமான எண்ணிக்கையில் இந்தியச் சமூகத்தினர் சிங்கப்பூரில் வசித்துவருகிறார்கள் என்பது வேறு விஷயம். அவர்களில் பெரும்பாலானோர் பிரிட்டிஷ் ஆட்சிக் காலத்தில் அழைத்துவரப்பட்ட புலம்பெயர் தமிழர்கள். ‘எங்களை’ப் போன்றோருக்கும் அவர்களுக்கும் இடையில் வர்க்க பேதம் நிலவியது. இந்தியா முழுவதுமிருந்து வந்தவர்கள் பலர் எனது பெற்றோரின் நட்பு வட்டத்திலிருந்தனர். பல்வேறு மாநிலங்களிலிருந்து வந்த அவர்கள் வெவ்வேறு மொழிகளைப் பேசுபவர்களாக இருந்தார்கள். தங்களது பிராந்தியத்துக்குரிய பிரத்தியேகக் கலாச்சாரத்தையும் அவர்கள் பின்பற்றினார்கள். ஆகவே ஒவ்வொருவரும் எந்தப் பிரதேசத்திலிருந்து வந்தோமோ அதுவே எங்களுடைய முதன்மை அடையாளமாக மாறியது. கூடவே வர்க்க அடையாளமும் சேர்ந்துகொண்டது. மொத்தத்தில் ‘பெருநகரவாசி’யாக ஒன்றுகூடி வசித்த நாங்கள் அனைவரும் உயர் மத்திய வர்க்கத்தினராக, குறிப்பாக இந்து உயர் சாதியினராக இருந்தோம்.

சாதி குறித்த உரையாடல் எப்போதாவது எங்களுடைய வீட்டில் தலைகாட்டும். சந்திரசேனிய காயஸ்தா பிரபு வம்சத்தினரின் உணவுப் பழக்கம் பற்றியதாக அது சிலநேரம் இருக்கும். பிராமணரல்லாத சிறிய சாதியச் சமூகத்தைச் சேர்ந்த காயஸ்தர்கள் மகாராஷ்டிரத்தில் மட்டுமே வாழ்பவர்கள். பெரும்பாலும் நகரமயமான செல்வந்தர்கள். உணவு விஷயத்தில் தாங்கள் தேர்ந்த ரசனை கொண்டவர்களாக இருப்பதாகப் பெருமிதம் கொள்பவர்கள். (மது விஷயத்திலும் இந்தப் பெருமிதம்

உண்டு. பிரசித்தி பெற்றது. அந்தச் சாதியில் பெண்கள்கூட வெளிப்படையாகவே குடிப்பழக்கம் கொண்டிருப்பார்கள். என்னுடைய அம்மா வழியிலும் அந்தப் பழக்கம் இருக்கவே செய்தது (இதனால் பிற சாதியினர் எங்களைக் கேலி செய்வதுமுண்டு). காயஸ்தர்களை விட்டால் பிராமணர்களைப் பற்றித்தான் எங்கள் வீடுகளில் பேச்சு அடிபடும். அதிலும் மகாராஷ்டிர பிராமணர்களைக் குறிப்பாகக் கொங்கணஸ்த பிராமணர்களைப் பற்றித்தான் எங்கள் வீடுகளில் பேச்சு நீளும். பூனாவிலும் மகாராஷ்டிரத்தின் மேற்குப் பகுதியிலும் உள்ள நகரங்களிலும் கடலோர மாவட்டங்களிலும்தான் இந்த வகை பிராமணர்கள் அதிகம் வசிக்கின்றனர். இந்தியாவின் சாதிய சமூகச் சூழலில் சிறிது காலம் வாழ்ந்த பிறகுதான் எங்களுடைய பிராமண விருந்தினர்களில் சிலர் தங்களைச் சுற்றி ஏதோ ஒளிவட்டம் இருப்பதுபோன்று கற்பிதத்துடன் வலம் வருவதை உணர்கிறேன். பிராமணர்களுக்கு விருந்தோம்பல் செய்வதும் உணவளிப்பதும் நமக்குப் புண்ணியத்தைத் தேடித் தருவதாகவே நம்பப்படுகிறது. ஆண்டவன் அங்கீகரிக்கும் நற்செயல் அதுவென்றே சொல்லப்படுகிறது.

வேறெந்தச் சாதியினருடனும் எங்களுக்கு அப்போது பழக்கம் இல்லை. உழைக்கும் வர்க்கத் தமிழர்களுக்கும் எங்களுக்கும் இடையில் நிலவிய வேறுபாடு வர்க்கம், மொழி, கலாச்சாரம் ஆகியவற்றுடன் சம்பந்தப்பட்டதே தவிர சாதிக்கும் அதற்கும் தொடர்பிருப்பதாகத் தெரியவில்லை. ஒருமுறை எங்கள் வீட்டுக்கு வந்த மூத்த வங்கி அதிகாரி ஒருவருக்கு அம்மா உணவு சமைத்ததாக நினைவிருக்கிறது. தமிழ்ப் பிராமணரான அந்த அதிகாரி உணவகங்களில் சாப்பிடுவதில்லை என்று சொல்லப்பட்டது. அவர் உணவில் வெங்காயமோ பூண்டோ சேர்த்துக்கொள்ள மாட்டாராம். அதனால் அப்பாவுடன் பணிபுரிந்த இளையவரான தமிழ் ஊழியர் ஒருவரின் மனைவியை அழைத்து சாம்பார், சட்னி தயாரிப்பதற்கான சமையல் குறிப்பை அம்மா அப்போது கேட்டறிந்தார். அதில் அம்மா பெருவெற்றி கண்டதால் ஒவ்வொரு முறையும் அந்த அதிகாரி சிங்கப்பூருக்கு விஜயம் செய்தபோதெல்லாம் அம்மா சமைக்கும்படி கேட்டுக்கொள்ளப்பட்டார். இந்தச் சம்பவத்திலிருந்து 'தென்னிந்தியர்கள் அனைவரும் கடும் கட்டுப்பாடுகளுடன் கூடிய சைவ உணவை மட்டுமே அருந்துபவர்கள்' என்ற முடிவுக்கு நான் வந்துவிட்டேன். ஏனெனில் இறைச்சி சாப்பிடக்கூடிய தென்னிந்தியர் ஒருவரைக்கூட நான் சந்தித்ததில்லை. இந்தியாவுக்கு வெளியே நாங்கள் வாழ்ந்த காலம்வரை தெற்காசியப் புலம்பெயர் மக்களைப் பரவலாகவோ அதிக எண்ணிக்கையிலோ கண்டதில்லை. ஆகையால் தாங்கள் புலம் பெயர்ந்த சமூகங்களிலும்

தங்களது சாதி மூட்டையை இறக்கிவைக்கும் சூழல் அப்போது வாய்த்திருக்கவில்லை.

எனது குழந்தைப் பருவமும் அதிவேகமாக மாறிவந்த சிங்கப்பூரில் நாங்கள் வசித்த இடமும் குறிப்பானதொரு பார்வையை எனக்கு ஊட்டியது. அந்த அனுபவம் நான் இந்தியா திரும்பிய பிறகு சக உயர் சாதியினரின் பார்வையிலிருந்து மாறுபட்ட கோணத்தில் விஷயங்களை அணுக உதவியது.

உயர் சாதியினருக்கே உரிய வரையறுக்கப்பட்ட முற்போக்குத்தனங்களுடன்தான் எனது பெற்றோரும் வாழ்ந்தனர். எனினும், அவர்கள் கொண்டிருந்த முற்போக்குச் சிந்தனைகளில் குறிப்பிடத்தக்க அளவில் சீரான தன்மை காணப்பட்டது. இருவரும் மேட்டுக்குடியிலிருந்து வந்தவர்கள். வீட்டில் கூப்பிட்டக் குரலுக்கு வேலையாட்கள் இருந்தார்கள். அப்பாவுக்கோ அலுவலகத்திலும் உதவியாளர்கள் இருந்தார்கள். தங்களுக்குக் கீழே பணிபுரிபவர்களிடம் அலட்சியமாகவோ அதிகார நெடி வீசும்படியோ இருவரும் நடந்து நான் பார்த்ததில்லை. எங்களுடைய குடும்ப வழக்கத்துக்கு மாறாக நிகழ்ந்த இரண்டு சம்பவங்கள் என் மனத்தில் பசுமரத்தாணிபோல் பதிந்துவிட்டன. அப்போது எனக்கு எட்டு வயது இருக்கும். குடும்பமாக நாங்கள் இந்தியா வருகை தந்தபோது மாமா வீட்டில் தங்கியிருந்தோம். அவருக்கு எனது வயதில் ஒரு மகள் இருந்தாள். அவர்களது வீட்டில் வேலைக்காரர் ஒருவர் இருந்தார். நாற்பது வயது மதிக்கத்தக்க அந்த நபர் பிஹாரிலிருந்து வந்தவர். அவர் எந்தச் சாதிக்காரர் என்பதை இதுவரை அறியேன். ஆனால், அவரது நடத்தை கண்டு அதிர்ந்துபோனேன். தனது பேச்சிலும் ஒவ்வொரு அசைவிலும் அத்தனை பணிவுடன் நடந்துகொண்டார். எஜமானர்களின் தேவைகள் அத்தனையும் பூர்த்தி செய்ய அவர் தயார் நிலையில் எப்போதுமே காணப்பட்டார். அந்த வீட்டுக் குழந்தைகள் அவரிடம் மரியாதை குறைவாக நடந்துகொண்டார்கள் என்று சொல்லிவிட முடியாதுதான். ஆனாலும் அவர் பயபக்தியோடு நடந்துகொள்வதை அச்சிறுவர்களும் ஏற்றுக்கொள்ளப் பழகி யிருந்தனர். இவை அத்தனையும் எனக்குப் புதிதாக இருந்தன. மிகுந்த அசவுகரியத்தை எனக்குள் உண்டு பண்ணின. ஆனாலும் இவர்களெல்லாம் பண்ணையார் மனப்பான்மை கொண்டவர்கள் என்று முடிவுகட்டும் அளவுக்கு எனக்கு அப்போது தெளிவில்லை. நான் அப்போது சிறுமி.

அதே காலகட்டத்தில் சிங்கப்பூரில் இரண்டாவது சம்பவமும் நிகழ்ந்தது. எங்களது சமூக வட்டத்தில் புதிதாக ஒரு குடும்பம் சேர்ந்தது. உயரிய சம்பளம் அளிக்கும் நிதித்துறை தொடர்பான ஏதோ ஒரு வேலையைச் செய்துவந்த ஆண் ஒருவரின் குடும்பம்

அது. எவ்வளவு 'புத்திசாலி'யாக அவர் இருக்கிறார் என்று அப்பா அடிக்கடி சொல்லக் கேட்டிருக்கிறேன். எங்களுடைய வீட்டைக் காட்டிலும் மிகப்பெரிய பங்களாவில் பரந்து விரிந்த நிலப்பரப்பில் அவர்கள் குடியிருந்தார்கள். ஒருநாள் நாங்கள் வீடு திரும்பப் புறப்பட்டபோது அவர் தனது காரில் எங்களை வீட்டில் இறக்கிவிட ஏற்பாடு செய்தார் (ஏனென்று நினைவில்லை). அவரது உத்தரவுக்கு ஓடிவர கார் ஓட்டுநர் கொஞ்சம் தாமதித்துவிட்டார்.

கார் ஓட்டுநர் வந்து நின்ற பிறகு இந்த ஆசாமி மலாய் மொழியில் கடுகடுவென, "இவ்வளவு நேரம் என்ன செய்து கொண்டிருந்தாய்? நாங்களெல்லாம் உனக்காகக் காத்துக் கிடக்கிறோம்" என்று கேட்டார். அதற்கு ஓட்டுநர், "நீர் பாய்ச்சிவிட்டு வரப் போயிருந்தேன்" என்று, தான் சிறுநீர் கழிக்கச் சென்றதாக மலாய் வட்டார வழக்கில் பதிலளித்தார். ஆனால், மலாய் மொழி தெரியாத எஜமான் ஓட்டுநரின் பதிலைக் கேட்டதும் பொங்கி எழுந்துவிட்டார். "என்ன சொல்ல வருகிறாய்? எங்களைப் பார்த்தால் உனக்குக் கிண்டலாக இருக்கிறதோ?" என்று கூச்சல் போட்டார். இவ்வளவும் எங்களது இரு குடும்பங்களின் முன்னிலையில் அரங்கேறியது. குழந்தைகள் முதற்கொண்டு எல்லோரும் அதைப் பார்த்துக் கொண்டிருந்தோம். இதைக் கண்டதும் ரொம்பவும் சங்கடமாகி விட்டது. அந்த ஓட்டுநர் அநியாயமாக நடத்தப்படுகிறார் என்று தோன்றியது.

இன்று நினைத்துப் பார்க்கும்போது இந்தச் சம்பவத்துக்குப் பின்னால் உள்ள சமூக அர்த்தங்களும் இப்போது புலப்படுகிறது. எங்களை அழைத்துச் செல்ல முன்வந்த அந்தப் பணக்காரர் எங்களது பெற்றோர் வழக்கமாகக் கொண்டிருந்த நட்பு வட்டத்துக்கு வெளியே உள்ளவர். கைவினைஞர் சாதியைச் சேர்ந்தவர். பெற்ற வெற்றியால் பணிவாழ்க்கையில் பொது இடங்களில் எப்போதும் தன்னம்பிக்கையாகவே காணப்படுவார். இந்தச் சம்பவத்தைத் தவிர வேறெப்போதும் அவர் நிலைதடுமாறி நான் பார்த்ததில்லை. ஆனால், அவரது மனைவியோ அவருக்குச் சற்றும் பொருந்தாதவர். இதுபோன்ற விஷயங்களுக்கும் சாதிக்கும் தொடர்பிருப்பதாக அப்போது எனக்குப் புரியவில்லை. வடிவமற்ற நுண்ணுயிர்போல வெவ்வேறு இடங்களுக்கும் சூழலுக்கும் ஏற்பத் தனது வடிவத்தை மாற்றிக்கொண்டு தன்னைத் தகவமைத்துக்கொள்ளக்கூடியதுதான் சாதி என்பது அப்போது எனக்குத் தெரியாது.

உயர் சாதியினர் மட்டுமே கோலோச்சிய துறைகளுக்குள் நுழைந்து கால்பதிக்கும் முதல்தலைமுறை சாதியினர் எதிர்கொள்ளும் சமூகரீதியான சங்கடமும் அலங்கோலமான

தவிப்பும் பட்டவர்த்தனமாகத் தெரியும். தாழ்த்தப்பட்ட சாதியினருக்குப் பொருளாதார வெற்றியோ பணிவாழ்க்கை சாதனையோ மட்டும் சமூக அங்கீகாரத்தைப் பெற்றுத் தந்துவிடுவதில்லை. 'படிநிலை சமத்துவமின்மை' எனச் சாதிய அமைப்பைப் பாபா சாகேப் அம்பேத்கர் சுட்டியதற்கான பொருத்தமான உதாரணம் இது. சமூக அடுக்கில் முன்னேறும் இலட்சியத்தை இடைநிலைச் சாதியைச் சேர்ந்த ஒருவர் கொண்டிருந்தாலும் அது சிக்கலாகி விடுகிறது. தனக்குக் கீழே இருப்பதாக அவர் கருதுபவர்களுடன் பழகுவதிலும் அவருக்கு நெருடல் ஏற்படுகிறது, சமூகப் படிநிலையில் தனக்கு மேலே இருப்பவர்களுடன் உறவாடுவதிலும் அவருக்குச் சங்கடம் ஏற்படுகிறது.

நான் இங்கே குறிப்பிடும் 1960களின் காலகட்டம் விடுதலை பெற்ற இந்தியா தனது பதின்பருவத்தை எட்டிய காலகட்டம். தீண்டாமை பெருங்குற்றம் என்று அரசமைப்புச் சட்டம் அறிவித்தது. பாகுபாடு காட்டப்பட்ட சாதியினருக்கும் பழங்குடியினருக்கும் நியாயம் சேர்க்க உறுதியான நடவடிக்கை எடுக்கும் வாய்ப்பை ஏற்படுத்தியிருந்தோம். அரசியல் அதிகாரத்திலும் அரசுப் பணிகளிலும் கல்வியிலும் இட ஒதுக்கீடு வழங்குவதன் மூலம் சமநிலையை மீட்டெடுப்பதற்கு வழி செய்யப்பட்டிருந்தது. ஆனால், அதிக எண்ணிக்கையி லான தலித்துகள் அரசாங்கப் பணிகளில் அமர்வதற்கு, உயர்கல்வி பெறுவதற்கு, வர்க்கமாகத் தலையெடுப்பதற்குப் பல தசாப்தங்கள் தேவைப்பட்டன. மறுபுறம், பட்டியலினச் சாதியினர் மற்றும் பழங்குடிகளுக்கான தனித் தொகுதிகளில் நின்று தேர்ந்தெடுக்கப்பட்ட அரசியலர்கள் தங்களது மக்களின் பிரதிநிதிகளாகச் செயல்பட உயர் சாதி வாக்காளர்களுடன் சமரசம் செய்துகொள்ளும் நபர்கள் மட்டுமே தனித் தொகுதி யில் வெல்ல முடியும் என்கிற கவலையில்தான் தனி வாக்காளர் தொகுதி கேட்டு அண்ணல் அம்பேத்கர் போராடினார். இவ்வளவு நடந்த பிறகும் நம்மில் பலர் சாதி குறித்து விவாதிப்பது ஆபாசமான காரியமாகக் கருதினோம். சாதியம் பற்றிய உரையாடலுக்குக் காது கொடுப்பதே அதை நிலைநிறுத்தும் செயலாகிவிடும் என நினைத்தோம். கிராமங்களில் வாழும் 'படிப்பறிவற்றவர்கள்' மட்டுமே சாதியைப் பின்பற்றுவதாகவும் நவீன இந்தியாவின் குடிமக்கள் மத்தியில் சாதி இல்லை என்றும் நம்பினோம்.

அலட்சியப்படுத்துவதன் வழியாகச் சாதியை ஒழித்துவிட முடியாது; இது சாதியை மூடி மறைக்க மட்டுமே பயன்படு கிறது. சாதியின் அனுகூலங்களை அனுபவிப்பவர்கள் மட்டுமே

சாதியை அலட்சியப்படுத்த முடியும். தீண்டாமைக்கு எதிரான இயக்கத்துக்கு ஒத்துழைத்த வரலாறு காயஸ்த சாதிக்கு உண்டு. சாதியம் என ஒன்று இருப்பதே தங்களுக்குத் தெரியாது என்றும், தாங்கள் ஒருபோதும் சாதி பார்த்துப் பழகியதில்லை என்றும், சாதி பற்றிப் பேசுபவர்களால்தான் சாதி நிலைநிறுத்தப்படுகிறது என்றும் மேட்டுக்குடி காயஸ்த சாதியினர் பேசுவதைக் கேட்க லாம். இத்தகைய மேட்டுக்குடியைச் சேர்ந்ததுதான் எங்களது குடும்பம்.

சாதிய அடுக்கில் இடம்பெற்றிருக்கும் அத்தனை சாதிகளுக்கும் சாதிய அனுபவம் இருக்கவே செய்யும். ஆனால், அது அன்றாடத்தில் கலந்துவிட்டதால் வெளிப்படையாகக்கூடத் தெரிவதில்லை.'சமூகக்கட்டமைப்பாக அல்லாமல்'இயற்கை'யான ஒன்றாகச் சாதி பார்க்கப்படுவதையும் அன்றாடத்தில் சாதி நீக்கமற நிறைந்து தாக்கம் செலுத்துவதையும் பற்றிக் கோபால் குரு, சுந்தர் சருக்கை[5] ஆகியோர் இணைந்து எழுதியுள்ளனர். இதற்கு இணையான கோணத்தைச் சமூகவியலாளர் சூரியகாந்த் வாக்மோரும்[6] எழுதியுள்ளார். 'பண்பட்ட' சமூகத்தில் சாதியம் எவ்வாறெல்லாம் கடைப்பிடிக்கப்படுகிறது என்பது அவரது ஆய்வு. வாழ்க்கையின் அந்தரங்கங்களுடனும் சாதிக்குத் தொடர்புண்டு. எடுத்துக்காட்டாக, அன்றாடம் சாதி எவ்வாறு சர்வ சாதாரணமாகப் புழங்குகிறது என்பதைக் குத்திக்காட்டவும் தாங்கள் உயர்ந்தவர்கள் என்று தம்பட்டம் அடித்துக்கொள்ளும் உயர் சாதியினரைப் பகடி செய்யவும் கீழடுக்கில் உள்ள சாதிச் சமூகங்கள் மத்தியில் பழமொழிகள் உள்ளன.[7] ஆனால், சாதிய அமைப்பில் உள்ள நகைமுரண் யாதெனில் இங்குள்ள 'இடைநிலை'ச் சாதிகளைச் சேர்ந்தவர்கள் நேரடியாகவும் மறைமுகமாகவும் சாதிய அடுக்கில் மேலிருப்பவர்களால் அன்றாடம் அவமதிக்கப்படுவதாகவும் விலக்கப்படுவதாகவும் ஏற்றத்தாழ்வுடன் நடத்தப்படுவதாகவும் வருத்தப்பட்டுக் கொள்கிறார்கள். ஆனால், இது குறித்து அவர்கள் வெளிப்படை யாகப் பேசுவதில்லை. குறிப்பாக மேல்தட்டுக்கு அருகில் இருப்பவர்கள் வாய் திறப்பதே இல்லை. அதற்குப் பதிலாகச் சாதிய அடுக்கில் தங்களுக்குக் கீழ் நிறுத்தப்பட்டவர்களைக் கீழ்த்தரமாக நடத்தித் தங்களுக்கு ஏற்படும் அவமானத்தை ஈடுகட்டிக்கொள்கிறார்கள்.

மகாராஷ்டிர மாநிலத்துக்குள் மட்டுமே வாழும் காயஸ்த சாதியினர் வசதிபடைத்தவர்கள், படிப்பறிவு மிக்கவர்கள், பெரும்பாலும் பெருநகரவாசிகள். பாரம்பரியப்படி, தாங்கள் சத்திரியக் குலத்தைச் சேர்ந்தவர்கள் என்று அவர்கள் நினைத்துக் கொள்வதுண்டு. ஆனால், இந்த அடையாளத்துக்குப்

பிராமணர்கள் மறுப்புத் தெரிவித்திருக்கிறார்கள்.[8] ராஜவம்சத்தின் அதிகாரத்துடனும் ராணுவ பலத்துடனும் தொடர்புடையவர்கள் மட்டுமே சத்திரியர்கள் என்ற அடிப்படையில் இந்த அடையாளம் காயஸ்த சாதியினருக்கு மறுக்கப்படுகிறது. குறிப்பாக மகாராஷ்டிரத்தின் ஆதிக்கச் சாதியான மராத்தியர்களும், வட இந்திய வாழ் ஜாட் சமூகத்தினரும் ராஜபுத்திரர்களும்தான் சத்திரியர்களாக அங்கீகரிக்கப்படுகின்றனர். ஆட்சியாளர்களிடம் எழுத்தர், ஆவணக் காப்பாளர் ஆகிய பணிகளைச் செய்து வந்தவர்களாகக் காயஸ்த சாதியினர் அறியப்படுகின்றனர். நவீன காலத்திலும் இவர்களில் பெரும்பாலோர் அதிகாரிகளாகவே இருக்கிறார்கள்.

இதில் சுவாரசியம் என்னவென்றால் சாதி எதிர்ப்புக் கிளர்ச்சியை ஆதரித்த காயஸ்த சாதியினர் பலருண்டு. குறிப்பாக, இருபதாம் நூற்றாண்டில் முற்பாதியில் அம்பேத்கர் வாழ்ந்த காலத்தில் அவ்வாறு பலர் வாழ்ந்தனர். சாதி எதிர்ப்புப் போராட்டத்துக்கு அம்பேத்கர் தலைமை தாங்குவதற்கு முன்பே தலித்துகள் முன்னெடுத்த தீண்டாமை ஒழிப்புப் போராட்டத்துக்குக் காயஸ்த சாதியினர் ஆதரவு நல்கினர். சிறுவயதில் உதவித்தொகைக்கான தேர்வைச் சிறப்பாக எழுதியும் கிராம ஆரம்பப் பள்ளியில் படித்த தனக்கு மகத் நகரில் உள்ள உயர் பள்ளியில் இடம் மறுக்கப்பட்டதாகத் தனது சுயசரிதையில் ஆர்.பி. மோரே எழுதியுள்ளார். (இந்தப் புத்தகம் ஆங்கிலத்தில், *Memoirs of a Dalit Communist: The Many Worlds of R.B. More* என்ற தலைப்பில் வெளியாகியுள்ளது.[9]) மகத் நகரில் உள்ள அந்த உயர் பள்ளி வளாகத்துக்கு உரிமையாளர் ஒரு பிராமணர். அந்தப் பள்ளியில் தீண்டத்தகாதவர் யாரேனும் அனுமதிக்கப்பட்டால் பள்ளிக்கூடத்தையே மூடிவிடுவேன் என்று அறிவித்தார் அந்தப் பிராமணர். இதை அறிந்த பிரபல நிலச்சுவான்தாரரான ராமச்சந்திர ‘பிகோபா’ தோடப்கர் (காயஸ்த சாதியைச் சேர்ந்தவர்) இடம் மறுக்கப்பட்ட தலித் சிறுவனைத் தனது இல்லத்துக்கு அழைத்தார். அஞ்சலட்டையில் தான் சொல்லும் வாசகத்தை எழுதி உள்ளூர் நாளிதழ் அலுவலகத்துக்கு அனுப்பிவைக்கச் சொன்னார். ‘தீண்டத்தகாத’ சிறுவனுக்குப் பள்ளியில் அனுமதி மறுக்கப்பட்டது செய்தியாக வெளியானது. அடுத்த நாளே அந்தச் சிறுவனுக்குப் பள்ளியில் இடம் கொடுக்கப்பட்டது.

பிராமணிய இந்து மதம் குறித்த விமர்சனத்தை முன்வைத்த நகைச்சுவை எழுத்தாளர் கே.எஸ். அல்லது ‘பிரபோதங்கர்’ என்பவர் தோடப்கரின் பேரன். இவர் எழுதிய ‘*The Religion* of Temples and the Temples of Religion'[10] கட்டுரையிலிருந்து மேற்கோள்காட்டுகிறேன்.

> "பிராமணப் பூசாரி ராஜ்ஜியத்தால் இந்துச் சமூகத்தின் கழுத்தைச் சுற்றிலும் இறுக்கிக் கட்டப்பட்ட மூன்று வடத் தூக்குக் கயிறுதான் மனுஸ்மிருதி, புராணங்கள், கோயில்கள். நற்பண்புகள் எனச் சிலவற்றை முன்னிறுத்திய சடங்குகளை அடிப்படையாகக் கொண்ட தங்களது சாதியின் அதிகாரத்தை நிலைநாட்டவே இதை அவர்கள் செய்துவருகிறார்கள். இதன் மையத்தை யாரேனும் தாக்க முற்படும் அடுத்த கணமே அத்தனை சீர்திருத்தவாத, பிற்போக்கு பிராமணர்கள் ஒருசேரப் பாம்புகள் கூட்டாகப் பாடுவதுபோலச் சீறுவார்கள். இதில் ஆச்சரியம் என்னவென்றால் நம்மிடையே இருக்கும் மூளை மழுங்கிப்போன அறிவுஜீவிகள் பலரும் பிராமணர் அல்லாத ஏமாளிகளும் இன்றும் இதேபோல எதிர்வினையாற்றுகிறார்கள்."

மகத் நகரில் உள்ள சவுதார் குளத்தைத் தலித் மக்கள் பயன்படுத்த மகத் சத்தியாகிரகப் போராட்டத்தை அண்ணல் அம்பேத்கர் 1927இல் முன்னெடுத்தபோது[11] மகத் நகராட்சி மன்றத்தின் தலைவராக சுரேந்திரநாத் கோவிந்த் திப்னிஸ் இருந்தார். அதேபோன்று அண்ணல் அம்பேத்கரால் நிறுவப்பட்ட மும்பையில் உள்ள சித்தார்த்தா கல்லூரி, அவுரங்காபாத்தில் உள்ள மிலிண்ட் கல்லூரி[12] உள்ளிட்ட நிறுவனங்களில் அதிகாரிகளாகக் காயஸ்த பிரபு சமூகத்தினர் பணிபுரிந்துள்ளனர்.

நான் ஒருபோதும் என்னை காயஸ்த பிரபு சாதியைச் சேர்ந்தவளாக அடையாளப்படுத்திக்கொண்டதில்லை. ஆனாலும், ஆர்.பி. மோரே, சத்யேந்திர மோரே ஆகியோரின் எழுத்துக்களை நான் மொழிபெயர்த்து அதை ஒட்டிய ஆராய்ச்சியில் ஈடுபட்டபோது சில கேள்விகள் எனக்குள் எழுந்தன: தீண்டாமைக்கும் சாதியத்துக்கும் எதிரான போராட்டத்தில் இந்தச் சமூகத்தினரில் கணிசமானோர் இணைந்தது ஏன்? பிறகு எதனால் அந்த இணக்கத்தைத் தொடர முடியாமல் போனது? 70களின் பாதிக்குப் பிறகு அதன் தொடர்ச்சியே தென்படவில்லை. இதற்கான சாடை மாடையான குறிப்புகள், அண்ணல் அம்பேத்கரின் 'சூத்திரர்கள் யார்?'[13] புத்தகத்தில் உள்ளன. சமூகக் குழுக்களை நால்வர்ணமாகப் பிரித்துப் பிராமணக் கட்டுப்பாட்டுக்குள் வைத்ததன் புராதன வேர்களைத் தேடி அம்பேத்கர் செல்கிறார். பொது வாழ்க்கையிலும் சடங்குகளிலும் பிராமணர்களுக்கிருந்த உயர் அந்தஸ்தைப் பகுப்பாய்வுக்கு

உட்படுத்துகிறார். நவீன யுகத்தில் இதே ஆதிக்கத்தை அவர்கள் தக்கவைத்துக்கொள்ளும் விதத்தை விவரிக்கிறார். உதாரணத்துக்கு, சத்திரபதி சிவாஜிக்கு முடிசூட்டப்போவது யார், எந்தச் சடங்குகளின் அடிப்படையில் அதைச் செய்வது என்பதை முடிவு செய்யும் இடத்தில் பிராமணர்கள்தான் இருந்தனர். தாராளமாகக் கையூட்டுக் கொடுக்கப்படும் பட்சத்தில் விதியைத் தளர்த்திக்கொள்ளவும் அவர்கள் தயாராக இருந்தனர். பின்னர் 19ஆம் நூற்றாண்டின் இறுதியிலும் 20ஆம் நூற்றாண்டின் தொடக்கத்திலும் வங்கத்தையும் பிஹாரையும் சேர்ந்த காயஸ்தர் சமூகத்தினர் சத்திரியர் அந்தஸ்து கோரினர். இந்த விவகாரம் பிரிட்டிஷ் நிர்வாகத்துக்கு உட்பட்ட நீதிமன்ற விசாரணைக்குச் சென்றது. ஆனால், காயஸ்தர்கள் சூத்திரர்களாகத்தான் நிர்ணயிக்கப்பட்டார்கள்.

பிராமணிய மேலாதிக்கத்தால் விதிக்கப்பட்ட இத்தகைய சாதிய அந்தஸ்துகளுக்கான கடும் ஆட்சேபணை எழுந்திருக்கும். சாதியத்துக்கும் தீண்டாமைக்கும் எதிராக அம்பேத்கர் இடைவிடாது தொடுத்த யுத்தத்தில் சில பிராமணர்களும் இடைநிலைச் சாதியினரும் இணைந்து கொண்டனர். அப்படித் துடிப்பாக ஆதரவு அளித்தவர்களில் காயஸ்த பிரபு பிரிவினரும் கணிசமாகவே இருந்தனர். இந்தச் சமூகத்தினரின் ஒட்டுமொத்த மக்கள்தொகையைக் கணக்கிட்டால் அம்பேத்கருடன் இணைந்தவர்களின் எண்ணிக்கை அதிகம் என்றே சொல்ல வேண்டும். நாளடைவில் நவீன அரசியல் பொருளாதாரச் சூழலில் உயர் வர்க்க அந்தஸ்தை அடைந்த பிறகு தாங்கள் எதிர்கொண்ட சாதிய அவமானங்களை அவர்கள் மறந்துவிட்டனர். அல்லது அப்படியொரு அவமானத்துக்கு உள்ளானதையே மறுக்கத் தொடங்கிவிட்டனர். அதன்பிறகு முற்போக்கான சாதி எதிர்ப்பு இயக்கத்துடன் அவர்கள் கூட்டணி வைத்துக்கொண்டதாகத் தெரியவில்லை. தாங்கள் பெருமை கொள்ள வேண்டிய சாதி எதிர்ப்பு வரலாற்றையே அவர்கள் திரும்பிப் பார்ப்பதில்லை. கடைசியில், 'கிட்டத்தட்ட பிராமணர்கள் மாதிரி' என நேர்மையற்றுப் பாசாங்கு செய்யும் சுய அடையாளத்துக்குள் காயஸ்த பிரபு பிரிவினர் சிக்கிக்கொண்டுவிட்டனர். இதன் தொடர்ச்சியாக இந்தச் சமூகத்தினர் பெரும்பாலும் பாஜக ஆதரவாளர்களாகவே மாறிப்போயிருக்கிறார்கள்.

பிரபோதங்கர் தாக்கரேவின் மகன் பால் தாக்கரே, மராத்தி மண்ணின் மைந்தர்களின் இலட்சியங்களைப் பிரதிநிதித்துவப்படுத்தவே சிவ சேனா கட்சியை நிறுவினார் என்பது சுவாரசியமான வரலாறு. பெருநகரத்தின் தன்மை கொண்ட மும்பையில்தான் அந்தக் கட்சி தொடங்கப்பட்டது.

மொழிவாரி மாநிலமாக மகாராஷ்டிரத்தைப் பிரிக்கக் கோரி நடந்த மக்கள் எழுச்சிப் போராட்டத்துக்குத் தலைமை தாங்கியவர் பிரபோதங்கர் தாக்கரே. அவர் முன்னெடுத்த போராட்டத்தால் பம்பாய் மாகாணம், மத்திய மாகாணங்கள், நிஜாம் ஆட்சியின் கீழ் இருந்த ஹைதராபாத் ஆகிய பகுதி களில் இருந்த மராட்டிய மொழி பேசும் மக்கள் வசித்த பகுதிகள் தனி மாநிலமாகப் பிரிக்கப்பட்டன. மகாராஷ்டிரா மண்ணைச் சேராதவர்கள் வணிகத்திலும் தொழில்துறையிலும் கோலோச்சுவதை எதிர்ப்பதில் தொடங்கியதன் வழியாகப் போராளி இந்துக் கட்சியாக சிவ சேனா உருவெடுத்தது. பின்னர் பாபர் மசூதித் தகர்ப்பை ஒட்டி 1992இலிருந்து 93வரை முஸ்லிம் வெறுப்பை உமிழ்ந்து கலவரத்தைக் கட்டவிழ்க்கும் கட்சியாக மாறிப்போனது. ஆனால் மும்பையின் உழைக்கும் வர்க்கத்தினரும், இடைநிலைச் சாதியினரும் சிவ சேனா கட்சியின் ஆரம்ப காலத்திலிருந்தே அதன் ஆதரவாளர்களாக இருந்து வருகின்றனர். பின்நாளில் அவர்கள் அதிகாரப்பூர்வமாக இதர பிற்படுத்தப்பட்ட வகுப்பினர் என்று வரையறுக்கப்பட்டனர். பாஜகவுடன் நெடுங்காலமாக சிவ சேனா கூட்டணி வைத்திருந்தது. ஆனால், சிவ சேனா கட்சியின் தலைமைப் பொறுப்பை உத்தவ் தாக்கரே ஏற்ற பிறகு பாஜகவின் முஸ்லிம் வெறுப்பு அரசியலுக்கு சிவ சேனா எதிர்ப்புத் தெரிவிக்கத் தொடங்கியது.[14]

மாறிவரும் சமூக, பொருளாதார மற்றும் அரசியல் சூழல்களில் நான் பிறந்த சாதி ஒரு அமைப்பாகத் திரண்டு செழித்தோங்கிய கதை இது.

○

கேம்பிரிட்ஜ் பல்கலைக்கழக மாணவியாக 70களில் இருந்த போது இடதுசாரிக் கூட்டங்களிலும் நிகழ்ச்சிகளிலும் கலந்து கொள்வேன். அங்கு நடைபெற்ற மார்க்சியக் கூட்டங்களில் நிறவெறி குறித்தோ, பிரிட்டிஷ் காலனி ஆதிக்கத்துக்கு உட்பட்ட நாடுகளுக்கும் பிரிட்டனுக்கும் இடையிலான உறவு குறித்தோ அதிகம் விவாதிக்கப்படவில்லை. ஏன் இவை குறித்த விவாதங்கள் நடப்பதில்லை என்கிற அசவுகரியம் அப்போது எனக்குள் இருந்ததுண்டு. தீவிர வாசிப்புக்கான சூழலும் விவாதம் நடத்துவதற்கான தோழமையும் அங்கு வாய்த்திருந்தது. பிரச்சாரக் கூட்டங்களிலும் ஆர்ப்பாட்டங்களிலும் கலந்துகொள்ளும் வாய்ப்பும் இருந்தது. ஆனாலும் நான் சற்றுத் தனித்து விடப்பட்டதாகவே உணர்ந்தேன். காரணம், அங்கிருந்தவர்களிலிருந்து வேறுபட்ட சமூக வரலாற்றுப்

பின்னணியிலிருந்து நான் வந்திருந்தேன். என்னுடைய வீட்டில் வேறுவிதமான கலாச்சாரம் பின்பற்றப்பட்டது. அதைவிட நான் ஒரு இந்தியர். ஆனாலும் அங்கு வசித்துவந்த பிற இந்தியர்களிலிருந்து நான் வேறுபட்டேன். ஏனெனில் அதுவரை நான் இந்தியாவில் வசித்ததே இல்லை. இத்தகைய சங்கடம் எனக்குள் ஏற்பட எனக்கெனத் தனிப்பட்ட காரணங்களும் குடும்பக் காரணங்களும் நிச்சயமாக இருந்தன. ஆனாலும் அவற்றுக்கெல்லாம் அப்பால் எனது சமூக, புவியியல் பின்னணியினால் நான் சந்தேகக் கண்ணோட்டத்துடன் பார்க்கப்பட்டேன். சக இடதுசாரி நண்பர்களுடன் சேர்ந்து நான் ஆதரவு தெரிவித்த பிரச்சினைகள் தொடர்பாக நான் கொண்டிருந்த வெளிநபருக்கான பார்வையும் என்னை அவர்கள் வேறாகக் கருதச் செய்திருக்கலாம்.

அதேநேரம் 70களிலேயே பெண்ணியவாதியாக இருந்ததும் மாறியதும் சிலிர்ப்பூட்டும் அனுபவமாக இருந்தது. இங்கே எங்களுடைய இலட்சியங்களும், புதிய கோட்பாடுகளுக்கான தாகமும், சமூக இயக்கத்தின் ஒரு அங்கமாக விளங்கிய அனுபவமும் சங்கமித்தன. ஆண் நண்பர்களுடன் நிறைய வாக்குவாதம் செய்தோம், வேடிக்கையாகப் பேசிக்கொண்டோம், துண்டறிக்கைகள் எழுதினோம், கேம்பிரிட்ஜில் வசித்து வந்த சாமானிய இல்லத்தரசிகளை அவர்களது இல்லங்களுக்குச் சென்று சந்தித்துச் சமூக நுண்ணுணர்வை ஊட்டிக் குழுவாகத் திரட்ட முயன்றோம். நான் உட்பட அங்குப் படித்த பெரும்பாலோர் வசதியான நடுத்தர வர்க்கக் குடும்பப் பின்னணியைச் சேர்ந்தவர்களே. பல்கலைக்கழகத்தில் என்னுடைய படிப்புச் செலவைப் பிரிட்டிஷ் மக்கள் நல அரசாங்கம் ஏற்றது. அத்தகைய பெருந்தன்மை வாய்ந்த பிரிட்டிஷ் அரசாங்கம் இல்லாது போயிருந்தால் கேம்பிரிட்ஜில் நான் படிக்க அப்பாவால் செலவு செய்திருக்க முடியாது. பட்டப் படிப்பில் இரண்டாவது ஆண்டில் நான் அடியெடுத்து வைத்தபோது எனது பெற்றோர் சிங்கப்பூரிலிருந்து இந்தியாவுக்குத் திரும்பியிருந்தனர். அந்தச் சமயத்தில் அயல்நாட்டு மாணவர்கள் தங்கவைக்கப்பட்டிருந்த விடுதி அறைக்கு மாறினேன்.

சாதிக்கான விளக்கங்களை இரு அகராதிகளில் புரட்டிப் பார்க்கிறேன்.

மெரியம் வெப்ஸ்டர்:

1: இந்து மதத்தில் பரம்பரையாக வரக்கூடிய சமூக வர்க்க வகைமைகளில் ஒன்று. தனது உறுப்பினர்களின் தொழிலுக்கும் பிற சாதியைச் சேர்ந்த உறுப்பினர்களுடன் எவ்வாறு கூட்டுச்சேர வேண்டும் என்பதற்கும் கட்டுப்பாடுகள் விதிக்கும் வகைமை இது.

2அ: செல்வம், பரம்பரை வழி வந்த பதவி அல்லது அந்தஸ்து, வேலை, பணிவாழ்க்கை அல்லது இனத்தின் அடிப்படையில் உள்ள வேறுபாடுகளின் அடிப்படையிலான சமூகப் பிரிவு.

ஆ: சாதி மூலமாக வழங்கப்படும் பதவி; ஒருவரது தகுதி குறித்த மதிப்பீடு, கவுரவம்.

3: பரம்பரை அந்தஸ்து; அகமணமுறை; பழக்க வழக்கம், சட்டம், மதம் ஆகியவற்றால் அதிகாரப்பூர்வமாக அனுமதிக்கப் பட்ட சமூகத் தடைகள் ஆகியவற்றால் உருவாக்கப்பட்ட இறுக்கமான சமூகப் படிநிலை அமைப்பு.

சாதி என்கிற சொல்லின் வேரைத் தேடி நான் செல்ல வில்லை. அதன் வரலாற்றுப் பயன்பாட்டையும் தேடவில்லை. மாறாகத் தற்காலச் சூழலில் அச்சொல்லின் மீது படிந்துள்ள பல்வேறு அர்த்தங்களைக் கண்டடைவதே எனது நோக்கம். முதல் விளக்கம் இந்துச் சமூகத்துடன் தொடர்புடையது. மீதமிருக்கும் விளக்கங்கள் பழக்க வழக்கங்கள், சட்டம் அல்லது மதத்தின் மூலமாகப் பிரிக்கப்பட்ட குழுக்களாலான இறுகிப்போன சமூகப் படிநிலைப் பிரிவுகளைக் குறிப்பதாக அமைந்துள்ளன. இத்தகைய பிரிவினை பிற மதங்களிலும் இருக்கக்கூடும். ஆனால், எல்லா விதமான சூழ்நிலைகளிலும் தனது மக்களின் நடத்தை மீது தாக்கம் செலுத்தக்கூடிய சாதிய அமைப்பைக் கொண்டது இந்துச் சமூகம் மட்டுமே. திருமணம், உணவுப் பழக்கம், கலப்புத் திருமணம், சமபந்தி போஜனம் ஆகியவற்றில் மட்டுமன்றிப் பணிச்சூழலில்கூட யார் புதிதாக அடியெடுத்து வைக்கிறார் என்பதைக் கண்காணிக்கும்வரை இந்துச் சமூகத்தில் சாதியம் அப்பட்டமாகப் பரவிக் கிடக்கிறது. சாதிய வரையறை மீறப்பட்டால் அப்படிச் செய்பவர்களைத் தண்டிக்க வன்முறையும் இந்து மதம் பயன்படுத்தும். உயர்கல்வி நிறுவனங்களும், தனியார் துறை நிறுவனங்களும், அச்சு, டிஜிட்டல் ஊடகங்களும்கூடக் கிட்டத்தட்ட உயர் சாதியினரின் ஏகபோக உரிமையாகவே இருக்கின்றன. இதை நிரூபிக்கக்கூடிய ஆய்வுகளும் தரவுகளும் பொதுவெளியில் போதிய அளவு உள்ளன.[15]

சாதியத்தின் களம் இவற்றையும் தாண்டி விரிகிறது என்பதுதான் உண்மை. உணவுப் பாரம்பரியத்தைக் கைக்கொள்வதாகட்டும், மொழி, ஆடை உடுத்தும் பாங்கை நிர்ணயிப்பதாகட்டும், பண்டிகைகளைக் கொண்டாடும் விதத்தைத் தீர்மானிப்பதாகட்டும், விருப்பமான கடவுளர்களைத் தேர்வு செய்வதாகட்டும், நடத்தை சார்ந்த விதிமுறைகளை விதிப்பதாகட்டும், புனிதம், தீட்டு சார்ந்த சடங்குகளை

நிர்ப்பந்திப்பதாகட்டும், பிறகு இருக்கவே இருக்கிறது ஆலயப் பிரவேசம் – இவை அனைத்தையும் சாதியம் கட்டுப்படுத்துகிறது. இதில் திருமண வைபவம், வேலை ஆகியவற்றிலும் குடும்பத் தலைவர்களான ஆண்களும் அந்தந்தச் சாதிப் பிரிவின் மூத்தவர்களும் தீர்மானிக்கும் சக்தியாக இருக்கிறார்கள். அன்றாடம் செய்யக்கூடிய சடங்குச் சம்பிரதாயங்களில் பெண்கள் சாதியத்தைத் தூக்கிப் பிடிப்பவர்களாக இருக்கிறார்கள்.

சாதி அமைப்பை விட்டு விலக்கப்படாத அனைத்துச் சாதியினருக்கும் பொருந்தக்கூடியதாக, 'சாதி இந்து' என்னும் சொல் உள்ளது. அப்படிப் பார்த்தால் தலித் அல்லாதவர்கள் அனைவரும் சாதி இந்துக்களே. இந்நிலையில், ஒருவர் 'சாதியை இழக்க' வேண்டுமானால் அவர் சாதிய அமைப்பு வரையறுத்த எல்லைகளை மீற வேண்டும். உதாரணத்துக்குத் தலித்து களுக்கு முகச் சவரம் செய்ததற்காக நாவிதர்கள் சாதி விலக்கு செய்யப்பட்ட சேதியைக் கேள்விப்பட்டிருக்கிறோம். அல்லது 'கீழ்' சாதிப் பெண்ணை மணமுடித்ததற்காகக் குடும்பமே சாதி விலக்கு செய்யப்பட்டதைக் கண்டிருக்கிறோம். இப்படித்தான் சாதியத்தின் எல்லை மீறலைக் கண்காணிக்க இடைநிலைச் சாதியினர் 'சேனைகளாக' நியமிக்கப்படுகிறார்கள். இப்படித்தான் ஆணாதிக்கச் சமூகத்தின் ஒழுங்கைப் பராமரிக்கும் பொறுப்பு அந்தந்தக் குடும்பத்திலிருக்கும் பெண்களின் மீது திணிக்கப்படு கிறது. சாதியும் ஆணாதிக்கமும் இங்கு அழகு இயைந்து வேலை செய்கின்றன. இதையே சாக்காக வைத்துத் தாங்கள் ஒன்றும் தலித்துகளிடம் பாகுபாடு காட்டுவதில்லை, அகமண முறையை நிர்ப்பந்திப்பதாகட்டும், சாதிக் கலவரத்தில் ஈடுபடுவதாகட்டும் இடைநிலைச் சாதியினர்தான் அவற்றையெல்லாம் அரங்கேற்று கின்றனர் என்று உயர் சாதியினர் 'முற்போக்கு' முகமூடியை அணிந்துகொள்ளலாம். அதேபோன்று, ஆணாதிக்கக் குடும்ப அமைப்பின் முழுப் பலனையும் அனுபவிக்கும் ஆண்கள், தாராளமாகப் பெண்ணே பெண்ணுக்கு எதிரி என்று சொல்லிக் கொள்ளலாம். இன்று இந்துத்துவத்தைத் தூக்கிப்பிடித்து அதற்காக உரக்க முழக்கமிடுபவர்கள், அவ்வப்போது வன்முறை வெறியாட்டத்தில் இறங்குபவர்களில் பலர் இடை நிலைச் சாதியினர் மற்றும் கைவினைஞர் சாதிப் பிரிவைச் சேர்ந்தவர்கள்தாம். இவர்களை ஜோதிராவ் புலே சூத்திரர்கள் என்றழைத்தார். அநேகப் பெண்களும் இதில் அடக்கம். வலதுசாரி இந்துத்துவ ஆதரவாளர்களின் வன்முறை வெறியாட்ட மும் தாக்குதலும்கூடச் சாதிய அமைப்பு அனுமதித்திருக்கும் நடைமுறையின் மிகைப்படுத்தப்பட்ட வடிவமே என்கிற விழிப்போடு இருத்தல் அவசியம். இந்துச் சமூக அடுக்கின் கட்டுக்

குலையாமல் பாதுகாக்கப்பட வேண்டுமானால் அம்பேத்கர் குறிப்பிட்ட 'படிநிலை சமத்துவமின்மை' அத்தியாவசியம். படிநிலைகளை மட்டுமின்றிப் பாலினப் பாகுபாடும் கொண்டது என்று நாம் சேர்த்துக்கொள்ளலாம். இரண்டுமே சாதிய ஆணாதிக்கத்துக்கும் இந்துத்துவத்துக்கும் உள்ளார்ந்து நிற்கும் தன்மைகள்.

'நான் ஏன் கிறிஸ்தவர் அல்ல' என்னும் புத்தகத்தில் கிறிஸ்தவராக ஒருவர் வாழ்வதற்கான இன்றியமையாத இரண்டு கூறுகளை பெர்ட்ரண்டு ரசல் விளக்குகிறார். 1) இறை நம்பிக்கை, அமரத்துவம் மீது நம்பிக்கை 2) இயேசுநாதர் மட்டுமே மனிதருள் மாணிக்கம், ஆகச் சிறந்தவர், ஞானஸ்தன் என்கிற நம்பிக்கை. இது ரொம்பவும் பொதுப்படையான விளக்கம்தான். ஆனாலும், இந்த விளக்கங்களில் உள்ள 'நம்புதல்' என்கிற சொல்லை அடிக்கோடிட்டுக் காட்ட விரும்புகிறேன். இந்துக்களோ தாங்கள் எதன் மீது நம்பிக்கை கொள்கிறோம் என்பதில் மாறுபடுகிறார்கள். ஒருவர் இந்துவாக இருக்க அவர் சிலவற்றை நிகழ்த்திக்காட்ட வேண்டும்: உதாரணத்துக்கு, மிகப்பெரிய அறிவியல் திட்டத்தைத் தொடங்குவதற்கு முன்னதாகக் கோயிலுக்குச் சென்று ஆசீர்வாதம் பெற வேண்டும். தானொரு இந்து என்பதைச் சமூகத்திற்குப் பிரகடனம் செய்யும் செயல் இது. நீங்கள் ஒரு இந்து என்பதை அன்றாடத்தில் வெளிப்படுத்திக் கொண்டுவிட்டால் நீங்கள் அறிவியலை நம்பலாம், அவ்வளவு ஏன் நாத்திகராகக்கூட இருந்துவிட்டுப் போகலாம். நமது நாட்டில் உள்ள அறிவியல் ஆராய்ச்சிக் கூடங்களை ஆக்கிரமித்திருக்கும் பிராமண ஆண் விஞ்ஞானிகளுக்கு நெற்றியில் சந்தனப் பொட்டும் சட்டைக்குள் பூணூலும் அத்தியாவசியமானவை. பெண் விஞ்ஞானிகளும் அதிக எண்ணிக்கையில் இந்தத் துறைக்குள் நுழையத் தொடங்கிவிட்டார்கள். ஆனாலும் பல்வேறு சாதியினர் அங்கு இடம் பெற வெகு காலம் ஆகும். இந்தியாவில் உள்ள அறிவியல் ஆய்வுக்கூடம் என்பது பிராமண, ஆண்களால் நிரம்பிய, அறிவியலுக்குப் புறம்பான நடத்தைகளைக் கொண்டவர்களின் கூடாரமே.

தனது இந்துத்தனத்தை வெளிக்காட்டுவதன் மூலம் ஒருவர் ஒரே நேரத்தில் மதத்தையும் தனது சாதியையும் அறிவித்துக் கொள்கிறார். அந்த வகையில் விஞ்ஞானிகளைத் தவிரப் பிற துறைகளில் இருக்கும் மற்றவர்கள் இந்து அடையாளத்தை மற்றவர்களிடமிருந்து வேறுபடுத்திக் காட்ட வேறு வழிகளைத் தேடுகிறார்கள். 1980களின் இறுதிவரை தென்னிந்தியர்களுக்கும் கம்யூனிஸ்ட்டுகளுக்கும் எதிராகச் செயல்பட்டுவந்த சிவ சேனா கட்சியின் செயல்திட்டமானது முஸ்லிம்களுக்கு எதிரானதாக

மாறியது. 'நான் இந்து என்னும் கர்வத்துடன் சொல்லுவோம்' என்னும் முழக்கத்தை அவர்கள் முன்வைத்தார்கள். அண்மையில் மராத்திய அந்தோலன் என்கிற அறைகூவலுடன் சத்திரபதி சிவாஜியின் புகழையும் மராத்தியர்களின் வீரத்தையும் பறைசாற்றுவதாகத் தன்னைத் தகவமைத்துக்கொண்டது. அரசியலிலும் அன்றாட வாழ்க்கையிலும் ஒருவர் தனது மதத்தை வெளிப்படையாக அறிவித்துக்கொள்வது என்பது தனது சாதியைப் பகிரங்கமாக அறிவித்துக்கொள்வதே ஆகும். சிவப்பு, காவி ஆகிய நிறங்களைக் கொண்ட தலைப்பாகை, மராத்தியரின் பாணியில் பெண்களும் ஆண்களும் கட்டிக்கொண்டு சக்தி வாய்ந்த மோட்டார் வாகனங்களில் வலம் வரும் புதிய பழக்கத்தை மராத்தா அந்தோலன் அறிமுகப்படுத்தியுள்ளது. இந்நிகழ்ச்சியின்போது பெண்கள் ஆண்மையை வெளிப்படுத்தும் சின்னங்களுடன் ஊர்வலம் வருவது ஏமாற்றும் வேலை. பாலினப் பாகுபாட்டுக்குத் தீர்வு காணும் அக்கறை துளியும் மராத்தா அந்தோலனுக்குக் கிடையாது. மோட்டர் பைக்குகளில் பெண்கள் ஊர்வலம் வருவதென்பது ஆணாதிக்க அமைப்பை மீண்டும் வலியுறுத்தும் செய்கை.

தாங்கள் அணியும் ஆடை, ஆபரணம், முகத்தில் பூசிக்கொள்ளும் அரிதாரம் ஆகியவற்றின் வழியாகத் தங்களது சாதியை/மதத்தை/ பழங்குடி அடையாளத்தை மகாராஷ்டிரத்தில் வெளிக்காட்டுபவர்கள் பெண்களே. இதை உணர்ந்திருந்த அம்பேத்கர், 1927, டிசம்பரில் நடந்த மகத் சத்தியாகிரகப் போராட்டத்தின்போது இதை அங்குக் கூடியிருந்த பெண்களிடம் பேசுகையில் அவர் இப்படிக் கூறினார்:

> நீங்கள் சேலை அணியும் விதத்திலிருந்து நீங்கள் தீண்டத்தகாதவர் என்பது வெளிப்படுகிறது. அந்த அடையாளத்தை நீங்கள் துடைத்தெறிய வேண்டும். உயர் சாதிப் பெண்கள் சேலை அணிந்துகொள்ளும் அதே பாங்கில் நீங்களும் சேலையை உடுத்திக்கொள்ளுங்கள். அதற்கு உங்களுக்கு எந்தச் செலவும் ஆகப்போவதில்லை. அதேபோன்று நீங்கள் கழுத்தில் அணிந்துகொள்ளும் கனமான அட்டிகைகளும், முழங்கைவரை அணியும் காப்பும் வளையல்களும் நீங்கள் தீண்டத்தகாதவர்கள் என முத்திரை குத்துகின்றன. ஒரு அட்டிகைக்கு மேல் அணிய வேண்டியதில்லை.[16]

ஆடையை உடுத்தும் பாணியின் மூலமாகத் தங்களது அடையாளத்தை ஆதிக்கச் சாதியினர் தூக்கிப் பிடிக்க முயல்வதற்கும் ஆதிக்கத்திற்கு உள்ளான சமூகத்தினர் தங்களது கலாச்சார

அடையாளத்தை நிலைநிறுத்த முயல்வதற்கும் இடையிலான வித்தியாசத்தை வேறுபடுத்திப் பார்க்க வேண்டியது அவசியம். இரண்டையும் சமமாகப் பார்ப்பதும் ஒருவிதமான அரசியல்தான். தலித்துகள், பகுஜன்கள், ஆதிக்கத்துக்கு உள்ளானவர்களின் எதிர்ப்பை மலினப்படுத்தும் அரசியல் அது. எனது கூற்றை நிறுவ இரண்டு உதாரணங்களை எடுத்துக்காட்ட விரும்புகிறேன்: பிபிசி மராத்தி ஊடகம், 'தனது சமூக அந்தஸ்தைத் தலித் இளைஞர் எவ்வாறு வலுப்படுத்துகிறார்?' என்ற தலைப்பில் ஒரு கட்டுரையை அண்மையில் தனது முகநூல் பக்கத்தில் பதிவிட்டது.[17] தலைப்பை ஒட்டிப் புகைப்படத்தில் மராத்தா அந்தோலன் அமைப்பைச் சேர்ந்த ஆண்கள் – பெண்களைப் போலவே தலைப்பாகை அணிந்த இரண்டு பெண்கள் இடம்பெற்றிருந் தார்கள். ஒரே வித்தியாசம், இந்தியக் குடியரசுக் கட்சிக் கொடியின் நிறத்தில் கருநீல வண்ணத் தலைப்பாகை சூடியிருந்தனர். கூடவே பளபளக்கும் நீல நிறக் குளிர்க் கண்ணாடியும் அணிந்திருந்தனர். தலித் மக்களிடையே எழுத்தறிவு பெற்றவர்களின் எண்ணிக்கை அதிவேகமாக அதிகரித்துவருவதால் தங்களது சமூக அந்தஸ்தை உயர்த்திக் காட்ட அவர்கள் என்னவெல்லாம் செய்கிறார்கள் என்பதைப் பற்றி அந்தப் பதிவு பேசியது. குதிரை சவாரி செய்யும் தலித் மணமகன், விலை உயர்ந்த நவநாகரீகமான உடை அணியும் தலித் இளைஞன் போன்ற காட்சிகள் உயர் சாதியினரைச் சினம் கொள்ளச் செய்யக் கூடியவை. சர்வதேசச் சந்தையின் நுகர்வோராக மாறுவதற்குத் தேவையான குறைந்தபட்சத் திறனைத் தலித்துகள் பெற்றுவிட்டார்கள். ஆகையால், தங்களது பண்பாட்டை அவர்கள் நிலைநிறுத்த முயல்வதும், எதிர்ப்பைக் காட்டத் துடிப்பதும் அறைகுறையாகப் படித்துவிட்டு இந்து கலாச்சாரத்தை நகலெடுக்கும் முயற்சிதான் என்பதே அந்தப் பதிவு கூறும் ஒட்டுமொத்தமான செய்தி. தலித்துகள் அத்துமீறுவதாக வாசகர்களுக்குச் சுட்டிக்காட்டும் அதேவேளை யில் அவர்களது செயலை வலுவிழக்கச் செய்து நிராகரிக்கவும் செய்தது பிபிசி மராத்தி.

இரண்டாவது உதாரணம், மும்பையில் உள்ள டாடா இன்ஸ்டிடியூட் ஆஃப் சோஷியல் சயின்சஸ் கல்வி நிறுவனத்தின் மாணவர்கள் 2018இல் ஒருங்கிணைத்த பகுஜன் கலை விழா குறித்து வெளிவந்த செய்தியுடன் தொடர்புகொண்டது. கலை நிகழ்ச்சிகளை உயர் சாதி மாணவர்கள் ஒருங்கிணைப்பது மட்டுமே இங்கு வழக்கமாகப் பார்க்கப்படுகிறது. ஆனால் தலித்–பகுஜன் மாணவர்கள் திரைப்படங்கள் இன்று உருவாக்குகிறார்கள். கலைப் படைப்புகளை உருவாக்குகிறார்கள். இசை நிகழ்ச்சிகளை அரங்கேற்றுகிறார்கள். தலித் இளைஞர்களின் எதிர்ப்புணர்வின்

பகட்டான முகம் இது; அல்லது அப்படித்தான் அதைக் காட்ட பிபிசி விரும்பியது. இவையெல்லாம் இரண்டுநாள் விழாவில் அரங்கேற்றப்பட்டன. இந்நிகழ்ச்சிக்கு ஏகபோக வரவேற்பு கிடைத்தது. உள்ளூர் பிரபல ஆங்கிலச் செய்தித்தாளின் இணைப்பிதழில் இதைப் பாராட்டி ஒரு பத்தி வெளியானது. செய்திக் கட்டுரை சிறப்பாகவே எழுதப்பட்டிருந்தது. ஆனால், அச்செய்திக்குச் சூட்டப்பட்ட தலைப்பு அதிர்ச்சி உண்டாக்கியது: 'தலித்–பகுஜன் மாணவர்களுக்கு மேடை அமைத்துக் கொடுத்தது டாடா இன்ஸ்டிட்யூட்.'[18] என்பதே அந்தத் தலைப்பு. 'தலித்–பகுஜன் மாணவர்கள் ஆண்டுக் கலை விழாவை நடத்தினர்' என்பதாகத்தான் அந்தத் தலைப்பு இருந்திருக்க வேண்டும். ஒரு பல்கலைக்கழகம் தனது தலித்–பகுஜன் சிறுபான்மையினருக்கு மேடையைச் சலுகைபோல வழங்கக் கூடாது. பல்கலைக்கழக வளாகம் என்பது மையநீரோட்டத்தி லுள்ள பின் சொல்லப்படாத செய்தி. (உயர் சாதி என்று வாசித்துக் கொள்ளவும்) மாணவர்களுக்கானது என்பதுதான் அந்தத் தலைப்பின் சொல்லப்படாத செய்தி. சாதிய அந்தஸ்து என்னவெல்லாம் செய்யும் என்பதற்கான ஒரு சோற்றுப் பதம் இது. இட ஒதுகீட்டின் அடிப்படையில் 1950களிலேயே தலித் (எஸ்.சி.), பழங்குடி (எஸ்.டி.) மாணவர்களும் 1990களில் இதர பிற்படுத்தப்பட்ட பிரிவுகளைச் சேர்ந்த மாணவர்களும் உயர்கல்வி நிறுவனங்களில் இணைவதற்கான வழி செய்யப்பட்டு விட்டது. இருந்தாலும் அண்மைக் காலத்தில்தான் பின்தங்கிய பிரிவுகளைச் சேர்ந்த மாணவர்கள் அதிக எண்ணிக்கையில் உயர்தரமான கல்வி நிறுவனங்களில் சேர்ந்து படிக்கத் தொடங்கினர்.

சரளமாக ஆங்கிலம் பேச முடியாததில் தொடங்கி 'இட ஒதுக்கீட்டு மாணவர்கள்' என்று பட்டங்கட்டிப் பேராசிரியர்கள் காட்டும் வன்மம், வெறுப்பு எனப் பல தடைகளை இந்த மாணவர்கள் எதிர்கொள்ள வேண்டியுள்ளது. உயர்கல்வி நிலையங்கள் தங்களுக்கானவை என உயர் அந்தஸ்து படைத்தவர்கள் எப்படியெல்லாம் அனுமானித்துக் கொள்கிறார்கள் என்பதை நான் மேற்கோள்காட்டிய செய்தியின் தலைப்பு அம்பலப் படுத்தியது. உயர் அந்தஸ்தாகச் சாதி இருக்கும்போது அது கண்ணுக்குத் தெரிவதில்லை, பேசப்படுவதில்லை, பேசக்கூடிய தாகவும் இல்லை. ஆனால், எப்போதுமே அது இருக்கிறது. அதிலும் பிராமணிய அந்தஸ்து என்பது தனி. மற்ற சாதிகளும் அதிகாரத்தைக் கைப்பற்றிவிட்டதுபோலத் தோன்றினாலும் பிராமணர்கள்தான் தீர்மானிக்கும் சக்தியாக இருக்கிறார்கள். மராத்திய மன்னர் சத்திரபதி சிவாஜிக்கு முடிசூட்டவோ அல்லது

முடிசூட்ட மறுக்கவோ பிராமணர்களுக்குத்தான் அதிகாரம் இருந்தது.

வாய்ப்பு மறுக்கப்பட்டவர்கள் தங்களது எதிர்ப்பைப் பல வடிவங்களிலும் வெவ்வேறு நிகழ்விடங்களிலும் சமூக இடங்களிலும் தெரியப்படுத்திவருகின்றனர். மாற்றங்கள் நடந்துவருகின்றன. இதில் சந்தையும் முக்கியப் பங்கு வகிக்கிறது. அரசு முயற்சியால் நடக்கும் மாற்றங்களுக்கும் சந்தையின் தேவைகளால் ஏற்படும் மாற்றங்களுக்கும் இடையில் உள்ள வித்தியாசத்தைச் சமூகவியலாளர் சூரியகாந்த் வக்மோரே விளக்குகிறார். சாதி மறுப்புத் திரைப்படங்கள் அண்மைக் காலமாக பெரும்வெற்றி அடைந்து வசூல் வேட்டை காண்பது குறித்து அவர் இவ்வாறு விவரிக்கிறார்:

> சாதிய முற்போக்குத்தன்மை அதிக வரவேற்பைப் பெறும் நிலையில் அவை இந்துப் பணிவுக்கும் இந்துப் பெருநகரத்தன்மைக்கும் எந்த அளவு சவால் விடுக்கின்றன என்பதைப் பொறுத்தே அதை மதிப்பிட முடியும். பொது வாழ்க்கையிலும் கலைகளிலும் திரைப்படங்களிலும் நாடகீயமான சீர்திருத்தப் போக்கை முன்வைப்பதைக் காட்டிலும் தனிவாழ்க்கையில் சாதிய அந்தஸ்தும் ஒடுக்குதலும் எவ்வளவு நுட்பமாக வேலை செய்கின்றன என்பதை வெளிக்கொணர்தல் மிகவும் முக்கியமானது.[19]

○

நானும் என் கணவர் துளசியும் 1979இல் அவுரங்காபாத்துக்கு இடம்பெயர்ந்தபோது நாங்கள் வசித்த பகுதியில் சாதியப் பாகுபாடு பரவலாகக் காணப்பட்டது. அங்குள்ளவர்கள் கூச்சநாச்சமின்றிச் சாதி குறித்து வெளிப்படையாகவே பேசிக்கொண்டிருந்தார்கள். எங்கள் இருவருக்குமே இது அதிர்ச்சியூட்டியது. நானோ அதுவரை வலுவான முற்போக்குச் சிந்தனை விளைந்த சங்கமனரில் உள்ள கல்லூரியில் வேலை பார்த்து வந்தேன். அங்கிருந்த கல்லூரி முதல்வர் உடன் பணிபுரிந்த ஆசிரியர்களைச் சமமாக மதித்தவர். ராவ் சாகேப் காச்பே போன்ற தலித் ஆராய்ச்சியாளருக்கு ஆக்கமும் ஊக்கமும் கொடுத்தவர். பூனாவில் இருந்த அம்மா வீட்டைவிட்டு நான் வெளியேறக் காரணமே அண்ணன் சுதிர்தான். எனக்கு இந்தியச் சமூகத்தைப் பற்றி எதுவுமே தெரியாது என்று அடிக்கடி பேசி வெறுப்பேற்றி வந்தான். அவனைச் சுற்றியிருந்த புரட்சிகர மான இளம் மாணவர்கள் எந்நேரமும் இந்தியாவில் நிகழ்த்தப் பட்ட மாவோ பாணியிலான விவசாயப் புரட்சியைப் பற்றியே

பேசிக்கொண்டிருப்பார்கள். அவர்களிடமிருந்து அன்னியமாக நான் உணர்ந்தேன். ஆனால், அவர்கள் அத்தனை பேருமே பணக்கார, நகரமயமான, படித்த, உயர் சாதியக் குடும்பங்களைச் சேர்ந்தவர்கள். நான் கொண்டிருந்த மார்க்சியக் கண்ணோட்டம் சாதி குறித்து வெளிப்படையாகச் சிந்திக்க விடாமல் தடுத்தது. அம்பேத்கரைக் கூடப் படிக்க விடாமல் தடுத்தது. துளசியும் மும்பையில் உழைக்கும் வர்க்கத்தைச் சேர்ந்தவர் என்பதால் அவரும் புரட்சிகரமான இடதுசாரி மார்க்சிய அறிவுஜீவிகளின் வட்டத்துக்குள்தான் புழங்கினார்.

அவுரங்காபாத்தில் நாங்கள் வசித்த உழைக்கும் வர்க்கத்தினருக்கான அடுக்குமாடிக் குடியிருப்பில் மகாராஷ்டிரத்தின் பல்வேறு பகுதிகளிலிருந்து வந்த வெவ்வேறு சாதியினர் வசித்துவந்தனர். ஆனாலும் ஒரு தலித் குடும்பம்கூட அங்கில்லை. துளசி தலித் சிறுத்தைகளின் ஆதரவாளர். அந்த அமைப்பின் நிறுவனர்களான நாம்தேவோ தசால், ராஜா தாலே ஆகிய இருவருமே துளசிக்கு ஒரு காலத்தில் நெருங்கிய நண்பர்கள். ஆனாலும் நகர்ப்புறத்துக்கு வெளியே உள்ள மகாராஷ்டிரத்தின் சாதியம் குறித்து அவருக்கு எதுவும் தெரியாது. மகாராஷ்டிராவின் கிராமப்புறங்களைச் சேர்ந்த பழங்குடி மக்களின் உரிமைகளுக்காகப் போராடும் சமூகச் செயல்பாட்டாளராகத் துளசி இருந்தார். ஆனால், பழங்குடியினர் எதிர்கொண்ட ஒடுக்குமுறை என்பது தொழிலாளர்கள் சுரண்டலைப் போன்றது. அவர்கள் சாதியச் சமூகத்துக்கு வெளியில் இருப்பவர்களாகக் கருதப்பட்டதாலும் தீண்டத்தகாதவர்களாக நடத்தப்படுவதில்லை.

எங்களுக்கு வீடு வாடகைக்குக் கிடைப்பது சிக்கலாக இருந்தது. பிராமணர்களும் ஜெயின் நிலச்சுவான்தாரர்களும் நாங்கள் என்ன சாதி என நேரடியாகக் கேட்டதில்லை. ஆனாலும், நாங்கள் கலப்பு மணம் புரிந்தவர்கள் என்பது பார்க்கும்போதே தெரிந்தது. அதிலும் மாமிசம் சாப்பிடுபவர்கள் எனச் சொன்னதும் எங்களுக்கு வீடு தர மறுத்துவிட்டார்கள். இதைவிட என்னை மிகவும் பாதித்த வேறொரு சம்பவம் உண்டு. எங்கள் பல்கலைக்கழகத்துடன் இணைக்கப்பட்டிருந்த அவுரங்காபாத் நகரத்தைச் சேர்ந்த கல்லூரிகள் சாதிவாரியாகப் பிரிக்கப்பட்டிருந்தன (சூரஜ் யெங்க்டே எனும் இளம் எழுத்தாளர் தனது ‘கேஸ்ட் மேட்டர்ஸ்’ (Caste Matters) புத்தகத்தில் இதற்கு ‘கேஸ்டகரைஸ்ட்’ (castegorised) என்ற சொல்லைக் கண்டுபிடித்துள்ளார்.)[20]. அங்குள்ள அரசுக் கல்லூரிகளைத் தவிர்த்து மற்ற கல்லூரிகளை அவற்றின் நிர்வாகத்தையும் அங்குப் படிக்கும் பெரும்பான்மை மாணவர்களையும் வைத்தே என்ன சாதியென்று அடையாளப்படுத்திவிடலாம். இவற்றுக்கு மத்தியில்

டாக்டர் அம்பேத்கர் நிறுவிய கல்லூரிகளும் இருக்கவே செய்தன. கூடவே ஒரு பிராமணக் கல்லூரி, ஒரு மராத்திக் கல்லூரி, ஒரு முஸ்லிம் கல்லூரி, நாடோடிப் பழங்குடியினருக்கான ஒரு கல்லூரி, வைசியர் அல்லது வியாபாரிகள் நடத்தக்கூடிய ஒரு பெண்கள் கல்லூரி என்பதாகச் செயல்பட்டன. பின்தங்கிய சமூகங்களின் குழந்தைகள் உயர்கல்வி பெற வேண்டும் என்கிற இலட்சியத்தோடு அம்பேத்கரால் நிறுவப்பட்ட கல்லூரிகளில் தற்போது பயிலும் மாணவர்களில் பெரும்பாலோர் மராட்வாடா மற்றும் விதர்பாவைச் சேர்ந்த தலித்துகள் மட்டுமே. நாங்கள் அவுரங்காபாத்தில் நீண்டகாலமாக வசித்து வந்த சமயத்தில் கல்லூரிகளின் எண்ணிக்கை அதிகரித்துக்கொண்டேபோனது. இட ஒதுக்கீடு அடிப்படையில் அக்கல்லூரிகளில் மாணவர் சேர்க்கை நடத்தப்படவே பல்வேறு சமூகப் பின்னணி கொண்ட மாணவர்கள் சேர்ந்து படிக்கும் சூழல் கனிந்தது. ஆனாலும் கல்லூரி நிர்வாகங்களின் சாதியக் கண்ணோட்டம் மாறவில்லை.

பகுதி 2: சாதி எதிர்ப்புப் போராட்டம்: அனுபவங்களும் பார்வைகளும்

நாங்கள் அவுரங்காபாத்துக்கு இடம்பெயர்வதற்கு ஓராண்டுக்கு முன்பு மராட்வாடா பல்கலைக்கழகம் இனி டாக்டர் பாபா சாகேப் அம்பேத்கர் பெயரில் அழைக்கப்படும் என்று மகாராஷ்டிரத்தின் அன்றைய முதல்வர் ஷரத் பவார் அறிவித்தார். பவாருக்கு இரண்டு நோக்கங்கள் இதில் இருந்தன: முதலாவது, தானொரு 'முற்போக்கு' அரசியலர் என மக்களை நம்பவைப்பது. இரண்டாவது, தலித் மக்களின் வாக்குகளைத் தனதாக்கிக்கொள்வது. ஆனால், பல்கலைக்கழகத்துக்கு அவர் செய்த நாமகரணம் உடனடி யாகச் சர்ச்சையைக் கிளப்பியது. தங்களது முதன்மையான கோரிக்கையாக அது இல்லாதபோதும் தலித்துகள் அந்த அறிவிப்புக்கு வரவேற்பு தெரிவித்தனர். மறுமுனையில், பிராமணர்கள், வைசியர்கள் (நிஜாம் ஆட்சிக்கு முடிவுகட்ட கிளர்ந்தெழுந்தவர்கள்) ஆட்சியதிகாரத்தில் இருந்த மராத்தியர்கள் உள்ளிட்ட உயர் சாதி மேட்டுக்குடிகள் மராட்வாடாவின் பிராந்திய அடையாளத்தை இந்தப் பெயர்மாற்றம் சிதைப்பதாக எதிர்ப்பு தெரிவித்தனர்.[21] உள்ளூர் தினசரியான 'மராட்வாடா' மாதக் கணக்கில் இந்த விவகாரத்தை ஊதிப் பெரிதாக்கியது. இதன் விளைவாகக் கிராமப்புறங்களைச் சேர்ந்த தலித்துகள் பலர் மீது வன்முறை வெறியாட்டம் நடத்தப்பட்டது. கிட்டத்தட்ட 15 ஆண்டுகள் கழித்து தலித் தரப்பினர் தங்களுக்கான நியாயம் கோரி ஊர்வலம் சென்றனர். அதன் பிறகு 1994 ஜனவரி 14 அன்று பல்கலைக்கழகத்துக்கு இறுதியாக டாக்டர் பாபா

சாகேப் அம்பேத்கர் மராட்வாடா (பிராந்தியத்தின் பெயர் தக்கவைத்துக் கொள்ளப்பட்டது) பல்கலைக்கழகம் என்ற பெயர் தீர்மானிக்கப்பட்டது.

அப்போது நான் மரபார்ந்த மார்க்சியராகவே சிந்தித்துக் கொண்டிருந்தேன். துளசியின் சிந்தனை 'இடைநிலை'ச் சாதியைச் சேர்ந்த உழைக்கும் வர்க்கத்துச் சிந்தனையாகவே இருந்தது. பிராமணியக் கலாச்சார மேட்டுக்குடித்தனத்திற்கு எதிரான இலக்கியம் சார்ந்த அவருடைய கலகம், சாதி சார்ந்ததாக அமையவில்லை. 1960களின் இலக்கியச் சிற்றிதழ் இயக்கத்தில் பங்கேற்றவர் துளசி. அந்த இயக்கம் 'நவீனத்துவ' இயக்கமாக இல்லாவிட்டாலும் நவீனப் பார்வையைக் கொண்டிருந்தது. மேட்டுக்குடி பிராமணர்களால் பாதுகாக்கப்பட்டு வந்த அந்தக் காலத்தின் இலக்கிய மரபுகளுக்கு எதிரானதாக இருந்தது. மும்பை பெருநகரின் தன்மையுடன் சிந்தித்தவர்களும் உலகச் சினிமா மற்றும் இலக்கியங்களை ஸ்பரிசித்தவர்களும் இந்த இயக்கத்தை முன்னெடுத்தனர். அவர்களில் பலர் 'பிற்படுத்தப்பட்ட' சாதியினர். நாமதேவோ தசால், ராஜா தாலே மாதிரியான இளம் தலித் தலைவர்களும் அதில் பங்கேற்றனர்.

பல்கலைக்கழகப் பெயர் மாற்றக் கோரிக்கை பெரிய விஷயமாக எங்களுக்குத் தோன்றவில்லை. அதனால் தலித்து களுக்கு எத்தகைய பலனும் விளையப் போவதில்லை. தலித் இயக்கமும் அத்தகைய பெயர் மாற்றத்தைக் கோரவில்லை. ஆனால், இந்த விவகாரம் கிளம்பியதை அடுத்துத் தலித்துகள் மீதான கும்பல் தாக்குதல், அவுரங்காபாத் வாழ் தலித் ஆண்களுக்கும் பெண்களுக்கும் எதிராகத் தூண்டிவிடப்பட்ட வன்முறைச் சம்பவங்கள், ஒரு தினசரி தினந்தோறும் ஏவிவிட்ட எதிர்ப் பிரச்சாரம் ஆகியவை பெயர் மாற்றத்துக்கான கோரிக்கையை உயிர்ப்புடன் வைத்துக் கொண்டன. 80களின் நடுப்பகுதியிலிருந்து 90களின் நடுப்பகுதிவரை செய்திகளில் சாதி குறித்த விவாதங்கள் அதிகம் தென்பட்டதில்லை. இடதுசாரி முற்போக்குக் குழுக்களுக்கு இடையிலான விவாதங்களிலும் சாதிக்கு இடம் இருந்ததில்லை. நவதாராளமயமும் இந்துத்துவ சக்திகளின் வளர்ச்சியும்தான் அப்போது மிகப்பெரும் அச்சுறுத்தலாகக் கருதப்பட்டன.

மராட்வாடாவில் மட்டும் பெயர் மாற்றப் பிரச்சினை கனன்றுகொண்டிருந்தது. போராட்டக்காரர்கள் சிறையிலடைக்கப் பட்டனர். கிராமங்களில் மேலும் அதிகமான கும்பல் தாக்குதல் சம்பவங்கள் நடந்தன. அதிலிருந்து மாணவர்களின் சாதி எதிர்ப்பு அரசியல் அவுரங்காபாத் நகரில் வேகமெடுத்தது. மகாராஷ்டிரத்தின் அரசியல் பொருளாதாரத்தில் சாதி என்கிற கோணத்தில் 1986–87இல் இரண்டு ஆராய்ச்சிக் கட்டுரைகளைப்

பிறருடன் இணைந்து எழுதினேன். நான் ஏற்றிருந்த மார்க்சிய சித்தாந்தப் பார்வை அப்போதும் இந்தியச் சமூகத்தின் மையத்தில் சாதியை நிறுத்த மறுத்தது. இந்தியச் சமூகத்தில் நடந்தேறும் மாற்றங்களிலும் சாதியின் பங்குள்ளது என்பதை உற்று நோக்கத் தவறியது. ஆக்ரோஷமாக வெளிப்பட்ட இந்து தேசியவாதமும், சர்வதேசப் பொருளாதாரச் சூழலில் நிலவிய நவதாராளவாத ஏகாதிபத்தியமும்தான் எங்களுக்கு முதன்மையான சிக்கல்களாகத் தோன்றின. அவற்றை அலசி ஆராய்வதிலும் எதிர்ப்பதிலும்தான் மும்முரமாக இருந்தோம். இரண்டுக்கும் இடையிலான தொடர்பு மட்டுமே அப்போது எங்களுக்குத் தெள்ளத் தெளிவாகத் தெரிந்தது. இப்படித்தான் 1995இல் பிள்ளையார் சிலை பால் குடிக்கிறது என்கிற வதந்தி கிளப்பிவிடப்பட்டு ‘வைரல்’ ஆனது. அன்றைய காலகட்டத்துக்கு ‘வைரல்’ என்பது பொருந்தாத சொல்லாடல் என்பதை அறிவேன்.[22] பொதுச் சமூகத்தில் உள்ள ஏமாளி இந்துக்கள் எவ்வளவு தூரம் முட்டாள்தனத்தைக் கண்மூடித்தனமாக ஏற்கிறார்கள் என்பதற்கு வெள்ளோட்டம் பார்க்கவே வலதுசாரி விளம்பரதாரர்கள் நடத்திய சோதனை இது என்கின்றனர் சிலர். அப்போதுகூட இந்து மத அடிப்படைவாதமும் சர்வதேச மூலதனமும் எடுத்த ஆவேச மான புதிய அவதாரம் சாதிய ஆணாதிக்கத்தின் படிநிலைச் சமூக ஒழுங்கையே சார்ந்து, அதை மேலும் மோசமாக்கும் என்பதை நாங்கள் விவாதிக்கவே இல்லை.

சங்கம்னர் நகரைவிட்டு வெளியேறிய பிறகு 1997இலிருந்து 2000வரை பொதுச் சமூகத்துடன் என்னைப் பிணைத்துக் கொண்டேன். இடைப்பட்ட காலத்தில் குழந்தை வளர்ப்பிலும் என்னுடைய பிறந்த வீட்டுச் சிக்கலிலும் உழன்றுகொண்டிருந்தேன். இந்தமுறை எங்களைவிட வயதில் இளையவர்களை உள்ளடக்கிய குழுவில் இணைந்து செயலாற்றத் தொடங்கினோம். அந்த இளைஞர்கள் இந்திய கம்யூனிஸ்ட் கட்சியின் (மார்க்சிஸ்ட்) கலகக் குரலாக ஒலித்துக்கொண்டிருந்த சரத் படேலின் தொண்டர்கள். மார்க்ஸ்–பூலே–அம்பேத்கரியம் என்கிற புதிய சித்தாந்தத்தை அவர் முன்னெடுத்தார். இந்தச் செயற்பாட்டாளர்கள் மேட்டுக்குடிகளாகவோ, உயர் சாதியினராகவோ இல்லை. மகாராஷ்டிரத்தின் பிராமணர் அல்லாத வெவ்வேறு சாதிகளையும் பலவிதமான மதங்களையும் சேர்ந்தவர்களாக இருந்தனர். நகர்புறத்தைச் சேராதவர்கள், நகர்புறத்தைச் சேர்ந்த மேட்டுக்குடி அல்லாதவர்கள் ஆகியோரின் அன்றாடத்தில் சாதி எவ்வாறு புழங்குகிறது என்பதை இவர்கள் மூலமாகக் கற்றறிந்தேன். அவர்கள் அண்டோனியோ கிராம்சியின் சிந்தனைகளால் கவரப்பட்டார்கள். சாதியைக் கட்டிக்காப்பதில் பண்பாடு வகிக்கும் முதன்மைப் பங்கினையும் சாதிக்கு எதிரான இயக்கத்தில்

பண்பாட்டின் பங்கினையும் விவாதித்தார்கள். இந்த இளைஞர் குழு, துடிப்புடன் இணக்கமாகச் செயல்பட்டது. எங்களது வீடு சிறிது காலம் இளம் செயற்பாட்டாளர்களால் நிரம்பி வழிந்தது. ஆனால், சீக்கிரமே அவர்களுக்கு இடையில் கருத்து வேறுபாடு உண்டாகி வெவ்வேறு திசைகளில் பிரிந்து சென்றனர். இதில் உயர் சாதிப் பெண்ணான எனக்கெதிரான மனக்கசப்பும் இருந்தது. சாதி முரண்கள் அதைக் கடக்க முயல்பவர்களையும் பாதிக்கவே செய்கிறது. உதாரணத்துக்கு, கலப்புத் திருமணத்தை அந்தக் குழுவினர் ஊக்கப்படுத்தினர். அத்தகைய திருமணங்கள் சிலவற்றையும் வெற்றிகரமாகச் செய்துவைத்தார்கள். ஆனால், கோட்பாட்டு ரீதியாகக் கட்டமைக்கப்பட்ட அமைப்புகள் பழமைவாத சமூகச் சக்திகளை எதிர்த்து நிற்பது அவ்வளவு எளிதல்ல.

சமத்துவத்தை நோக்கிப் பயணித்த இடதுசாரிகள் உள்ளிட்ட முற்போக்காளர்கள் அனைவரும் இந்திய அரசியல் வரலாற்றில் குழம்பிப்போய் செய்வதறியாமல் திகைத்த கணம் அது. மக்கள் நலத் திட்டங்களிலிருந்து அரசு பின்வாங்கிக் கொண்டதும், வெளிநாட்டு நிதியுதவியில் அரசு சாராத் தொண்டு நிறுவனங்கள் இந்தியாவினுள் நுழைந்ததில் மக்கள் அமைப்புகள் செயலிழந்து, வலுவிழந்துபோன காலம் அது. பாபர் மசூதி தகர்ப்புக்குப் பிறகு இந்து அடிப்படைவாதம் நிதானமாக வளர்ந்து நம்மில் பலரை அதிர்ச்சியடையவும் செய்வதறியாமல் திகைக்கவும் செய்தது. சமூகத்தில் வகுப்பு ரீதியாகப் பிளவை ஏற்படுத்துவதற்கும் சாதிரீதியான பொருளாதார ஏற்றத்தாழ்வு அதிகரித்து வருவதற்கும் இடையில் உள்ள தொடர்பு அதன் அடர்த்தியுடனோ ஆழத்துடனோ அப்போதும் புரிந்து கொள்ளப்படவில்லை.

பாலினம் சார்ந்த பிரச்சினைகளைச் சாதியுடன் இணைத்து விவாதிப்பது ஓரளவு நம்பிக்கை அளித்தது. இவை இரண்டுக்கு மான தொடர்பை ஏற்கெனவே பூலேவும் அம்பேத்கரும் சுட்டிக்காட்டியிருக்கிறார்கள். நான் அவர்களைப் படிக்கத் தொடங்கினேன். கூடவே சாதி மற்றும் பாலினம் குறித்த எழுத்துக்களையும் வாசித்தேன்.

1995இலிருந்து 2015க்கு இடைப்பட்ட காலத்தில் இந்தியப் பெண்ணியவாதிகள் சாதிப் பிரச்சினைகளையும் தலித் பெண்கள் எதிர்கொள்ளும் சிக்கல்களையும் கவனிக்கத் தொடங்கி னார்கள். இது பற்றி கோபால் குரு 1995இல் 'தலித் பெண்களின் மாறுபட்ட குரல் (*'Dalit Women Talk Diffrently'*)'[23] என்ற கட்டுரையை எழுதினார். அதில் தலித் பெண்களின் அனுபவங்களும் அவர்கள் கொண்டிருக்கும் பெண்ணிய உணர்வும் வித்தியாசமானவை.

ஆனால், இந்த வேறுபாட்டை அறியும் நுண்ணுணர்வு 'பொது நீரோட்ட'த்தைச் சேர்ந்த பெண்ணியவாதிகளுக்கு இல்லை என்றார். இந்தக் கட்டுரைக்கு எதிர்வினையாற்றிய சர்மிளா ரேகே, தலித் பெண்ணியவாதிகளின் நிலைப்பாட்டைத் தலித் அல்லாத பெண்ணியவாதிகள் ஏற்பதன் சாத்தியக்கூறு பற்றிப் பேசினார்.[24] இதையடுத்து உயர் சாதிப் பெண் ஆய்வறிஞர்கள் பலர் தலித் பிரச்சினைகளைத் தங்களுக்கான களமாகத் தேர்வு செய்தனர். தலித் பெண் எழுத்தாளர்களின் படைப்புகளை ஆங்கிலத்தில் மொழிபெயர்த்து வெளியிட்டனர்.[25] நான் நிறுவன – அறங்காவலராக இருக்கும் 'ஆலோசனா மகளிர் ஆவணப்படுத்துதல் மற்றும் ஆராய்ச்சி மையம்' என்னும் அறக்கட்டளை 1996இல் பூனாவில் ஒரு பயிலரங்கத்தை நடத்தியது. அதில் மகளிர் இயக்கங்கள் குறித்தும் அது தொடர்பான தங்களது கவலைகள் குறித்தும் கருத்துப் பகிர அநேக தலித் பெண் செயற்பாட்டாளர்களும், எழுத்தாளர்களும், பத்திரிகையாளர்களும், ஆராய்ச்சியாளர்களும் அழைக்கப்பட்டிருந்தனர்.[26] தலித் பெண்கள் தனியாகக் கூடித் தங்களது நிலைப்பாட்டை விவாதிக்கத் தொடங்கிய காலகட்டத்தில் நடத்தப்பட்ட கூட்டம் அது.

அப்போது வெளிவந்த முக்கியமான படைப்புகளில் ஒன்று, பிராமண பெண்ணியவாதியான உமா சக்ரவர்த்தி 2003இல் எழுதிய, 'ஜெண்டரிங் கேஸ்ட் வித் எ ஃபெமினிஸ்ட் லென்ஸ்' (*Gendering Caste with a Feminist Lens*[27]) புத்தகமாகும். சாதியும் பாலினமும் இணைந்து செயலாற்றும் விதத்தையும், பாலினத்தைக் கொண்டே சாதி கட்டமைக்கப்படுவதையும் இந்தப் புத்தகம் அலசி ஆராய்ந்தது. உயர் சாதிப் பிராமணப் பெண்ணியவாதியின் நிலைப்பாட்டிலிருந்து எழுதப்பட்ட புத்தகம் அது. பெண்ணிய நோக்கில் பிரச்சினைகளை அணுகத் தெரிந்திருந்தாலும் சாதியம் குறித்த புரிதலற்ற உயர் சாதி வாசகர்களைக் குறிவைத்து எழுதப்பட்ட புத்தகம் அது. பிற்படுத்தப்பட்டோருக்கான இட ஒதுக்கீட்டுக்கு எதிராக உயர் சாதிப் பெண்கள் கிளர்ந்தெழுவதை உதாரணமாகக் காட்டியிருப்பார் உமா. அதன் வழியாக அகமணமுறையின் விதிமுறைகள் அப்பெண்கள் மனத்தில் எவ்வாறு ஊறிப்போயிருக்கிறது என்பதை விளக்கியிருப்பார். பிராமணிய ஆணாதிக்கம் உயர் சாதிப் பெண்கள் மீது கட்டுப்பாடுகளை விதிக்கும் சாதித் தூய்மையைப் பேணுவதற்காகத் தங்கள் சாதிப் பெண்களைக் கட்டுப்படுத்துகிறது; ஆனால் கீழ்நிலையிலுள்ள சாதியினரும் இந்த நடைமுறைகளைப் பின்பற்றுவதால் ஆணாதிக்கம் அவர்களையும் கட்டுப்படுத்துகிறது என்று அவர் வாதிடுகிறார்.

காலப்போக்கில் மாறுதல்கள் ஏற்படவே உயர் சாதியினர் அனுபவிக்கும் சிறப்புரிமைகள் குறித்த வெளிப்படையான பேச்சு அதிகரித்துள்ளது (ஆனாலும் போதிய அளவுக்கு இல்லை). அதிலும் வீட்டு வேலைகளைச் சமமாகப் பகிர்ந்துகொள்வது தொடர்பான யுத்தம் நகர்ப்புற மத்திய வர்க்க ஆண்களுக்கும் பெண்களுக்கும் இடையில் இதுவரை மூளவே இல்லை. நடுத்தர மற்றும் உயர் சாதியினரின் வீட்டுச் சமையல் உள்ளிட்ட பராமரிப்புப் பணிகளை மேற்கொள்ளத் தலித், முஸ்லிம் மக்கள் தாராளமாக இன்றுவரை கிடைத்துவருவதால் மேற்சொன்னவர்களுக்கு இடையில் மோதல் ஏற்படாமல் இருக்கிறது.

தலித், பகுஜன் பெண்ணியவாதிகளின் குரல்கள் இப்போது செவிமடுக்கப்படுகின்றன. ஆனால் இது மட்டும் போதாது என்பதை நான் இங்கு வலியுறுத்த விரும்புகிறேன். தலித் பெண்ணியம் என்பது 'அவர்கள்' உடன் மட்டுமே நேரடி தொடர்புடையது என்று எண்ணியபடி 'நாம்' கரிசனத்தினால் மட்டுமே அவர்களது நிலைப்பாட்டை அணுகுகிறோமா அல்லது இதுவரை இந்தியா கொண்டிருந்த பெண்ணிய நோக்கை மறுபரிசீலனை செய்யும்படி தலித்–பகுஜன் பெண்ணியவாதிகள் அழைப்பு விடுப்பதாகக் கருதுகிறோமா என்கிற கேள்விகளை இங்கு நான் எழுப்ப விழைகிறேன்.

சமயச் சார்பற்ற அரசமைப்பை இந்தியா பின்பற்றத் தொடங்கி எழுபது ஆண்டுகளைக் கடந்த பிறகும், அம்பேத்கர் மனுதர்மத்தைப் பொதுவில் வைத்துப் பகிரங்கமாக எரித்துக் கிட்டத்தட்ட ஒரு நூற்றாண்டைக் கடக்கவிருக்கும் நிலையிலும் சாதி உயிர்ப்புடன் உள்ளது. பல இந்துக்களின் மனங்களிலும் இதயங்களிலும் அன்றாடத்திலும் சாதி புழங்கிக் கொண்டிருக்கிறது. இன்றும் தீண்டாமை கடைப்பிடிக்கப்படுகிறது, அதற்கு மதரீதியான அதிகாரப்பூர்வ ஒப்புதலும் உள்ளது. சாதியப் படிநிலை எனும் அஸ்திவாரத்தின் மேல் இந்து மதம் கட்டப்பட்டுள்ளது. சாதி அகமணமுறையானது அத்தகைய இந்து மதம் நீடித்திருக்க உதவுகிறது. 'மற்றமை' என்று நாம் விளிப்பவர்களையெல்லாம் விலக்கி வைக்கும் இந்தச் சமய வழக்கம்தான் நம்முடைய வாழ்க்கையின் அந்தரங்கமான மூலை முடுக்குகளுக்குள் ஊடுருவியுள்ளது. கடைசியில் அதுவே பெண்கள், தலித்துகளுக்கு எதிரான வன்முறையாகப் பொதுவில் வெடிக்கிறது. இந்து மதத்தின் அடிநாதமே பெண்கள், தலித்துகள் மீதான ஒடுக்குமுறைதான். விலக்குதலை அதிமுக்கியமானதாகக் கொண்ட இந்து தேசத்தை உருவாக்குவதுதான் இந்துத்துவத் திட்டம். இத்திட்டம் பெண்கள், தலித்துகள் மீதான ஒடுக்குமுறை எனும் ஆதாரத்தின் மேல் கட்டமைக்கப்பட்டுள்ளது. நம்முடைய அரசியல் வாழ்க்கையை

இந்தத் திட்டம் ஆக்கிரமிக்கத் தொடங்கிவிட்டது. அதன் வெளிப்படையான இலக்கு முஸ்லிம்கள். ஆனால், அதன் இலட்சியம் இந்து மதத்தின் உயிர்நாடியான பாலின, சாதி ஏற்றத்தாழ்வைக் கட்டிக்காப்பதுதான்.

சாதிக்கு எதிரான போராட்டம் என்பதும் நமது வரலாறு, கலாச்சாரத்தின் ஓர் அங்கமாக இருந்துள்ளது. ஆனால், நவீன ஊடகங்களிலும் கல்வியிலும் உயர் சாதியினர் செலுத்திய ஆதிக்கத்தால் இத்தகைய போராட்டங்கள் வெளி உலகிற்குத் தெரியாதபடி மூழ்கடித்து வைக்கப்பட்டிருந்தன. உயர் சாதி இந்துக் குடும்பத்தில் பிறந்த பெண் என்ற முறையில் சாதி எவ்வளவு வலுவாக வேரூன்றியுள்ளது என்பதற்கும், சமகால விவாதக் களத்தில் சாதி எதிர்ப்பு வளர்ந்து வருவதற்கும் சாட்சியாக இருந்து வருகிறேன். புதிய கலாச்சார சவால்களையும், சமத்துவத்தை நிலைநாட்டுவதற்கான எத்தனிப்பையும் அவதானித்து வருகிறேன். அதேநேரத்தில் பிறப்பின் அடிப்படையிலான என்னுடைய உயர் சாதிய அடையாளத்தை நான் உதறித் தள்ளிவிட்டதாக என்னால் பாசாங்கு செய்ய முடியாது. ஆனால், உயர் சாதிப் பெருமையை நீடித்து நிலைக்கச் செய்யும் இந்து மதத்தை நான் சந்தேகத்துக்கு இடமின்றி நிராகரிக்கிறேன்.

பின்குறிப்புகள்

1. A tehsil consists of an area of land within a city or town that serves as its headquarters, with possible additional towns, and usually a number of villages. Tehsils are subdivisions of districts which are the administrative units into which every state of the Indian Union is divided

2. Mofussil is a word dating back to the colonial era, referring to provincial or rural regions of India

3. Rao Saheb Kasbe, *Decoding the RSS: Its Tradition and Politics* (New Delhi: Leftword Books), 2019. Originally published in Marathi as *Zot* (1978).

4. Daya Pawar, *Baluta* (Marathi) trans. Jerry Pinto (New Delhi: Speaking Tiger), 2015.

5. Gopal Guru and Sundar Sarukkai, *Experience, Caste, and the Everyday Social* (New Delhi: Oxford University Press), 2019.

6. Suryakant Waghmore: 'Why Anti–Caste Movies Are Making Money', www.newsclick.in, September 11, 2019.

7. Sangita Thosar, *Creating a Text from Oral Tradition*, unpublished project report, Tata Institute of Social Sciences, Mumbai.

8. Ambedekar, in his 1946 book, *Who Were the Shudras?* cites several instances of disputes between Brahmins and Kayasths over the varna categorisation of the latter.

9. Satyendra More, *Memoirs of a Dalit Communist: The Many Worlds of R.B. More* (trans. Wandana Sonalkar, New Delhi: Leftword), 2019. why i am not a hindu woman

10. K.S. Thakre, *Devlancha Dharma Aani Dharmachi Devle* (Marathi, 1919).

11. Anand Teltumbde has given an account of the Mahad satyagraha in MAHAD: *The Making of the First Dalit Revolt* (New Delhi: Aakar Books), 2016.

12. M.B. Chitnis was the first principal of Milind College in Aurangabad when it was founded by B.R. Ambedkar. Later he was registrar of Marathwada University; I met him after he retired. Dhananjay Keer, biographer of Ambedkar, mentions in his *Ambedkar: Life and Mission* (1971) that V.S. Patankar was principal, and K.V. Chitre was registrar of Siddharth College, Bombay, in the 1950s. All these are CKP surnames.

13. See Note 8 above.

14. This is a recurrent theme in the speeches of Uddhav Thackeray as chief minister of Maharashtra, speaking to people on the Covid–19 crisis. See, for example, 'Coronavirus | Uddhav Thackeray warns against spread of "communal virus"', *The Hindu*, April 4, 2019.

15. The suicide of Rohit Vemula, Dalit student of Hyderabad Central University in 2016, and that of Payal Tadvi, an Adivasi resident doctor at Nair Hospital, Mumbai, in 2019 speak of the cruel discrimination still practised, and have elicited widespread outrage. See also Sukhadeo Thorat, S. Madheswaran, 'Graded Caste Inequality and Poverty: Evidence on Role of Economic Discrimination', *Journal of Social Inclusion Studies*, 2018.

16. An account of Dr Ambedkar's address to the Dalit women taking part in the Mahad satyagraha is given in Urmila Pawar and Meenakshi Moon, *We Also Made History* (trans. Wandana Sonalkar, New Delhi: Zubaan), 2008. Caste and Anti–Caste 147

17. 'How is Dalit youth strengthening its social status?', BBC Marathi.

18. 'TISS offers platform to Dalit–Bahujan students', report in *Mumbai Mirror*, December 23, 2018.

19. See Note 6 above.
20. Suraj Yengde, *Caste Matters* (Gurugram: Penguin Viking), 2019.
21. The autobiography of the activist, Eknath Awad (1956–2015), published in English as *Strike a Blow to Change the World* (New Delhi: Speaking Tiger), 2019, gives a good account of the Namantar movement.
22. See, for example, the BBC news report, 'The "milk miracle" that brought India to a standstill', December 14, 2016.
23. Gopal Guru, 'Dalit Women Talk Differently', *Economic & Political Weekly*, October 14–21, 1995.
24. Sharmila Rege, 'A Dalit Feminist Standpoint', *Seminar*, October 1998.
25. The list is long. Several of Urmila Pawar's books have been translated into English, as have the works of Dalit feminists writing in Tamil. Sharmila Rege (ed.), *Writing Caste, Writing Gender* (New Delhi: Zubaan), 2006, has presented translated extracts from, and summaries of the writings of Dalit women. I will mention two of my own contributions: Wandana Sonalkar, 'An Agenda for Gender Politics', *Economic & Political Weekly*, January 2, 1999; and 'Towards a Feminism of Caste', long review article in *Himal South Asia*, January 2004. In both these, I argue that listening to Dalit voices is important for our own understanding of patriarchy in Indian society.
26. Some of the participants in this seminar contributed articles to a book in Marathi published by Alochana, *Dalit Striyanchi Asmita: Aavishkar Aani Disha* (1999) (Dalit Women's Identity: Manifestations and Directions).
27. Uma Chakravarti, *Gendering Caste with a Feminist Lens* (Kolkata: Stree), 2003. Uma Chakravarti published a new edition in 2018, after a gap of fifteen crucial years, adding an appendix which chronicles incidents of violence against Dalit women in recent years, shows how the perpetrators act with impunity, and how the machinery of the state protects them.

5

இந்து மதமும் இந்துத்துவத்தின் வன்முறையும்

இந்து மதத்தின் தொற்றுநோயாக வன்முறை இருப்பதையும், அது கட்டியெழுப்பும் சமூக மாளிகை குறித்தும் இந்த அத்தியாயத்தில் விவாதிக்க இருக்கிறேன். மனுதர்ம சாஸ்திரம் உள்ளிட்ட இந்து மத நூல்களில் பெண்களுக்கும் கீழ் நிலைக்குத் தள்ளப்பட்ட சாதியினருக்கும் எதிராகத் தொடுக்கப்படும் தாக்குதல் குற்றமாக அல்லாமல் இயல்பானதாகக் கருதப்பட்டு நியாயப் படுத்தப்படுகிறது. இந்துப் புராண, இதிகாசங்களிலும் வன்முறை விரவிக் கிடக்கிறது. அவை இன்றைய வாழ்க்கையில் பலவிதமான சூழலில் நாம் காணும் வன்முறைக்குத் தூண்டுதலாகவும் இருந்துவருவது கவனத்துக்குரியது. இன்று நம் முன் கடை விரிக்கப் படும் இந்துத்துவத்தின் வன்முறைக்கும் இந்து மதத்தின் குறிப்பான, வரலாற்றில் வேரூன்றியுள்ள வன்முறைக்கும் இடையிலான உறவுமுறையை நான் ஆராயவிருக்கிறேன். இந்திய அரசு இயங்குவ தற்கு இத்தகைய வன்முறைக்கான அர்த்தப்பாடு என்னவென்பதையும் அதன் உளவியல் விளைவு களையும் ஓரளவேனும் விவாதிக்க இருக்கிறேன்.

○

அவுரங்காபாத்தில் பல்கலைக்கழக வளாகத்துக்குள் இருந்த குடியிருப்பில் வசித்தபோது முன்பின்

தெரியாத விருந்தினர் ஒருவர் வருகை தந்தார். 90களின் இறுதியில் இது நடந்திருக்கலாம். நான் மகளிர் படிப்பகத்தைத் தொடங்குவதற்குச் சற்று முந்தைய காலம். அரசாங்கத் துறையில் குமாஸ்தாவாகப் பணிபுரிந்த ஒருவர்தான் அன்று எனது விருந்தினர். ஒரு குறிக்கோளுடன் அவர் எங்களைத் தேடி வந்திருந்தார். மகாராஷ்டிரத்தில் வசித்துவரும் ஒரு பெண் தகாத உறவில் ஈடுபட்டதற்காக அவரது கணவர் அந்தப் பெண்ணின் மூக்கை அறுத்தெறிந்துவிட்டார் என்கிற செய்தியை உள்ளூர் தினசரியில் அந்தக் குமாஸ்தா படித்திருக்கிறார். பிறகு விசாரித்தபோது இதுபோன்ற சம்பவங்கள் மகாராஷ்டிரத்தில் சகஜம்தான் என்பது அவருக்குத் தெரியவந்திருக்கிறது. பாதிக்கப்பட்ட பெண்களுக்கு அறுவை சிகிச்சை மூலம் செயற்கை நாசி பொருத்தலாம், அதுவும் அரசு மருத்துவமனைகள் மூலமாகக் குறைந்த செலவில் செய்யலாம் என்பதையும் அக்கம்பக்கத்தில் விசாரித்துத் தெரிந்துகொண்டிருக்கிறார். இதன் மூலம் பெண்களுக்குத் தன்னாலான உதவிகளைச் செய்ய நினைத்துப் பாதிக்கப்பட்ட ஒரு பெண்ணைத் தேடிக் கண்டுபிடித்திருக்கிறார். புனேவில் உள்ள அரசு மருத்துவமனைக்கு அந்தப் பெண்ணைத் தன் சொந்த செலவில் அழைத்துச் சென்று சிகிச்சைக்கு ஏற்பாடு செய்திருக்கிறார். மருத்துவ சிகிச்சை முடிந்த பிறகும் உதவி யிருக்கிறார். இதேபோன்று பாதிக்கப்பட்ட பல பெண்களுக்கு உதவிக் கரம் நீட்டியிருக்கிறார். எனக்குத் தெரிந்த பாதிக்கப் பட்ட பெண்கள் தன்னை வந்து சந்திக்க வழிகாட்டும்படி என்னிடம் அன்று வீடு தேடி வந்து கேட்டுக்கொண்டார். மற்றபடி வேறெதையுமே அந்த எளிய மனிதர் அன்று என்னிடம் கேட்கவில்லை. அவர் கூடவே சென்று இத்தகைய பெண்களுக்கு அவர் உளமார உதவுவதை நேரில் கண்டு உறுதிப்படுத்திக் கொண்டேன். நமது சமூகத்தில் மிகவும் சகஜமாக நிகழ்ந்துகொண்டிருக்கும் ஒரு தவறை அந்த மனிதர் சரி செய்ய நினைத்துத் தன்னாலான பங்களிப்பைச் செய்து வருகிறார் என்பது புரிந்தது.

தன் மீதும் தன்னுடைய தம்பி மீதும் இச்சை கொண்டதற்காக ராட்சசி சூர்ப்பனகையின் மூக்கை ராமர் அறுத்தெறிந்த கதை இராமாயணத்தில் உள்ளது. இலட்சுமணன்தான் சூர்ப்பனகை யின் மூக்கை அறுத்ததாகக் கம்பராமாயணம் உள்ளிட்ட சில இராமாயணப் பிரதிகள் கூறுகின்றன. இராமாயணம் பல வித வடிவங்களில் உள்ளது. அவற்றில் சில சூர்ப்பனகைக்கு அனுதாபம் காட்டுகின்றன. பெரும்பாலானவை அவளைப் பேரழகி என்று வர்ணித்துள்ளன. இதில் வன்முறையின் மூலம் அவளை அவலட்சணமாக்குவதற்குப் பின்னால் உள்ள உளவியல்

என்னவென்று கண்டடைய முயலலாம். இறைவனே அவள் அழகில் சுண்டியிழுக்கப்பட்டார் என்பதாலா? அப்படி இல்லை யென்றால் அவரை அப்படிக் கொடூரமாக நடந்துகொள்ளத் தூண்டியது எது? ராவணனின் தங்கை சூர்ப்பனகை என்பதை யும் அந்த ராவணன்தான் பின்னாளில் ராமனின் மனைவி சீதையைக் கடத்தினார் என்பதையும் இங்கு நினைவில் கொள்ளவேண்டியது அவசியமாகிறது.

இந்த 20, 21ஆம் நூற்றாண்டுகளிலும் தங்களது மனைவி களின் மூக்கைத் துண்டிக்கும் ஆண்கள் உதாரண புருஷனான ராமனைத் தாங்கள் ஆதர்சமாகப் பின்பற்றுவதாகக் கற்பனை செய்து கொள்கிறார்களோ? வழிதவறிய மனைவிகளை ஒழுக்கமாக்க முயலும் உத்தம கணவர்கள் மட்டுமே இத்தகைய வன்முறையை இழைக்கிறார்களா? சூர்ப்பனகைக்கு மட்டுமின்றி ராமர் தனது மனைவிக்கும் வன்முறை நிறைந்த தண்டனையை விதித்தாரே! சீதையைத் தீக்குளிக்கச் சொன்னது வன்முறை இல்லையா? இத்தனைக்கும் இராமாயணப் பிரதி சீதையின் 'கற்பை' மதித்ததற்காக ராவணனைப் புகழ்ந்துள்ளது. சீதையின் ஒழுக்கமென்பது தனது கணவருக்கும், அவர் இல்லாதபோது அவரது தம்பி இலட்சுமணனுக்கும் அடிபணிந்து நடப்பதே யாகும். சீதை கடத்தப்படக் காரணம் அவர் இலட்சுமணன் கிழித்த கோட்டைத் தாண்டியதுதான். பெண்களின் சுதந்திரத்திற்கும் பாலுணர்வுக்குமான எல்லைக்கோட்டை நிர்ணயிப்பது ஆண்களே என்பதன் குறியீடுதான் இது. ராவணனிடமிருந்து மீட்ட பிறகு சீதையைத் தீக்குளிக்கச் சொன்னது அவரது நம்பகத்தன்மையைச் சோதிக்க அல்ல, ராமரின் 'கௌரவ'த்தைக் காக்க. இத்தனையும் போதாதென்று நெருப்பிலிறங்கிக் காயமடை யாமல் மேலெழுந்து வந்த பிறகும் சீதை நாடுகடத்தப்பட்டார்.

இவை அனைத்தும் சக்தி வாய்ந்த குறியீடுகள். இந்து உளவியலின் மையத்தில் இராமாயணம் உள்ளது. வன்முறையைப் பிரயோகித்துப் பெண்களை அவலட்சணமாக்கும் தண்டனையை விதிக்கும் அதிகாரத்தை இராமாயணம் வழங்குகிறது. மூக்கை அறுத்தல், அமில வீச்சு போன்ற உடலுறுப்புகளைச் சிதைக்கும் காரியங்களும் இதன் மூலம் தூண்டப்படுகின்றன. வன்புணர்வில் பெண்ணின் தூய்மையும் அந்தப் பெண்ணின் மூலம் அவளைக் காப்பாற்ற வேண்டிய ஆண் அல்லது ஆண்களின் 'கௌரவ'மும் அழிக்கப்படுகிறது. ஆண்களைத் தூண்டுபவர்களாகவே பெண்கள் பார்க்கப்படுகிறார்கள் (அதிலும் 'இரு பிறப்பாளர்'களான பிராமண மற்றும் சத்திரிய ஆண்களை). தங்களது ஆண்மைக்குக் கடிவாளமிட்டால் மட்டுமே

வாழ்க்கையில் உயர்ந்த இலட்சியங்களை ஆண்களால் அடைய முடியும். பெண்களின் அழகு பொறி போன்றது. அவர்களது தூய்மையும் நம்பகத்தன்மையும் பொத்திப் பாதுகாக்கப்பட வேண்டிய பொக்கிஷங்கள். தாழ்த்தப்பட்ட சாதிப் பெண்கள் என்பதே அவர்களைப் பாதுகாக்கும் அதிகாரம் தாழ்த்தப்பட்ட சாதி ஆண்களுக்கு இல்லை என்பதை நினைவுப்படுத்தத்தான். இந்து மதத்தில் நிகழும் பெரும்பாலான வன்முறைச் சம்பவங்கள் ஏற்றத்தாழ்வையும் பெண்கள் (சூத்திரர்களும்) சேவை புரியவும் அடிபணியவும் பிறப்பெடுத்தவர்கள் என்ற கொள்கையையும் அடிப்படையாகக் கொண்டவை. தலித்துகள் தங்களுக்கு விதிக்கப்பட்ட பணியை அடங்கி ஒடுங்கிச் செய்வதன் வழியாக அவர்கள் சூத்திரர்களுக்குக் கீழே நிலைநிறுத்தப்படுகிறார்கள்.

நவீன இந்து ஒழுக்கத்துக்கான வழிகாட்டியாக இராமாயணம் இன்றளவும் நீடிக்கிறது. ஆதர்ச ஆணையும் ஆதர்ச மன்னனையும் அது விவரிக்கிறது. சகோதரர்களுக்கு இடையிலான பக்தியையும், மற்றொருவரின் சத்தியத்தைக் காப்பாற்றத் தியாகம் செய்தலையும்,பெற்றோருக்கு ஆற்ற வேண்டிய கடமைகளையும், மனைவியிடம் கணவன் செலுத்த வேண்டிய அன்பையும் எடுத்துரைக்கிறது. அரசாங்கத் தொலைக்காட்சி அலைவரிசையில் இராமாயணம் நெடுந்தொடர் ஒளிபரப்பு செய்யப்பட்ட சில காலம் கழித்து எனது அண்ணன் சுதிர் கருத்துக் கணிப்பு ஒன்றை நடத்தினான். “இராமாயணம் உங்களுக்கு என்னவாக இருக்கிறது?” என்ற கேள்வியை உழைக்கும் வர்க்க ஆண்களிடமும் பெண்களிடமும் எழுப்பினான். இந்து மதத்தின் இன வாதத்தை அந்த இதிகாசம் நேரடியாகப் பரப்பவில்லை என்றாலும் பாஜகவின்பால் ஈர்க்கப்படும் இந்துக்களின் ஓட்டு வங்கியைத் தங்களது பக்கம் மடைமாற்றவே காங்கிரஸ் கட்சி இராமாயணத்தை ஒளிபரப்பியது என்பதையே அந்த கருத்துக கணிப்பில் சுதிர் கண்டறிந்தான்.[1]

அடுத்த மகத்தான இதிகாசமான மகாபாரதம் தேசியத் தொலைக்காட்சி அலைவரிசையில் அக்டோபர் 1988இல் ஒளிபரப்பப்பட்டபோது என் இளைய மகன் மூன்று மாதக் குழந்தையாக இருந்தான். நான் நீட்டிக்கப்பட்ட விடுப்பில் பூனேயில் என் அம்மா வீட்டில் தங்கியிருந்தேன். சகோதரர் களுக்கு இடையிலான போரையும் கொலையையும் சித்தரிக்கும் இந்தக் கதை தொலைக்காட்சி வழியாக மக்களின் இல்லம் தேடிச் சென்றடைவதென்பது விரைவில் வரவிருக்கிற அபாயத்துக்கான அறிகுறி என்றே சுதிர் கருதினான். மகாபாரதத்தின் முதல் பகுதியை சுதிருடன் சேர்ந்து திகிலான மனநிலையில் கண்டது இன்றும் நினைவிருக்கிறது. கங்கா தேவி தனது செயல்களைப் பற்றிக்

கேள்வி எழுப்பக் கூடாது என்ற சத்தியத்தைச் சாந்தனுவிடம் பெற்றுக்கொண்டு அவருக்குத் தான் ஈன்றெடுத்த ஏழு மகன்களையும் ஒவ்வொன்றாக நீருக்குள் மூழ்கிக் கொல்லும் காட்சியைக் கண்டு பதறிப்போனேன். சாந்தனுவையும் தனது மகன்களையும் சாபத்திலிருந்து காப்பாற்றவே அவர் இப்படிச் செய்கிறார் என்பது இதிகாசம் கூறும் காரணம். ஆனால், ஒரு பெண் ஏழு பச்சிளம் குழந்தைகளை அடுத்தடுத்து நீரில் மூழ்கடிப்பதைக் காட்சியாகப் பார்ப்பதென்பது குலை நடுங்கச்செய்தது. கொல்லப்படாமல் விடுபட்ட எட்டாவது மகன் பீஷ்மர் மகாபாரதத்தின் குலத் தலைவனாக உருவெடுக்கிறார். நெடுங்காலம் வாழ்ந்து தனது ஒட்டுமொத்த வம்சமும் ஒருவரை ஒருவர் கொன்று பேரழிவை விளைவிக்கும் யுத்தத்துக்குள் நுழைவதைப் பீஷ்மர் காண்கிறார்.

அந்தக் காலகட்டத்தில் நாட்டில் வகுப்புப் பதற்றம் தலையெடுக்கத் தொடங்கியிருந்தது. அரசியல் அரங்கில் முக்கிய மான பங்காளியாக உருவெடுத்திருந்த இந்து தேசியவாதக் கட்சி இந்தப் பதற்றத்தைத் தூண்டும் முயற்சிகளை வெளிப்படையாகவே மேற்கொண்டது. இந்துக்கள் பலரது மனத்தைக் கவர்ந்த இதிகாசம் இராமாயணம். சீதையின் கோணத்திலிருந்து, ராவணனின் இடத்திலிருந்து, ஞானவேட்கை கொண்டு கடுமையான விரதங்களைக் கடைப்பிடித்த காரணத்துக்காக ராமனால் கொல்லப்படும் சம்புகாவின் பார்வையிலிருந்து என மீண்டும் மீண்டும் பல பதிப்புகளாக இராமாயணம் மீட்டுருவாக்கம் செய்யப்பட்டிருக்கிறது. கம்பராமாயணம், வட–கிழக்கு இராமாயணங்கள், இந்தோனேசியா, தாய்லாந்து இராமாயணங்கள் போன்ற பல்விதமான கோணங்களில் மீட்டுருவாக்கம் செய்யப்பட்ட இராமாயணங்கள் நம்மிடையே உள்ளன. ஜி.டி. மாட்கூல்கர் மராத்தியில் இயற்றிய 'கீத் ராமாயண்' என்னும் பாடல்கள் உணர்ச்சிப் பெருக்கை ஏற்படுத்துபவை. பிராமணிய இன உணர்வோடு படைக்கப்பட்ட இந்தப் பாடல்கள் மத்தியவர்க்க மகாராஷ்டிரர்களின் மனத்துக்கு மிகவும் நெருக்கமானவை.

இராமாயணத்தின் இத்தகைய மாறுபட்ட வடிவங்கள் இந்து மதத்தின் பன்மைத்துவத்துக்கும் சகிப்புத்தன்மைக்கும் ஆதாரமாகக் காட்டப்படுகின்றன. ஆனால், ஆணாதிக்கப் புனைவை முன்னிலைப்படுத்திய வால்மீகியின் இராமாயணமும், வட இந்தியாவில் துளசிதாசர் வடித்த ராமசரித மானஸ் என்னும் பிரதியும்தான் மிகவும் பிரபலமான, வலுவான தாக்கம் செலுத்திய பதிப்புகள். நீதியை நிலைநாட்டவே தங்களது மனைவிகளின் மூக்கை அறுத்தெறிவதாக நினைத்துக்கொள்ளும் ஆண்கள் இன்றும் இருக்கிறார்கள். ராமனின் வனவாசத்தையொட்டி

இராமாயணத்தில் விரியும் கிளைக்கதைகளில் பெரும்பாலானவை ஆட்சியாளர்களுக்கும் வனவாசிகளுக்கும் இடையிலான மோதல்கள் அல்லது எதிரி இனத்தவர்களுக்கு இடையிலான மோதல்களின் பதிவுகள் என்பதாக ஆய்வாளர்கள் கருதுகின்றனர். உயரடுக்கில் உள்ள சாதியினரே ஞானத்தின் ஏகபோக உரிமையாளர்கள் என்பதை வலியுறுத்துகிறது சம்புகாவின் கதை. அதேபோன்றதொரு அச்சுறுத்தும் பாடத்தைத்தான் மகாபாரதமும் ஏகலைவன் மூலமாகக் கற்பிக்கிறது.

இராமாயணமும் மகாபாரதமும் பல அடுக்குகளாக நெடுங்காலமாக இயற்றப்பட்டவை. அவற்றில் இடம்பெற்ற பகுதிகள் சில உண்மையான வரலாற்று மோதல்களையும் ராஜ்ஜியத்தையும் பதிவு செய்துள்ளன. ஆனால், ஒட்டுமொத்த இராமாயணமும் வரலாற்று ஆவணம் எனவும், ராமர் பிறந்து ஆட்சி புரிந்த இடத்தை இன்றும் அடையாளம் காண முடியும் எனவும் இந்துத்துவ சக்திகள் தற்போது கூறுகின்றனர். இரண்டு இதிகாசங்களில் இராமாயணம்தான் ஒற்றைத் தலைமையின்கீழ் ஆட்சி நடப்பதையும் ஒற்றைக் கதாநாயக பிம்பத்தையும் தூக்கிப் பிடிக்கிறது. மறுபுறம் கீதையை இணைத்துக் கொள்கிறது மகாபாரதம். இந்துக்களின் புனித நூலாகக் கீதையே கருதப்படு கிறது. இது யுத்தத்தை நியாயப்படுத்துகிறது. பொய்மையையும் ஏமாத்துதலையும் பயன்படுத்தி தர்ம யுத்தம் செய்யும் கலையைக் கற்பிக்கிறது.

இந்து மதமும் மகனுக்கு முன்னுரிமையும்

இரண்டு இதிகாசங்களுக்கும் மையக் கதாப்பாத்திரம் ஒரு ஆண் கதாநாயகன். அவனொரு சத்திரியப் போர் வீரன். இது ஒன்றும் அபூர்வம் அல்ல. பெரும்பாலான மகா இதிகாசங்களுக்குக் கதாநாயகன் ஆண்தான். இங்கும் இந்து மதம் கூடுதலான முக்கியத்துவத்தை ஆண் வாரிசுக்கு அளிக்கிறது. ஒரு இந்து ஆண் அல்லது பெண்ணின் இறுதிச் சடங்கை மகன் மட்டுமே ஆற்ற முடியும் என்கிறது இந்து மதம். இந்த ஒரே காரணத்துக்காகத்தான் 'மகனுக்கு முன்னுரிமை' அளிக்கும் நிகழ்வு நவீன இந்தியாவிலும் நீடிக்கிறது என்ற முடிவுக்கு வந்துவிட முடியாது. திருமணமான பெண் தன் கணவனின் வீட்டுக்கு இடம்பெயர்ந்து அவரது குடும்பத்தின் அங்கமாக மாறுகிறாள். பாரம்பரிய வழக்கப்படி மணமகளின் பெற்றோர் திருமணத்துக்குப் பிறகு தங்களுடைய மகளிடமிருந்து விருந்தோம்பலையோ நிதி உதவியையோ எதிர்பார்க்கக் கூடாது. முதுமையில் அவர்களைப் பேணிக் காக்க வேண்டியது மகனுக்கும் அவரது மனைவிக்குமான கடமை. இத்தகைய பாரம்பரிய வழக்கங்களும் வரதட்சணை முறையும்

உயர் நிலையிலுள்ள சாதிகளிடமிருந்து படிநிலையில் கீழே நிறுத்தப்பட்ட சாதிகளுக்கும் பரவிவிட்டன. இவையெல்லாமும் சேர்ந்துதான் மகனைப் பெற்றெடுக்க வேண்டும் என்கிற வேட்கையை உண்டுபண்ணிவிட்டன. கர்ப்பக் காலத்திலேயே கருவிலிருப்பது ஆணா அல்லது பெண்ணா என்பதையும் கண்டறிய புதிய தொழில்நுட்பங்கள் வந்துவிட்டன. இதனால் கடந்த இருபது ஆண்டுகளில் பெண் கருக்கொலை நாடு முழுவதும் பரவிவிட்டது. இந்திய மக்கள்தொகையின் பாலின விகிதாச்சாரம் குறிப்பிடத்தக்க அளவில் பாதிக்கப்பட்டுள்ளது.

பெண் குழந்தையை உதாசீனப்படுத்திவிட்டு ஆண் குழந்தையைச் சீராட்டும் அன்றாட வழக்கம், சிறுவயதில் திருமணம், சிறுவயதிலேயே கர்ப்பம் தரித்தல், பலமுறை பிரசவித்தல், மண வாழ்க்கை முழுவதும் பலவிதமான மறுதலிப்புகளுக்கு ஆளாகுதல் போன்ற அனைத்தும் சேர்ந்து பாலின விகிதாச்சாரத்தை 2000ஆம் ஆண்டுக்கு முன்னரே சீர்குலைத்துவிட்டன. 1991 இந்திய மக்கள்தொகை கணக்கெடுப்பு வெளியானபோது 1000 ஆண்களுக்கு 927 பெண்கள் மட்டுமே இந்தியாவில் இருப்பதை அமர்திய சென் கவனப்படுத்தினார்.[2] பிறகு 2011இல் எடுக்கப் பட்ட இந்திய மக்கள்தொகைக் கணக்கெடுப்பில் புதுவகை யான பாரபட்சம் அம்பலமானது. 0–6 வயது வரையிலான குழந்தைகளின் பாலின விகிதாச்சாரம் 1000 சிறுவர்களுக்கு 945 சிறுமிகள் என்ற எண்ணிக்கையிலிருந்து 927 சிறுமிகளாக 1991இல் குறைந்திருந்தது. 2011இல் 914–ஆக இன்னமும் சரிந்து விட்டிருந்தது. அதிலும் பஞ்சாப், ஹரியாணா மாநிலங்களின் சில மாவட்டங்களில் 1000 சிறுவர்களுக்கு 800 சிறுமிகள் மட்டுமே இருந்தனர்.[3] தொடர்ச்சியாகப் பெண் கருக்கொலையின் விளைவாக 2020ஆம் ஆண்டு வாக்கில் திருமண வயதடைந்த பெண்களின் எண்ணிக்கை அதலபாதாளத்துக்குச் சரிந்துவிட்டது.

இதனால், சுயசாதித் திருமணங்களின் விதிகள் தளர்த்தப் பட்டு வரதட்சணைக் கொடுமையும் குறையும் என்று நீங்கள் எதிர்பார்க்கலாம். அதற்கு நேர்மாறாகப் பாலின விகிதாச்சாரத்தில் நேர்ந்த குளறுபடி புதுவிதமான வன்முறைகளைத் தூண்டிவிட்டது. ஏழ்மையில் வாடும் சிறுமிகளும் அதிலும் தாழ்த்தப்பட்ட சமூகப் பெண்களும் மனைவிகளாக ‘இறக்குமதி’ செய்யப்படும் கலாச்சாரம் தலைதூக்கியுள்ளது. அப்பெண்கள் வீட்டுப் பணிப்பெண்களைப் போலவே நடத்தப்படுகிறார்கள். கணவன்மார்களுக்குப் பாலியல் சேவை புரிய நிர்ப்பந்திக்கப்படு கிறார்கள். பெண்களுக்கு எதிரான வன்புணர்வும் வன்முறையும் மன்னிக்கப்படும் *condoning* சூழல் இன்று பொதுவாக நிலவுகிறது. இளம் தலைமுறையினரிடையே ஆண்களைக் காட்டிலும்

பெண்களின் எண்ணிக்கை குறைந்திருப்பதுகூட இந்தப் போக்கிற்கான ஒரு காரணமாக இருக்கக்கூடும்.

மதரீதியான, சாதி அடிப்படையிலான, பாலினம் சார்ந்த வன்முறைகள்

வன்புணர்வு செய்தல், அவலட்சணமாக்குதல், பார்வையிழக்கச் செய்தல், நிர்வாணமாக ஊர்வலம் போகச் செய்தல், உயிருடன் கொளுத்துதல் உள்ளிட்டவை பெண்கள் மீது குறிப்பாகக் கீழ் நிலைக்குத் தள்ளப்பட்ட சாதியச் சமூகங்களைச் சேர்ந்த பெண்கள் மீது ஏவப்படும் வன்முறைகளாகும். ஆனால், இந்து மதத்தின் ஆழமாக வேரோடிய சாதியம், ஆணாதிக்கம் ஆகிய நடைமுறைகளின் தாக்கத்திற்கு உட்பட்டவர்கள் இதுபோன்ற வன்முறைகளைத் தட்டிக்கேட்க வேண்டிய அரசு நிறுவனங்களில் வீற்றிருப்பது துரதிருஷ்டவசமானது. சாதியத் தாக்குதல்கள் பெரும்பாலும் சட்டத்தின் மொழி வழியாகத் தொகுக்கப்பட்ட வாதங்களைக் கொண்டு மன்னிக்கப்பட்டுவிடுகின்றன. ஆனால், அதற்குப் பின்னால் இருப்பது என்னவோ பாரபட்சத்தின் தாக்கம்தான்.

ராஜஸ்தான் அரசின் மகளிர் வளர்ச்சித் திட்டத்தின்கீழ் ஏழ்மையான அல்லது மிகவும் பின்தங்கிய சமுகப் பின்னணியைச் சேர்ந்த கிராமப்புறப் பெண்களுக்குப் பயிற்சி அளிக்கப்பட்டு வந்தது. அரசாங்கம் வகுத்த வளர்ச்சி இலக்குகளைப் பொது மக்களிடம் கொண்டு சேர்க்க பன்வாரி தேவி என்ற பெண் நியமிக்கப்பட்டிருந்தார். அவர் தனது வேலை நிமித்தமாக உயர் சாதிக் குடும்பம் ஒன்றில் 1992இல் நிகழவிருந்த குழந்தைத் திருமணத்தைத் தடுத்து நிறுத்தினார். இதற்குப் பன்வாரி தேவியைப் பழிவாங்க முடிவுகட்டி உயர் சாதி ஆண்கள் அவரைக் கூட்டு வன்புணர்வு செய்தனர். இந்த வழக்கு ஜெய்பூர் நீதிமன்றத்துக்கு வந்தபோது குற்றவாளிகளின் சார்பாக ஆஜரான வழக்கறிஞர் உயர் நிலையிலுள்ள சாதி ஆண்கள் கீழ்நிலை சாதிப் பெண்ணிடம் ஒருபோதும் இத்தகைய தகாத நடவடிக்கையில் ஈடுபட மாட்டார்கள். அதிலும் தனது குடும்பத்தைச் சேர்ந்த இளம் வயது ஆண்களின் முன்னிலையில் இப்படிச் செய்திருக்க மாட்டார்கள் என்று வாதாடினார்.[4]

இந்தச் சம்பவத்தை அடுத்து, மாநில அரசுகள் சம்பந்தப்பட்ட முஸ்லிம்களுக்கு எதிரான இரு பெரும் வன்முறைச் சம்பவங்கள் நிகழ்ந்தன. ஒன்று, பாபர் மசூதி தகர்ப்புக்குப் பிறகு டிசம்பர் 1992 ஜனவரி முதல் 1993வரை மும்பையில் நிகழ்ந்தது. இரண்டாவது, கோத்ராவிலிருந்து அகமதாபாத் சென்ற சபர்மதி விரைவு ரயில் எரிப்பு சம்பவத்துக்குப் பிறகு பிப்ரவரி–மார்ச் 2002இல்

குஜராத்தில் நிகழ்ந்தது. இவற்றில் மிகக் கொடூரமான வன்முறை வெறியாட்டம் பெண்களுக்கு எதிராகக் கட்டவிழ்க்கப்பட்டது. அதிலும் காவல்துறையினர் மற்றும் அரசாங்க ஊழியர்களின் துணையுடன் நிகழ்த்தப்பட்டது ஆதாரங்களுடன் அம்பலமானது. இந்த இரு சம்பவங்களிலும் முஸ்லிம் பெண்கள் அடையாளம் காணப்பட்டுக் குறிவைத்துத் தாக்கப்பட்டார்கள் என்பதை இங்குச் சொல்லியாக வேண்டும்.

கிழக்கு மகாராஷ்டிரத்தின் பண்டாரா (*Bhandara*) மாவட்டத்தில் உள்ள கயர்லாஞ்சியில் வாழ்ந்துவந்த மகர் சமூகத்தைச் சேர்ந்த பவுத்த போட்மாங்கே குடும்பத்தில் மூவரை 2006இல் ஒரு கும்பல் கொலை செய்தது. அந்தக் குடும்பத்தைச் சேர்ந்த இரண்டு பெண்களான சுரேகா போட்மாங்கேவும் அவரது மகள் பிரியங்காவும் கூட்டு வன்புணர்வுக்கு ஆளாக்கப் பட்டனர். பிறகு அவர்களது சடலங்கள் நிர்வாணமாகக் கிடத்தப்பட்டன.

இந்தக் கொடூரத் தாக்குதல் 29 செப்டம்பர் 2006இல் நிகழ்ந்தது. ஆனால், நவம்பர் மாதம் தொடங்கும்வரையில் இந்தச் செய்தி நாளிதழ்களைச் சென்றடையவில்லை. மாநில நிர்வாகம், நீதிமன்றம் ஆகியவை மட்டுமின்றி இந்தக் கொடூரச் சம்பவத்தை மூடிமறைக்க ஊடகங்களும் துணைபோயின. ஆனால், இது படுபயங்கரமான வன்முறை என்பதால் செய்தி வெளியானதும் மகாராஷ்டிரம் முழுவதும் உள்ள தலித் இளைஞர்கள் கிளர்ந்தெழுந்தனர். களமிறங்கிய போராட்டக்காரர்களைக் காவல்துறையினர் இரும்புக்கரம் கொண்டு ஒடுக்கினர்.[5] போதாததற்கு நடந்த குற்றத்துக்கும் சாதிக்கும் இடையில் உள்ள தொடர்பை மறைக்க ஆதாரங்களை அழிக்கும் முயற்சிகள் அரசு இயந்திரம் தொடங்கி நீதிமன்றம் வரை ஒவ்வொரு மட்டத்திலும் நடைபெற்றது. பலியான இரு பெண்களின் நடத்தை குறித்தும் அவதூறுகள் பரப்பப்பட்டன. அந்தக் குடும்பம் சமூக–பொருளாதார அடுக்கில் முன்னேறிக் கொண்டிருந்தது. பிரியங்கா கல்லூரியில் சிறப்பாகப் படித்துக் கொண்டிருந்தார்.

இந்தச் செய்தி வெளியாகி ஒரு மாதம் கழித்து தலித்து களின் கோபத்தைத் தூண்டும் விதத்தில் இன்னொரு சம்பவம் நடந்தது. உத்தரப் பிரதேசத்தின் கான்பூர் நகரின் புறநகர் பகுதியில் உள்ள பாபா சாகேப் அம்பேத்கரின் சிலைகள் சில சிதைக்கப்பட்டன. தலித்துகள் மீதான வன்முறை (குறிப்பாகத் தலித் பெண்களுக்கு எதிரான பாலியல் தாக்குதல்கள்) சாதி இந்துக்கள் மத்தியில் மட்டுமல்லாமல் தலித்துகள் மத்தியிலும்

எவ்வளவு தூரம் இயல்பாக்கப்பட்டுள்ளது என்பதை இந்தச் சம்பவங்களின் வரிசை நினைவுபடுத்துகிறது. தலித் உடல்கள் மலிவானவை; தலித் பெண்களின் உடல்கள் அதைவிட மலிவானவை. மிகக் கொடூரமாக முறையில் அநீதி இழைக்கப்பட்டாலும் தலித் துன்பம் என்பது அன்றாட சமாச்சாரம். ஆனால், தலித் சீற்றம் என்பது மட்டும் அச்சுறுத்தக் கூடியது. மகாராஷ்டிரத்தின் நகரங்கள், சிற்றூர்களில் உள்ள தலித் இளைஞர்களைக் கைது செய்யும் நடவடிக்கையில் நவம்பர் மாதம் முழுவதும் இறங்கியது மகாராஷ்டிரா மாநில காவல் துறை. கண்டன ஆர்ப்பாட்டத்தில் ஈடுபட்டவர்கள் என்றும், 'பொது அமைதிக்குக் குந்தகம் விளைவிக்கக்கூடியவர்கள்' என்றும் சொல்லி அவர்கள் கைது செய்யப்பட்டனர். இதில் அந்த ஆண்டின் டிசம்பர் 6, டாக்டர் அம்பேத்கரின் 50ஆவது நினைவு நாள் என்பதால் ஆயிரக்கணக்கான தலித்துகள் மும்பையில் கூடும்பட்சத்தில் வன்முறை வெடிக்கும் என்ற பீதி கிளப்பப் பட்டது. கொடூரமான வன்புணர்வு, கொலை சம்பவத்தை மூடிமறைக்கும் முயற்சியும் தலித் போராட்டக்காரர்களைத் துன்புறுத்துதலும் சேர்ந்து ஒட்டுமொத்த நாட்டுக்கே முக்கியத்துவம் வாய்ந்ததாக இருக்கக்கூடிய ஒருநாளின் தாக்கத்தைக் கணிசமாகக் குறைத்துவிட்டன.

கதையாடலின் போக்கை மாற்றுவதன் வழியாகப் பார்வையின் கோணத்தை வடிவமைப்பதில் நடப்பு அரசாட்சி திறம்படச் செயலாற்றுகிறது. கொடுங்கோல் ஆட்சி புரிந்த பேஷ்வாக்களை வீழ்த்திய பிரிட்டிஷ் ராணுவப் படையில் அங்கம் வகித்த மகர் சிப்பாய்களில் பலரும் கொல்லப்பட்டனர். அந்த நிகழ்வின் 200ஆவது ஆண்டு விழாவைக் கொண்டாட 2018 ஜனவரி 1 அன்று ஆயிரக்கணக்கான தலித் மக்கள் பீமா–கோரேகானில் திரண்டனர். பிரிட்டிஷ் படையில் இணைந்து மகர் மக்கள் போர் புரிந்தது குறித்தோ அல்லது அவர்கள் செய்த காரியம் தேசத் துரோகம் என்றோ அதுவரை மைய நீரோட்ட ஊடகங்கள் எந்தச் சர்ச்சையும் கிளப்பவில்லை. பிரிட்டிஷ் அரசுக்கு எதிரான போராட்டம் குறித்து ஆண்மையை மைய நீரோட்டப் பார்வை முன்வைத்தது. இதற்கு எதிரான கதையாடலைத் தலித்துகள் முன்வைத்தார்கள். தலித்துகளின் இந்தக் கதையாடலும் ஆண்மையை முன்னிறுத்துவதுதான் என்றாலும் சாதிய அடுக்கில் பலவீனமாக்கப்பட்ட தலித் ஆண் என்ற புனைவை அது புரட்டிப்போட்டது.

கூட்டத்துக்குள் கலவரத்தைத் தூண்டச் சிலர் கூட்டத்துக்குள் அனுப்பப்பட்டனர். சம்பாஜி பிடே, மிலிந்த் ஏக்போடே என்கிற இரண்டு வலதுசாரி நபர்கள்தான்

(பிராமணர்கள்) கலவரத்தைத் தூண்டிவிட்டதாகப் பலர் சாட்சி சொல்லியிருக்கிறார்கள். இவர்களின் தூண்டுதலுக்குத் தலித்துகளில் சிலர் எதிர்வினையாற்றியுள்ளனர். அதைத் தொடர்ந்து கல்வீச்சு உள்ளிட்ட மோதல்கள் வேறு இடங்களிலும் வெடித்தன. தலித் செயல்பாட்டாளர்கள் பலரைக் காவல்துறை யினர் கைது செய்தனர். சம்பாஜி பிடேவையும் மிலிந்த் ஏக்போடேவையும் கைது செய்யுமாறு தலித் தலைவர் பிரகாஷ் அம்பேத்கர் வலியுறுத்தினார். ஆனால், அவர்கள் இதுவரை கைது செய்யப்படவில்லை. சில மாதங்கள் கழித்து பீமா கோரேகான் கலவரத்துடன் தொடர்பிருப்பதாகக் குற்றம்சாட்டி சமூகச் செயல்பாட்டாளர்கள் பலரையும் பூனே காவல்துறை கைது செய்து சிறையில் அடைத்தது. இங்குதான் கதையாடலின் போக்கு மாறுகிறது. மகாராஷ்டிரத்திலும் அதன் சுற்றுப்புறப் பகுதிகளிலும் விளிம்பு நிலையினரின் உரிமைகளுக்காகப் போராடிவந்த வழக்கறிஞர்கள் உள்ளிட்ட சமூகச் செயல்பாட்டாளர்களுக்குச் சந்தேகத்துக்குரிய ஆதாரங்களின் அடிப்படையில் 'நக்சலைட்', மாவோயிஸ்ட் குழுக்களுடன் தொடர்பிருப்பதாக முத்திரைகுத்தப்பட்டது. அவர்களில் பலர் சிறையில் அடைக்கப்பட்டனர். மேலும் பலர் எந்நேரமும் கைது செய்யப்படலாம் என்கிற பதற்றமான சூழல் உருவானது. அவர்களுக்கு முன்ஜாமின்கூட மறுக்கப்பட்டது.

அமைதியான முறையில் (ஆனால் உற்சாகமாக[6]) கூடியிருந்த ஆயிரக்கணக்கான ஆர்ப்பாட்டக்காரர்கள் மத்தியில் கலவரத்தைத் தூண்டியவர்கள் யார் என்ற சிக்கல் புறம் தள்ளப்பட்டது. தங்கள் மீது ஏவப்பட்ட தாக்குதலுக்குப் பதிலடி கொடுத்த தலித்துகள் இன்றுவரை சிறையில் அடைத்து வைக்கப்பட்டிருக்கிறார்கள். சாதி ரீதியாக விளிம்புக்குத் தள்ளப்பட்டவர்கள் மீது உயர் சாதிக் கும்பல் ஏவிய வன்முறையை யும் அரசு அதை மூடிமறைத்ததையும் பற்றிய விவாதம் பொதுவெளியிலிருந்து மறைந்தது. அதற்குப் பதிலாக நலிவடைந்த, விளிம்பு நிலையினரின் உரிமைகளுக்காகத் தன்னலம் பாராமல் போராடி வந்தவர்களை மாநில அரசும் மத்திய அரசும் இரும்புக் கரம் கொண்டு ஒடுக்கின.

இந்த இழிவான நிகழ்வுக்குப் பின்னால் வேறொரு வலி நிறைந்த கோணமும் உள்ளது. 'நகர்ப்புற நக்சல்' என்று முத்திரைக்குத்திக் கைது செய்யப்பட்ட சில முற்போக்காளர்கள் நம்மைப் போன்றவர்கள். ஆனால் 'தங்களது' வரலாற்றில் முக்கியத்துவம் வாய்ந்த நாளைக் கொண்டாடத் திரண்ட முகம் தெரியாத அந்த ஆர்ப்பாட்டக்காரர்கள் நம்மைப் போன்றவர்கள் அல்லர். இப்படியாக, தலித்துகளுக்கு எதிரான அரசு பயங்கரவாதம்

காணாமலாக்கப்பட்டுவிட்டது. தலித்துகள் தங்களை நிறுவும் முயற்சியாக இனி பீமா-கோரேகான் பார்க்கப்பட மாட்டாது. சிறைபிடிக்கப்பட்ட செயல்பாட்டாளர்கள் குறித்ததாக அது உருமாற்றப்பட்டுவிட்டது.

மறுமுனையில், அரசின் ஆசீர்வாதத்துடனும் பாது காப்புடனும் நடைபெறும் இனக் கலவரங்கள் மேற்கூறியது போல மூடி மறைக்கப்படுவதில்லை. இங்கு முஸ்லிம், 'எதிரி'யாகப் புனையப்படுகிறார். கடந்த காலத்தில் ஆண்ட முஸ்லிம் மன்னர்கள் இழைத்த பாவங்களின் வழித்தோன்றலாக அவர் புனையப்படுகிறார்; தற்காலத்தில் இந்து இளம் பெண்களை மயக்கி ஏமாற்றுபவராக; அல்லது பசுக்களைக் கொன்று அவற்றின் இறைச்சியை உட்கொள்பவராக; அல்லது ஐஎஸ்ஐஎஸ் போன்ற பயங்கரவாத இயக்கங்களினால் தடம்புரண்டவராக. இதுபோன்ற பல்வேறு குற்றச்சாட்டுகள் முஸ்லிம்கள்மீது சுமத்தப்படுகின்றன. சட்டத்திற்குப் போக்குக் காட்டிவிட (skirt) முடியும் என்றால் முஸ்லிம்களுக்கு எதிரான வன்முறையை நியாயப்படுத்திவிடலாம். ஆனால், தலித்துகளுக்கு எதிரான வன்முறையை இதேபோன்று நியாயப்படுத்த முடியாது. ஆகையால் அதை மூடி மறைத்தாக வேண்டும்.

இந்து மதமும் வன்முறையின் உளவியலும்

இந்துத்துவக் கோட்பாட்டை ஆக்ரோஷமாக முன்னெடுத்துச் செல்பவர்கள் ஆட்சி அதிகாரத்தில் இருக்கும்போது, அதுவும் தங்களது பிடியை இறுக்கியிருக்கும் காலகட்டத்தில் இதை எழுதுகையில் இரண்டு விஷயங்களை நான் உணர்கிறேன்; முதலாவதாக, பெண்கள், தலித்துகள், முஸ்லிம்கள், இதர சிறுபான்மையினர்கள், விளிம்பு நிலையினருக்கு எதிரான அண்மைக் காலத்தில் வன்முறை அதிகரித்து வருகிறது. இந்த வன்முறையானது 'பிராமணிய இந்து மத'த்தால் ஆளப்படும் சமுதாயத்தில் எப்போது வேண்டுமானாலும் வெடிக்கக் கூடிய வன்முறைக்கான சாத்தியக் கூறின் வெளிப்பாடுதான். நம்மிடம் நாள்தோறும் 'இந்து மதம்' என்ற முலாம்பூசி விற்கப்படுவதை நான் 'பிராமணிய இந்து மதம்' என்றே அழைக்க விரும்புகிறேன். இந்து என்று சொல்லப்படக்கூடிய பரந்துபட்ட சமூகத்திற்குள் பல இனக் குழுக்கள் உள்ளன. காஞ்சா அய்லைய்யா கொண்டாடும் கைவினைஞர்களின் பாரம்பரியம், தாய்வழிச் சமூகங்கள் பின்பற்றும் பாரம்பரியம், இந்துப் பெருதெய்வ வழிபாட்டு முறைக்குள் உள்வாங்கப்பட்ட அல்லது உள்வாங்கப்படாத உள்ளூர் தெய்வங்கள் எனப் பலத் துணை மரபுகள் உள்ளன. இதுதவிர விதவிதமான திருமணச் சடங்குகளும் பழக்க

வழக்கங்களும் உள்ளன. ஆனாலும் அகலமாகவும் பரந்து விரிந்து பன்மைத்துவத்துடனும் காணப்படும் இந்து மதம் அடிப்படையில் சாதிகளாகப் பிரிந்து கிடக்கிறது. அதில் பிராமணர்கள்தான் உச்சாணிக் கொம்பில் வீற்றிருக்கிறார்கள். அறிவின் மீதான பிராமணியத்தின் மேலாதிக்கம் பிற சாதிகளையும் அனைத்துப் பெண்களையும் அறிவை அடையவிடாமல் விலக்கி வைக்கிறது. ஏனெனில் அறிவே அதிகாரம். அதுமட்டுமின்றி மற்ற வகையான அறிவுகளையெல்லாம் அது இழிவுப்படுத்து கிறது. அவற்றை அடைய உழைப்பவர்களையும் தாழ்த்தி மதிப்பிடுகிறது.

நவீனத்துடன் ஊடாடும் இந்து மதம் பிராமணிய இந்து மதமாகப் பார்க்கப்படுகிறது. 'வளர்ச்சி'க்கான கதையாடல், குறிப்பாகக் கடந்த முப்பது ஆண்டுகளாக முன்வைக்கப்படும் 'வளர்ச்சி' கதையாடல். ஒற்றைக் கலாச்சாரத் தன்மை கொண்டது. சுற்றுச்சூழலை அழித்தொழிப்பது, சந்தையை மையப்படுத்திய வளர்ச்சி, கிராமியக் கலைகள், கைவினைப் பொருட்கள் கலை, கைவினைஞர்கள் ஆகியவற்றின் பாரம்பரியத்தின் வீழ்ச்சி, பிராமணர் அல்லாதோரின் கலாச்சாரங்களை மதிப்பிழக்கச் செய்வது ஆகிய அனைத்திலும் அதன் அடையாளம் உள்ளது. கீழ்நிலைக்குத் தள்ளப்பட்ட சாதியினரையும் தலித்துகளை யும் உயர் நிலையிலுள்ள சாதி இந்துக்கள் இகழ்வதென்பது முறைப்படுத்தப்பட்ட விலக்குதலின் மூலமாகவும் அன்றாடம் அவமதிப்பதன் வழியாகவும் நடைபெறுகிறது. தலித்துகள், முஸ்லிம்கள், பெண்கள் ஆகியோர் வன்மத்துடனும் உள்நோக்கத்துடனும் தாக்கப்படுவதை நாம் அண்மைக் காலமாக அதிகம் பார்க்க நேர்கிறது. அவை பிராமணிய இந்து மதத்தின் அடிப்படைக் கட்டமைப்பிற்குள் பின்னிப் பிணைந்து இருக்கக்கூடிய முரண்பாடுகளின் அதீத வெளிப்பாடன்றி வேறொன்றுமில்லை.

என்னுடைய இரண்டாவது வாதம், தலித்துகள், பெண்கள், முஸ்லிம்களுக்கு எதிரான வன்முறைகளை நாம் சகித்துக் கொள்ளக் காரணம், இந்துத்துவக் கோட்பாடு வெற்றிகர மாகப் பரப்பும் இரு வகை 'மற்றமை' ஆக்குதலேயாகும். அதில் ஒன்று உள்ளுக்குள் இருப்பவர்களைத் தரம் தாழ்த்தி மற்றமையாக்கிவிடுகிறது. இரண்டாவது வெளிப்புற எதிரியை மற்றமையாக்கிவிடுகிறது.

இராமாயணத்திலும் மகாபாரதத்திலும் இடம்பெற்ற சில புராணக் கதைகளை நான் மேற்கோள் காட்டி அவை இந்துக் களின் மீது இன்றுவரை செலுத்திவரும் தாக்கத்தை இந்த

இயலின் தொடக்கத்தில் விவரித்திருந்தேன். இத்தகைய தாக்கம் குறித்து உளவியல் பகுப்பாய்வாளரும் சமூகக் கோட்பாட்டாளரு மான சுதிர் காக்கர் இவ்வாறு விளக்குகிறார்:

> "இந்தியப் புராண, இதிகாசப் பிரதிகள் புராணவிய லாளர்களுக்கான அறிவார்ந்த, அழகியல் கூறுகளைக் காட்டிலும் பிறருக்கான உணர்ச்சிகரமான தன்மையையே அதிகம் கொண்டிருக்கின்றன. எனவே அவை ஆய்வாளர்களைக் காட்டிலும் சாதாரண மக்களுக்கே பொருத்தமானவை. அதிக இந்தியப் புராணங்களைக் கடந்த காலத்தைச் சேர்ந்தவையாகக் கருதுவதற்கில்லை ... அவை இன்றும் உயிர்த்துடிப்போடு சக்திவாய்ந்த குறியீடுகளின் ஊடாக இயங்கிக் கொண்டிருக்கின்றன. இந்தியப் புராணங்கள் பண்பாட்டுப் படிமங்கள் வழியாகத் தனிமனிதனின் அக உலகைக் கட்டமைத்து ஒருங்கிணைக்கின்றன."[7]

ஆக, இந்திய மனத்தில் ஆழப் பதிந்துள்ள வன்முறையின் வேர்களைப் புரிந்துகொள்ள இந்து 'அக உலகம்' எவ்வாறு உருவாக்கப்பட்டது என்பதைக் கண்டறிய வேண்டியிருக்கும். சிகிச்சை முறையாக உளவியல் பகுப்பாய்வு இந்தியாவில் ஒருபோதும் பிரபலமடையவில்லை. அது மட்டுமின்றி இந்து மனத்தையோ அல்லது சாதி மற்றும் ஆணாதிக்கத்தின் வேர்களையோ ஆய்வுக்குட்படுத்த சிக்மண்ட் பிராய்டின் கோட்பாட்டை அறிஞர்கள் பயன்படுத்தியதில்லை. அவ்வாறு முயன்றவர்கள் ஒருசிலர் மட்டுமே. அவர்களில் ஒருவர் ஆஷிஷ் நந்தி. அண்மைக் காலமாகப் பெண்களுக்கு எதிராகத் தலைதூக்கும் வன்முறைகள் குறித்து ஆஷிஷ் நந்தி இவ்வாறு கூறுகிறார்:

> "இந்தத் தருணத்தில் ஒன்றை மட்டுமே நான் கூற விரும்புகிறேன். அனைத்து வேளாண் சமூகங்களிலும் இயற்கை நிகழ்வாக இருந்ததுபோல அதிகாரம் பாரம்பரிய இந்தியாவில் பெண்களிடம் இருந்தது. அதுமட்டுமல்ல; அந்த அதிகாரம் மதரீதியாகவும், 'மாய' சக்தி எனும் சமன்பாடு மூலமாகவும் அல்லது பெண்களின் உற்பத்தித் திறனுக்கும் விளைநிலத்துக்கும் இடையிலான தொடர்பு சமூகத்தில் ஏற்படுத்தப்பட்டிருந்ததன் வழியாகவும் பழங்காலத்தில் பெண்கள் வசம் இருந்தது.
>
> . . .பெண்கள் குறித்த பாரம்பரியமான அச்சமும் ஆதிகாலத்து 'மாய' சக்திகள் கைவரப்பெற்றவர்களாக அவர்கள் இருந்ததும்தான் இதற்கான அடித்தளமாக அமைந்தது. நவீன காலச் சூழலில் பெண்களிடம் வளர்ந்து

வரும் சுய உறுதிப்பாடும் தன்னம்பிக்கையும் அவர்கள் குறித்த பழைய அச்சத்தைக் கிளறிவிட்டிருக்கிறது. ஆகையால், பூதத்தை மீண்டும் புட்டிக்குள் அடைத்துவிடும் பதைபதைப்பு பீறிட்டுக் கிளம்பியுள்ளது. அவர்களுக்கு எதிரான வன்முறை அந்த அச்சத்திலிருந்துதான் பிறக்கிறது."[8]

சாதிய அமைப்பை விமர்சனத்துக்கு உட்படுத்துபவர்களோ, பெண்ணியவாதிகளோ, இந்துப் புராணங்களுக்குள் வேரூன்றி யிருக்கும் வன்முறையை ஆராய உளவியல் பகுப்பாய்வுக் கோட்பாட்டைக் கையில் எடுப்பதில்லை என்பதில் வியப்பதற்கு ஒன்றுமில்லை. ஜூலியட் மிட்சல் 1974இல் எழுதிய, 'ஃபெமினிசம் அண்டு சைக்கோஅனாலிசிஸ்' (*Feminism and Psychoanalysis*)[9] புத்தகத்தில் பிராய்ட் மீதான பெண்ணியவாதி களின் பகைமைக்கு எதிர்வினையாற்றினார். ஆளுமை வளர்ச்சி குறித்த புரிதலை ஏற்படுத்த பிராய்ட் ஆற்றிய பங்களிப்பு பெண்ணியவாதிகளுக்கு விலைமதிப்பற்றது என்று அவர் அதில் எடுத்துரைத்தார். அதேபோன்று, இந்தியச் சமூகத்தின் கூட்டுக் குடும்ப அமைப்புக்குள் பின்பற்றப்படும் வெவ்வேறு குழந்தை வளர்ப்பு முறைகள் எப்படியெல்லாம் 'இந்தியர்களின் அக உலகை வெவ்வேறாக உருமாற்றுகிறது' என்பதை அமெரிக்க உளவியல் பகுப்பாய்வாளர் ஆலன் ரோலாண்டு விளக்கியுள்ளார்.[10] ஆணாதிக்கக் குடும்ப அமைப்பினாலும் படிநிலைப்படுத்தப்பட்ட சாதிய அமைப்பினாலும் ஆழமாகப் பாதிக்கப்பட்டது இந்த அக உலகம்.

கடந்த இயலில், தங்களுக்குக் கிடைத்திருக்கும் சிறப்புரிமையை அடையாளம் கண்டுகொள்ளச் சாதி இந்துக்கள் சிரமடுவது குறித்துப் பேசினேன். உயர் சாதியினருக்கும் மத்திய வர்க்கத்தினருக்கும் தங்களது வீடுகளில் எளிதில் கிடைக்கக்கூடிய வாய்ப்பு வசதிகள் ஒருவிதமான வீட்டுச் சூழலை உருவாக்குகிறது. அதில் 'நமது' அந்தரங்க வெளிகளில் சிலர் இடம்பெறுகிறார்கள். என்றாலும், 'நம்மில்' இருந்து அவர்கள் வேறுபடுகிறார்கள்.

வீட்டு வேலையில் நிலவும் பாலின பேதம் குறித்துப் பெண்கள் இயக்கம் கேள்வி எழுப்பியது. ஆனால், வீடுகளில் உள்ள கீழ்மையான வேலைகளைச் செய்ய இந்தியாவில் கீழ்நிலைக்குத் தள்ளப்பட்ட சாதியினர் எப்போதுமே கிட்டக்கூடியவர்களாக இருக்கிறார்கள். நகர்ப் புறத்தின் படித்த உயர் சாதி மேட்டுக்குடிகளாக அல்லாதவர்களது குடும்பத்தைச் சேர்ந்த பெண்கள் பெரும்பாலான வீட்டு வேலைகளை செய்ய வேண்டும் என்று எதிர்பார்க்கப்படுகிறார்கள். இவ்வாறு வீட்டு வேலைகளைப் பெண்கள் செய்து முடிப்பது சாதியப் பெருமித மாகச் சில நேரம் முன்னிறுத்தப்படுகிறது. "பட்டணத்து உயர்சாதி

வீடுகள் மாதிரி அல்ல, எங்களுடைய வீட்டில் வேளாவேளைக்குச் சுடச்சுட உணவை சமைத்துவிடுவோம்" என்று சகஜமாகப் பலர் சொல்லக் கேட்டிருப்போம்.

வீட்டுச் சூழலிலும் பாலியல் அந்தரங்க வெளியிலும்தான் வன்முறை தொடங்குகிறது. எதிர்ப் பாலின ஈர்ப்பு என்கிற வழக்கத்துக்கு அப்பால் இயங்கக்கூடியவர்களுக்கும் இந்துச் சமூகம் பண்பாட்டு வெளியில் கொஞ்சம் இடமளிக்கிறது. திருமண வைபவங்களில் திருநங்கைகள் கலந்துகொண்டு வாழ்த்தி யாசகம் கேட்பது பாரம்பரிய கலாச்சாரமாக அனுசரிக்கப்படுகிறது. ஆனால், தன்பாலின ஈர்ப்புள்ள ஆண் எனக் குடும்பத்துக்கே தெரிந்த பிறகும் அதை வெளியில் சொல்லாமல், பெற்றோரால் நிச்சயிக்கப்பட்ட திருமணத்துக்குச் சம்மதிக்கும் பெண்ணுக்கு அந்த ஆண்கள் மணமுடித்து வைக்கப்படுவதுதான் இன்றுவரை நிதர்சனம். சுயசாதித் திருமணம் அதிலும் 'சரியான' வயதில் திருமணம் போன்றவை கறாராகப் பின்பற்றப்படுகின்றன. அனைத்து விதமான சமூக அடுக்குகளிலும் தன்பாலின ஈர்ப்புள்ள பெண்கள் இருக்கத்தான் செய்கிறார்கள். ஆனால், அதை யாரும் அங்கீகரிப்பதில்லை. வீட்டு ஆண்களிடமிருந்து அந்த உண்மை மறைக்கப்பட்டாக வேண்டும், இல்லையெனில் அவர்கள் வன்முறையைப் பிரயோகிப்பார்கள். இப்படித்தான் சாதிய ஆணாதிக்கம் குடும்பத்தின் தூணிலும் துரும்பிலும் இருந்து இயங்குகிறது. அதிலும் பரம்பரை பரம்பரையாகக் கூடி வசிக்கும் கூட்டுக் குடும்பத்தில் இது சகஜம். காலப்போக்கில் சில விஷயங்கள் மாற்றம் காணலாம். உதாரணத்துக்கு, தன்பாலின உறவு முறைகளை ஆர்எஸ்எஸ்கூட ஏற்றுக்கொண்டுவிட்டது. தன்பாலினத்தவர்கள், இருபால் உறவில் நாட்டம் உள்ளவர்கள், திருநங்கை, திருநம்பி ஆகியோரை உள்ளடக்கிய எல்.ஜி.பி.டி. சமூகத்தினர் துணிந்து வெளிவந்து குரலெழுப்பியதன் வழியாகத்தான் இது சாத்தியப்பட்டிருக்கிறது. ஆனாலும் வழக்கமான பாலியல் வகைமையிலிருந்து மாறுபட்டவர் களுக்கு எதிராக இன்றும் வன்முறை நிகழ்த்தப்படுகிறது. பாலியல் தன்மை குறித்து மௌனம் காக்கும் மரபு இன்னமும் தகர்க்கப்படவில்லை.

இந்துக் குடும்பத்தின் போலித்தனமான ஒழுக்கநெறி வீடுகளுக்குள் பெண்களுக்கு எதிரான வன்முறையை நிலை நிறுத்திவிடுகிறது. தங்களது வீட்டுப் பெண்ணுக்கு மணமுடித்த பிறகு கணவரும் அவரது குடும்பத்தினரும் அப்பெண்ணுக்கு இழைக்கும் கொடுமை, உடல் ரீதியான சித்திரவதை எதுவா னாலும் பெண்ணின் பெற்றோர் கண்டுகொள்வதில்லை. அப்பெண் தாய் வீடு திரும்ப நேரிட்டால் அதனால் பொருளாதார

சுமை அதிகரிக்கும், சமூகத்தில் தலைக்குனிவு ஏற்படும். இந்துப் பெரும்பான்மையின் கலாச்சாரம் மற்ற அனைவர் மீதும் தாக்கம் செலுத்துவதால் சீக்கியர்கள், முஸ்லிம்கள், கிறிஸ்தவர்கள் மத்தியிலும் சாதிப் பிளவுகள் ஊடாடுவதை நாம் கண்டுகொண்டிருக்கிறோம். ஆனால், சாதி ரீதியான இத்தகைய பிளவுகளைப் பின்பற்றுவதைப் பிற மதங்கள் அனுமதிப்பதில்லை.

உயர் சாதியினர் தோற்றுவித்த மைய நீரோட்ட இந்தியப் பெண்ணியம் சிலநேரம் தலித், பழங்குடிப் பெண்களின் நிலையை விதந்தோதுவது உண்டு. தலித், பழங்குடிப் பெண்கள் தங்களது வீடுகளை விட்டு வெளியே சென்று பணிபுரிகின்றனர் என்றும் அவர்களிடம் காணப்படும் நடமாட்டமோ, பாலியல் சுதந்திரமோ உயர் அடுக்கிலுள்ள சாதிகளின் பெண்களைப்போலக் கட்டுப்படுத்தப்படுவதில்லை என்றும் இந்தியப் பெண்ணிய வாதிகள் சிலாகிப்பதுண்டு. ஆனால், மறுமுனையில், குடும்ப வன்முறையை விடவும் சாதிய வன்முறை கொடூரமாக இருப்பதாகத் தலித் பெண்கள் குரலெழுப்பும்போதெல்லாம் தலித்துகள் மத்தியிலும் ஆணாதிக்கம் நிலவுவதாக அவர்களுக்கு நினைவூட்டப்படுகிறது. 'தங்களது' ஆண்களிடம் தலித் பெண்கள் 'மென்மை'யாக நடந்து கொள்வதாகவும் குற்றஞ்சாட்டப்படுகிறது. பழங்குடிப் பெண்கள் தீண்டத்தகாதவர்களாக நடத்தப்படுவ தில்லை. ஆனாலும் அவர்கள் 'சூனியக்காரி'யாக இருக்கக்கூடும் என்ற சந்தேகத்தின் பெயரில் அடித்துத் துன்புறுத்தப்படு கின்றனர், புறக்கணிக்கப்படுகின்றனர், ஊரைவிட்டு ஒதுக்கி வைக்கப்படுகின்றனர். ஒரு குழந்தையோ அல்லது ஏதேனும் விலங்கோ மரணமடைந்தாலோ, வறட்சி ஏற்பட்டாலோ, பயிர்கள் நோயுற்றாலோ அத்தனையும் 'சூனியக்காரி'யின் வேலையாகப் பார்க்கப்படுவதுண்டு. மொத்தத்தில் சாதி, ஆணாதிக்கம், வர்க்கம், மற்றமையாக்குதல், பாகுபாடு நிறைந்த மத ஒழுங்கு ஆகிய அத்தனையும் கூட்டுச் சேர்ந்து இந்துச் சமூகத்தில் பெண்களுக்கு எதிரான வன்முறையையும் அநீதியையும் இழைத்துக்கொண்டிருக்கின்றன. இந்நிலையில் 'அனைத்துப் பிரிவுகளையும் சேர்ந்த' பெண்களின் ஒடுக்குமுறை சார்ந்த பார்வை இங்கு அர்த்தம் பெறுகிறது. ஏனெனில் எத்தகைய சமூக அடுக்கைச் சேர்ந்த பெண்ணாக இருப்பினும் அவர் பல்வேறு கட்டமைப்புகளாலான சுரண்டலுக்கும் ஒடுக்குமுறைக்கும் மற்றமைபடுத்துதலுக்கும் ஆளாகவே செய்கிறார். இத்தகைய கட்டமைப்புகள் ஒன்றுக்கொன்று எத்தகைய தாக்கத்தையும் பாதிப்பையும் ஏற்படுத்தக்கூடும் என்பது இதுவரை முழுமை யாகப் புரிந்தபாடில்லை.

மறுபடியும் சொல்கிறேன், இந்துத்துவ அரசியலின் விளைவாக மட்டுமே அண்மை ஆண்டுகளில் வன்முறைச் சம்பவங்கள் பல்கிப் பெருகிவிட்டதாக முடிவுக்கு வந்துவிட முடியாது. சாதிய–ஆணாதிக்க இந்துச் சமூக ஒழுங்கில் ஆழமாக வேரூன்றிய வன்முறையின் மீது கட்டியெழுப்பப்பட்டதுதான் இந்துத்துவம். இந்தப் போக்கைத் தலைகீழாக மாற்றிப் பரந்த மனப்பான்மை கொண்ட சமத்துவக் கொள்கை பாராட்டும் சமூகத்தை நாம் உருவாக்க நினைத்தால் முதலில் இந்த நிதர்சனத்தைப் புரிந்துகொண்டு ஏற்றுக்கொள்ள வேண்டும். விளிம்பு நிலையினர் குரலெழுப்புவது மட்டும் போதாது. நாம் அவர்களின் குரலுக்குச் செவிமடுத்து அதிலிருந்து கற்றுக்கொள்ள வேண்டும். நமக்குள் குடியிருக்கும் பேய்களை அடையாளம் கண்டு அவற்றை எதிர்கொள்ளப் பயில வேண்டும்.

இந்துக் குடும்பத்தில் பிறந்த பெண் என்கிற அடையாளத்தி லிருந்து என்னை நானே விலக்கிக்கொள்ள நெடுங்காலமானது. என் வாழ்க்கையை இப்படித்தான் வாழ வேண்டும் என்கிற ஏதோவொரு புரட்சிகரமான நடவடிக்கையின் மூலம் அது சாத்தியப்பட்டுவிடவில்லை. நான் யாரை மணக்க வேண்டும் என்கிற கட்டுப்பாட்டை என் மீது விதிக்காத நாத்திகரும் முற்போக்காளரும்தான் என்னுடைய தந்தை. அப்படிப்பட்ட எனது அப்பா, உழைக்கும் வர்க்கத்திலிருந்து வந்து, பழங்குடி யினரின் உரிமைகளுக்காகப் போராடச் சிறப்பான பணியை ராஜினாமா செய்த துளசியை நான் மணந்தபோது அவரைத் தன் மருமகனாக (அரை மனதாக) ஏற்றுக்கொண்டார். என்னுடைய இணையரை அப்பாவால் சுலபமாக ஏற்றுக்கொள்ள முடிந்தது. ஏனெனில் அதற்கு முன்பே எனது அக்கா ஒரு முஸ்லிமை மணந்தார். அந்தத் திருமணத்தைத்தான் அப்பாவால் எளிதில் ஏற்க முடியவில்லை. நான் தனிப்பட்ட முறையில் வன்முறைக்கு ஆளானதில்லை. ஆனால், பிளவுகளாலேயே பின்னிப்பிணைந்து நெய்யப்பட்ட நமது சமூக ஆடையை நான் நன்கறிவேன். மற்றவர்களை அது எவ்வளவு தூரம் பாதித்திருக் கிறது என்பதையும் கண்கூடாகக் கண்டிருக்கிறேன். அதேபோல ஆணாதிக்கக் கூட்டுக் குடும்ப முறையின் அடிநாதம் பெண் வெறுப்பு என்பதையும் அறிவேன். குடும்பத்தைக் கட்டிக்காக்க வேண்டியவராக எதிர்பார்க்கப்படும் பெண்ணுக்கு நெருக்கடி யான சூழலில் அந்த ஆணாதிக்கக் குடும்ப அமைப்பு ஆதரவு அளிக்கத் தவறுவதையும் கண்டிருக்கிறேன். ஆணாதிக்க விழுமியங்கள் குடும்பத்துக்குள் பெண்களுக்கு இடையிலான உறவை எப்படியெல்லாம் வளைக்கின்றன என்பதையும் அனுபவித்திருக்கிறேன். அத்தகைய சூழலைக் கையாளப்

பெண்ணியச் சிந்தனையை வரித்துக்கொண்டவராக மட்டும் இருந்தால் போதாது என்பதையும் உணர்ந்திருக்கிறேன். ஆணாதிக்கச் சிந்தனை ஆணின் மனப்பான்மையின் மீது ஏற்படுத்திவரும் தாக்கத்தைக் கூர்ந்து கவனித்திருக்கிறேன். பெண்கள் மட்டுமல்லாது ஆண்களும் இத்தகைய குறைபாடுகள் கொண்ட விழுமியங்களின்படி வாழ வேண்டியிருப்பதால் வேதனையுறுவதைப் புரிந்துகொண்டிருக்கிறேன்.

பெண்ணின வெறுப்பு, இஸ்லாம் மீதான வன்மம், பிராமணியப் பிளவுவாதம் ஆகியன இன்றைய இந்தியாவில் எவ்வளவு ஆழமாக வேரூன்றியுள்ளன என்பதை இந்து அடையாளத்தை நிராகரித்த ஒரு பெண்ணாக நான் அவதானிக்கிறேன். என்னுடையது தலித் பெண்ணிய நிலைப்பாடல்ல. என்னுடைய வாழ்க்கை தலித் பெண்ணின் வாழ்க்கையைப் போல் இருந்ததில்லை. என்னுடையது உயர் அடுக்கிலுள்ள சாதிப் பெண்ணின், அதிலும் பெண்ணியவாதியின் வாழ்க்கை. உயர் சாதியினரின் வாழ்விடத்திலிருந்து கற்றுக்கொள்ள முயன்றவற்றின் வாழ்க்கை. வேறொரு இடத்திலிருந்து, வேறொரு தலைமுறையின் மூலம், வேறொரு சாதியின் வழியாக, வேறொரு வர்க்கத்தின் ஊடாகச் சமூக மாற்றத்துக்கான தலைமை வெளிப்படும் என்கிற நம்பிக்கையோடு அதை ஏற்றுக்கொள்ளத் தயாராக இருப்பவள் நான். இவை அத்தனையும் உள்ளடக்கி, நான் ஏன் இந்துப் பெண்ணல்ல என்பதை எழுதியிருக்கிறேன்.

பின்குறிப்புகள்

1. Sudhir Sonalkar, '*Ramayana*: A Hermeneutic Study', ICSSR *Research Abstracts Quarterly*, January–June 1994.

2. Amartya Sen, 'Missing Women', *British Medical Journal*, 304, 1992.

3. Amartya Sen, 'Missing Women Revisited', British Medical Journal, December 2003.

4. For a recent commentary on this case and its repercussions, see V. Geetha, 'Sexual Harassment and Elusive Justice', *Economic & Political Weekly*, Vol. 52, Issue No. 44, 2017.

5. Anand Teltumbde, *Khairlanji: A Strange and Bitter Crop* (New Delhi: Navayana), 2008. See also Shivangi Gupta, 'The Khairlanji Massacre Still Continues to Haunt the Brahmanical State', https: The Violence

of Hinduism & Hindutva//feminisminindia.com/2019/08/05/khairlanji-massacre–haunt#brahmanical–state/

6. Somnath Waghmare's documentary, *The Battle of Bhima–Koregaon: An Unending Journey*, though made in 2017, a year before the bicentenary, conveys the exuberant mood of Dalits at this event.

7. Sudhir Kakar, *Culture and Psyche* (New Delhi: Oxford University Press), 1997.

8. Ashis Nandy, *The Intimate Enemy: Loss and Recovery of Self Under Colonialism* (New Delhi: Oxford University Press), 2009.

9. Juliet Mitchell, *Feminism and Psychoanalysis* (New York: Pantheon), 1974.

10. Alan Roland, 'Psychoanalysis Across Civilizations: A Personal Journey', *Journal of the American Academy of Psychoanalysis*, 31: 275–295, 2003.

காலச்சுவடு பப்ளிகேஷன்ஸ் (பி) லிட்.
Published by Kalachuvadu Publications Pvt. Ltd.,
669 K.P. Road, Nagercoil 629001, India
Phone: 91-4652-278525
e-mail: publications@kalachuvadu.com

07/2022/S.No. 1095, kcp 3654, 18.6 (1) 9ss